"എല്ലാവരും പറയുന്നത്രതന്നെ മികച്ചത്."
@Sayde_Scarlett

"ഞാൻ ഈ പുസ്തകം ഒരു നിധിപോലെ സൂക്ഷിക്കും."
@GracieActually

"എല്ലാവരും വായിച്ചിരിക്കേണ്ട ഒരു അമൂല്യപുസ്തകം!
എനിക്കിത് വായിച്ചുകഴിയുംവരെ താഴെവയ്ക്കാനായില്ല."
@ Coops_Kay

"മനോഹരം, ജീവിക്കാൻ പ്രോത്സാഹിപ്പിക്കുന്നത്!
എനിക്ക് ഇപ്പോൾ ആവശ്യമായിരുന്ന ഒരു പുസ്തകം."
@destinyischoice

"പത്തൊൻപത് വയസ്സുള്ള എനിക്ക്
ഈ പുസ്തകം നല്കാൻ കഴിഞ്ഞെങ്കിൽ."
@katiedawson23

"വിജ്ഞാനവും പ്രതീക്ഷയും ഒരു കുടക്കീഴിൽ."
@mentalbattle

"Reasons to Stay Alive ആളുകളുടെ ഹൃദയത്തെ തൊടുന്ന
പുസ്തകം മാത്രമല്ല, ഏവരും വായിച്ചിരിക്കേണ്ട
ഒരു പുസ്തകം കൂടിയാണ്."
@ PPhunt

"വളരെ പ്രധാനപ്പെട്ട ഒരു ചെറിയ പുസ്തകം!"
@HollieNuisance

"ഹൃദയസ്പർശിയും തമാശ നിറഞ്ഞതുമായ
വലിയ മനസ്സുള്ള ഒരു പുസ്തകം."
എസ്.ജെ. വാട്ട്സൺ

"ജ്ഞാനവും തമാശയും നിറഞ്ഞ, ആളുകളെ ആശ്വസിപ്പിക്കാനും പ്രചോദിപ്പിക്കാനും കഴിവുള്ള ഒരു പുസ്തകം. ചിലപ്പോൾ വിഷാദം വാക്കുകൾ ഇല്ലാത്ത ഒരു കുഴിയിലേക്ക് ആണ്ടുപോകുന്നതുപോലെയാണ്. ആ അവസ്ഥയ്ക്കാണ് മാറ്റ് ഹെയ്ഗ് വാക്കുകൾ കണ്ടെത്തിയിരിക്കുന്നത്. നമുക്കെല്ലാവർക്കും വേണ്ടിയുള്ളതാണ് ഈ വാക്കുകൾ."

ജൊവാൻ ഹാരിസ്

"ജ്ഞാനവും ഊഷ്മളതയും നിറഞ്ഞത്."

നേഥൻ ഫൈലർ

"ചർച്ച ചെയ്യാൻ ബുദ്ധിമുട്ടുള്ള സങ്കീർണ്ണമായ ഒരു വിഷയത്തെ വെളിച്ചത്തിലേക്ക് കൊണ്ടുവന്ന പുസ്തകം."

മൈക്കിൾ പാലിൻ

"ആത്മാർത്ഥവും ചിന്തോദ്ദീപകവുമായ ഒരു പുസ്തകം."

ജെന്നി കോൾഗൻ

"മനോഹരമായി എഴുതിയിട്ടുള്ള വശീകരിക്കുന്ന പുസ്തകം."

ഇയാൻ റാങ്കിൻ

"മാറ്റ് ഹെയ്ഗ് അത്ഭുതപ്പെടുത്തുന്നു."

സ്റ്റീഫൻ ഫ്രൈ

"ഒറ്റവാക്കിൽ പറഞ്ഞാൽ ബ്രില്യന്റ്."

ബുക്ക് മഞ്ച്

ജീവിച്ചിരിക്കാനുള്ള കാരണങ്ങൾ

മാറ്റ് ഹെയ്ഗ്

വിവർത്തനം: പ്രഭാ സക്കറിയാസ്

MANJUL

മഞ്ജുൾ പബ്ലിഷിങ് ഹൗസ്

First published in India by

MANJUL

Manjul Publishing House

Corporate and Editorial Office

• 2nd Floor, Usha Preet Complex, 42 Malviya Nagar, Bhopal 462 003 - India

Sales and Marketing Office

• C-16, Sector 3, Noida, Uttar Pradesh, 201301, India

Website: www.manjulindia.com

Distribution Centres

Ahmedabad, Bengaluru, Chennai, Hyderabad,
Kochi, Kolkata, Mumbai, New Delhi, Pune

Malayalam translation of *Reasons to Stay Alive* by *Matt Haig*

Published by arrangement with Canongate Books Ltd,
14 High Street, Edinburgh EH1 1TE

This edition first published in 2021
Sixth impression 2026

ISBN 978-93-90924-65-3

Translation by Prabha Zacharias

Author's image © Kan Lailey.

Cover design © PealiDezine, peadi.duttagupta@gmail.com

Printed and bound in India by Manipal Technologies Ltd.

ആൻഡ്രിയയ്ക്ക്...

അസാധ്യമായിരുന്ന ഒരു പുസ്തകം

ഞാൻ ഇങ്ങനെ ഒരു പുസ്തകം എഴുതുമെന്ന് ആരെങ്കിലും പതിമൂന്നു വർഷങ്ങൾക്കുമുൻപ് പറഞ്ഞാൽ ഞാൻ വിശ്വസിക്കുമായിരുന്നില്ല.

ഞാൻ മരിക്കാൻ തീരുമാനിച്ചവനാണ്. മരിച്ചില്ലെങ്കിൽ ഞാൻ ഒരു ഭ്രാന്തനായി മാറിയേനെ.

ഇന്നത്തെ അവസ്ഥയിൽ എത്തിച്ചേരാനുള്ള യാതൊരു സാധ്യതയും ഞാൻ അന്ന് കണ്ടിരുന്നില്ല. അടുത്ത പത്തുമിനുട്ട് കഴിഞ്ഞാൽ ജീവിച്ചിരിക്കുമോ എന്ന് ഉറപ്പില്ലാതിരുന്ന ഒരു കാലമായിരുന്നു അത്. ഇതേപ്പറ്റിയൊക്കെ എഴുതാൻതക്ക ആത്മവിശ്വാസവും സൗഖ്യവും ഞാൻ കണ്ടെത്തുമെന്ന് അന്ന് ആരെങ്കിലും എന്നോട് പറഞ്ഞാൽ ഞാൻ അവരെ സംശയത്തോടെയാവും നോക്കുക.

യാതൊരു പ്രതീക്ഷയും ഇല്ലാതിരിക്കുക എന്നതാണ് വിഷാദത്തിന്റെ പ്രധാനപ്പെട്ട ലക്ഷണങ്ങളിൽ ഒന്ന്. ഭാവിയെപ്പറ്റി യാതൊരു പ്രതീക്ഷകളുമില്ല. തുരങ്കത്തിന്റെ അറ്റത്ത് വെളിച്ചം കാണുന്നതിന് പകരം നിങ്ങൾ ജീവിക്കുന്നത് രണ്ടറ്റവും കെട്ടിയടച്ച ഒരു തുരങ്കത്തിനുള്ളിലെ ഇരുട്ടിലാണ്. എനിക്ക് പ്രകാശംനിറഞ്ഞ ഒരു ഭാവി ഉണ്ടാകുമെന്നു ഞാൻ അന്ന് കരുതിയിരുന്നെങ്കിൽ തീർച്ചയായും ഞാൻ ആ തുരങ്കത്തിന്റെ ഒരറ്റം തകർത്ത് എത്രയും വേഗം വെളിച്ചത്തിലേക്ക് തിരിഞ്ഞേനെ. വിഷാദം നമ്മോട് നുണ പറയുമെന്നതിന്റെ ഏറ്റവും മികച്ച ഉദാഹരണമാണ് ഈ പുസ്തകം. വിഷാദം നിങ്ങളെക്കൊണ്ട് തെറ്റായ കാര്യങ്ങൾ ചിന്തിപ്പിക്കും.

എന്നാൽ വിഷാദം ഒരു നുണയല്ല. ഞാൻ ഇന്നുവരെ അനുഭവിച്ചിട്ടുള്ളതിൽവച്ച് ഏറ്റവും യഥാർത്ഥമായതാണ് ഞാൻ അനുഭവിച്ച വിഷാദം. അത് അദൃശ്യമാണെന്ന് മാത്രം.

മറ്റുള്ളവർക്ക് ഒരുപക്ഷേ, ഇത് സാരമുള്ള ഒരു കാര്യമായി തോന്നണമെന്നില്ല. നിങ്ങൾ തലയ്ക്ക് തീപിടിച്ച് നടക്കുമ്പോഴും ചുറ്റുമുള്ളവർക്ക് അത് കാണാൻ കഴിയണമെന്നില്ല. വിഷാദം അദൃശ്യവും നിഗൂഢവുമായിരിക്കുമ്പോൾ അതിനെ ചുറ്റിപ്പറ്റി അപമാനത്തിന് വളരാൻ എളുപ്പമാണ്. വിഷാദരോഗികളോട് ഈ അപമാനബോധം ഏറ്റവും ക്രൂരമായാണ് പെരുമാറുന്നത്. കാരണം അപമാനം ചിന്തകളെ ബാധിക്കുന്നതാണ്. വിഷാദമാകട്ടെ, ചിന്തകളുടെ രോഗമാണുതാനും.

വിഷാദത്തിലായിരിക്കുമ്പോൾ നിങ്ങൾ തനിച്ചായതായി തോന്നും, നിങ്ങൾ അനുഭവിക്കുന്നതിലൂടെ മറ്റാരും കടന്നുപോകുന്നില്ലെന്ന് തോന്നും. എന്തെങ്കിലുംതരത്തിലുള്ള ഭ്രാന്ത് നിങ്ങൾക്കുള്ളതായി തോന്നാതിരിക്കാൻ നിങ്ങൾ കിണഞ്ഞുപരിശ്രമിക്കും. എല്ലാത്തിനെയും നിങ്ങൾ ഉള്ളിലൊതുക്കും. ആളുകൾ നിങ്ങളെ ഒറ്റപ്പെടുത്തുമെന്ന് പേടിച്ച് നിങ്ങൾ കൂടുതൽ ഉൾവലിയും. ഇതേപ്പറ്റി ആരോടും സംസാരിക്കാതെയിരിക്കും. ഏറ്റവും കഷ്ടം അതാണ്, കാരണം വിഷാദത്തെപ്പറ്റി സംസാരിക്കുന്നത് സത്യത്തിൽ ഏറെ ആശ്വാസം തരുന്ന ഒരു കാര്യമാണ്. എഴുതിയതോ പറഞ്ഞതോ ആയ വാക്കുകളാണ് നമ്മെ ലോകത്തോട് ചേർത്തുനിർത്തുന്നത്. വിഷാദത്തെപ്പറ്റി സംസാരിക്കുകയോ എഴുതുകയോ ചെയ്യുമ്പോഴാണ് നാം മറ്റുള്ളവരോടും നമ്മുടെ യഥാർത്ഥ സ്വത്വത്തോടും ഏറെ അടുക്കുന്നത്.

നമ്മൾ മനുഷ്യരാണ്, രഹസ്യാത്മകമായ ഒരു ജീവിവർഗ്ഗമാണ്. മറ്റുള്ള മൃഗങ്ങളിൽനിന്ന് വ്യത്യസ്തമായി നമ്മൾ വസ്ത്രങ്ങൾ ധരിക്കുകയും കതകിന്റെ മറവിൽ ഇണചേരുകയും ചെയ്യുന്നവരാണ്. നമ്മുടെ ജീവിതത്തിൽ മോശം കാര്യങ്ങൾ സംഭവിക്കുമ്പോൾ നാം ലജ്ജിതരാകുന്നു. എന്നാൽ അതിൽനിന്ന് അതിവേഗം നാം പുറത്തുകടക്കും, മറ്റുള്ളവരോട് സംസാരിച്ചുകൊണ്ടാണ് നാം അതിനു പ്രാപ്തരാകുന്നത്. ഒരുപക്ഷേ, എഴുത്തും വായനയും അതിന്റെ ഭാഗമാകും.

എന്റെ വിശ്വാസമാണ് അത്. എന്റെ ഉള്ളിലെ ഇരുളിൽനിന്ന് ഞാൻ മോചനം കണ്ടെത്തിയത് എഴുതിയും വായിച്ചുമാണ്. വിഷാദം നമ്മോട് നമ്മുടെ ഭാവിയെപ്പറ്റി നുണകൾ പറയുമെന്ന് തിരിച്ചറിഞ്ഞപ്പോൾ മുതൽ വിഷാദത്തെയും ഉത്കണ്ഠകളെയും നേരിട്ട എന്റെ അനുഭവത്തെപ്പറ്റി ഒരു പുസ്തകം എഴുതണമെന്നു ഞാൻ ആലോചിച്ചിരുന്നതാണ്. ഈ പുസ്തകത്തിന് രണ്ടു ലക്ഷ്യങ്ങളാണ് ഉള്ളത്. വിഷാദത്തിന്റെ ഭാഗമായുള്ള അപമാനബോധത്തെ കുറയ്ക്കാൻ കഴിയുക എന്നതാണ് ഒന്നാമത്തേത്. അൽപ്പംകൂടി കഠിനമായ ലക്ഷ്യം രണ്ടാമത്തേതാണ്. താഴ്വരയുടെ അടിത്തട്ടിൽ നിന്നാൽ കാര്യങ്ങൾ ഏറ്റവും തെളിച്ചത്തോടെ കാണാൻ കഴിയില്ല എന്ന് ബോധ്യപ്പെടുത്തുകയാണ് അത്. ഏറ്റവും പഴയ ചൊല്ലുകളിൽ ഏറെ സത്യവുമുണ്ട്. കാലം മായ്ക്കാത്ത മുറിവുകളില്ല. തുരങ്കത്തിന്റെ അറ്റത്ത് എപ്പോഴും വെളിച്ചമുണ്ടാകും, നമ്മൾ അത് കാണുന്നില്ലെങ്കിൽകൂടി. മേഘങ്ങളും അവയുടെ വെള്ളിവരകളും തമ്മിൽ ഒന്നെടുത്താൽ ഒന്ന് സൗജന്യം എന്ന ബന്ധമാണുള്ളത്. വാക്കുകൾക്ക് നിങ്ങളെ സ്വതന്ത്രരാക്കാനുള്ള ശക്തിയുണ്ട്.

ഒരു ചെറിയ കുറിപ്പ്, ആരംഭത്തിനുമുൻപ്

മനസ്സുകൾ അതുല്യങ്ങളാണ്. അതുകൊണ്ടുതന്നെ, അവ തെറ്റിപ്പോകുന്നതും ഏറെ അതുല്യമായ, വിചിത്രമായ, വഴികളിലൂടെയായിരിക്കും. നിങ്ങളുടെ മനസ്സ് വഴിതെറ്റുന്നതുപോലെയല്ല എന്റെ മനസ്സിനു വഴി തെറ്റുക. നമ്മുടെ അനുഭവങ്ങൾ മറ്റുള്ളവരുടേതിന് സമാനമാകാം, എന്നാൽ ഒരിക്കലും അത് ഒരേപോലെയാകില്ല. വിഷാദമെന്നോ ഉൽക്കണ്ഠയെന്നോ 'പാനിക്ക് ഡിസോർഡർ' എന്നോ 'ഒസിഡി'യെന്നോ ഒക്കെയുള്ള കുടക്കീഴിൽ ആളുകളെ നിരത്താൻ എളുപ്പമാണ്, പക്ഷേ, ആളുകളുടെ അനുഭവങ്ങളിലെ വ്യത്യസ്തത അംഗീകരിക്കുമ്പോൾ മാത്രമേ അതുകൊണ്ടു പ്രയോജനം ഉണ്ടാകുന്നുള്ളൂ.

വിഷാദം ഓരോരുത്തർക്കും ഓരോ തരത്തിലാകും സംഭവിക്കുക. പല തരത്തിൽ പല അളവിൽ പല പ്രതികരണങ്ങൾ സൃഷ്ടിക്കുന്ന വേദനയാണത്. എങ്കിലും, ഒരു പുസ്തകംകൊണ്ട് പ്രയോജനം ലഭിക്കണമെങ്കിൽ അത് നമ്മുടെ അനുഭവങ്ങളെ അങ്ങേയറ്റം പൂർണ്ണമായി പ്രതിഫലിപ്പിക്കണമെന്ന് വാശിപിടിച്ചാൽ, നമുക്ക് വായിക്കാൻ നാം സ്വയം രചിച്ച പുസ്തകങ്ങൾ മാത്രമേ ഉണ്ടാകൂ.

വിഷാദത്തിനു ശരിയായ രീതിയും തെറ്റായ രീതിയുമില്ല. അത് പോലെതന്നെയാണ് പാനിക്ക് അറ്റാക്കുകളും ആത്മഹത്യാപ്രവണതയും. ഇവയെല്ലാം ഉള്ള കാര്യങ്ങളാണ്. ആളുകളുടെ ദുരവസ്ഥ ഒരു മത്സരയിനമല്ലല്ലോ. എന്നാൽ മറ്റുള്ള മനുഷ്യരുടെ സഹനത്തിന്റെയും അതിജീവനത്തിന്റെയും കഥകൾ വായിക്കുമ്പോൾ എനിക്ക് ആശ്വാസം ലഭിക്കുന്നുവെന്നതാണ് ഇത്രയും വർഷത്തെ എന്റെ അനുഭവം. അത് എനിക്ക് പ്രതീക്ഷ തരാറുണ്ട്. ഈ പുസ്തകത്തിനും അതേകാര്യം ചെയ്യാനാകുമെന്നാണ് എന്റെ പ്രതീക്ഷ.

1
വീഴ്ച

"ആത്മഹത്യ ചെയ്യുന്നതിലും ഏറെ ധൈര്യം
വേണ്ടത് ജീവിക്കാനാണ്."

– ആൽബേർ കാമ്യു, എ ഹാപ്പി ഡെത്ത്

ഞാൻ മരിച്ച ദിവസം

എനിക്ക് ഓർക്കാൻ കഴിയുന്നു, വയസ്സായ ഞാൻ മരിച്ച ദിവസം.

ഒരു ചിന്തയിൽനിന്നായിരുന്നു തുടക്കം. എന്തോ പ്രശ്നം ഉണ്ടായിരുന്നു. അതായിരുന്നു തുടക്കം. എന്താണ് സംഭവിക്കുന്നത് എന്ന് ഞാൻ തിരിച്ചറിയുന്നതിനും ഒരു സെക്കന്റ് മുൻപേ എന്റെ തലയിൽ വിചിത്രമായ ഒരു വികാരം നിറഞ്ഞു. എന്റെ തലയോടിന് പിറകിൽ, കഴുത്തിന് മേലെയായി എന്തോ ജൈവപ്രവൃത്തി നടന്നു. സെറിബെല്ലം. തലയുടെ ഉള്ളിൽ ഒരു ചിത്രശലഭം കുടുങ്ങിക്കിടക്കുന്നതുപോലെ തീക്ഷ്ണമായ ഒരു പിടച്ചിൽ. ഒരു നീറ്റൽ. വിഷാദവും ഉത്കണ്ഠയും സൃഷ്ടിക്കുന്ന ശാരീരിക അനുഭവങ്ങളെപ്പറ്റി അന്നെനിക്ക് ധാരണയുണ്ടായിരുന്നില്ല. ഞാൻ മരിക്കാൻപോവുകയാണെന്നാണ് കരുതിയത്. എന്റെ ഹൃദയം ചലിക്കാൻ തുടങ്ങി. ഞാൻ അതിന്റെ പിറകെയും. ഭയവും ശ്വാസംമുട്ടലും നിറഞ്ഞ ഒരു യാഥാർഥ്യത്തിലേക്കാണ് ഞാൻ ആണ്ടുപോയത്. സാധാരണത്വത്തിന്റെ പകുതിയെങ്കിലും അനുഭവിക്കാൻ പിന്നീട് ഒരു വർഷം കഴിയേണ്ടിവന്നു.

ഞാൻ ജനിച്ചയുടനെ കുറച്ചുനാൾ എന്റെ അമ്മയ്ക്ക് വിഷാദമുണ്ടായിരുന്നെന്നും എന്റെ അച്ഛന്റെ മുത്തശ്ശി ആത്മഹത്യ ചെയ്തെന്നുമുള്ളത് മാറ്റിനിറുത്തിയാൽ, വിഷാദം എന്ന അവസ്ഥയെപ്പറ്റി എനിക്ക് യാതൊരു അറിവുമുണ്ടായിരുന്നില്ല. വിഷാദത്തിന്റെ കുടുംബചരിത്രം ഞങ്ങൾക്ക് ഉണ്ടായിരുന്നിരിക്കാം. എങ്കിലും ഞാൻ ചിന്തിച്ചിരുന്ന ഒരു ചരിത്രമല്ല അത്.

എനിക്കന്ന് ഇരുപത്തിനാലുവയസ്സാണ് പ്രായം. സ്പെയിനിലെ ഇബിസ ദ്വീപിന്റെ ശാന്തസുന്ദരമായ ഒരു കോണിലാണ് ഞാൻ ജീവിച്ചിരുന്നത്. സെപ്റ്റംബർ മാസമായിരുന്നു. രണ്ടാഴ്ചയ്ക്കുശേഷം ലണ്ടനിലേക്കും എന്റെ യാഥാർഥ്യത്തിലേക്കും തിരികെ പോകേണ്ടിയിരുന്നു എനിക്ക്. ആറുവർഷത്തെ വിദ്യാർത്ഥിജീവിതത്തിനും അവധിക്കാല ജോലികൾക്കും വിട. മുതിർന്ന ആളാകാനുള്ള അവസരം എനിക്ക് കഴിയുന്നത്ര ഞാൻ ഉന്തിമാറ്റിയിരുന്നു. എന്റെ തലയുടെ മുകളിൽ മുതിർന്ന ജീവിതം ഒരു മേഘംപോലെ തങ്ങിനിന്നിരുന്നു. ആ മേഘമാണ് ഇപ്പോൾ എന്റെ മുകളിൽ പെയ്തിറങ്ങുന്നത്.

നിങ്ങളുടെ മനസ്സിൽ എന്തൊക്കെ പ്രക്ഷോഭങ്ങൾ നടന്നാലും അതൊന്നും പുറമെ കാണണമെന്നില്ല. അതാണ് മനസ്സിന്റെ ഏറ്റവും വിചിത്രമായ പ്രത്യേകത. ലോകം ചുരുങ്ങാൻ തുടങ്ങും. നിങ്ങളുടെ കണ്ണുകൾ വിടർന്നേക്കാം, നിങ്ങൾ പറയുന്നതൊക്കെ പ്രധാനമായേക്കാം, നിങ്ങളുടെ തൊലിപ്പുറമേ വിയർപ്പ് പൊടിഞ്ഞേക്കാം. എന്നാൽ എന്റെ അരികിൽ ഉണ്ടായിരുന്ന ആർക്കും ഞാൻ അനുഭവിക്കുന്ന നരകതുല്യമായ അവസ്ഥ മനസ്സിലാക്കാൻ കഴിഞ്ഞില്ല. എന്തുകൊണ്ടാണ് മരണം ഒരു നല്ല ആശയമായി തോന്നിയതെന്നും മനസ്സിലാക്കാൻ കഴിഞ്ഞില്ല.

മൂന്നു ദിവസം ഞാൻ കട്ടിലിൽതന്നെ ചെലവഴിച്ചു. എന്നാൽ ഉറങ്ങാൻ കഴിഞ്ഞില്ല. കൃത്യമായ ഇടവേളകളിൽ എന്റെ ഗേൾ ഫ്രണ്ട് ഏഞ്ജല എനിക്ക് വെള്ളവും പഴങ്ങളും എത്തിച്ചുതന്നെങ്കിലും എനിക്ക് ഒന്നും കഴിക്കാൻ സാധിച്ചില്ല.

ശുദ്ധവായു കയറാനായി ജനാലകൾ തുറന്നെങ്കിലും മുറിയുടെ ഉള്ളിൽ ചൂട് നിറഞ്ഞ ഒരു നിശ്ചലതയായിരുന്നു. അപ്പോഴും ഞാൻ ജീവിച്ചിരിക്കുന്നതിൽ അതിശയിച്ചത് ഞാൻ ഓർക്കുന്നുണ്ട്. ഇത് കേൾക്കുമ്പോൾ ഒരു ദുരന്തമായി നിങ്ങൾക്ക് തോന്നിയേക്കാം. എന്നാൽ വിഷാദവും പേടിയും നിങ്ങൾക്ക് ദുരന്തചിന്തകൾ മാത്രമേ നൽകൂ. എനിക്ക് ആശ്വാസമുണ്ടാകുമെന്ന പ്രതീക്ഷ ഉണ്ടായിരുന്നില്ല. എനിക്ക് മരിക്കണമെന്നായിരുന്നു തോന്നൽ. അല്ല, അങ്ങനെയല്ല. എനിക്ക് മരിക്കണമെന്ന് ഇല്ല, പക്ഷേ, ജീവിച്ചിരിക്കുന്നത് സഹിക്കാൻ കഴിയുമായിരുന്നില്ല. മരണത്തെ എനിക്ക് പേടിയുണ്ടായിരുന്നു. ജീവിച്ചിരിക്കുന്ന മനുഷ്യർക്കല്ലേ മരണം സംഭവിക്കുക? ജീവിച്ചിരിക്കാത്ത എത്ര അധികം ആളുകളുണ്ട്? എനിക്ക് അവരിലൊരാൾ ആകണമായിരുന്നു. ജനിക്കാതെ പോയിരുന്നെങ്കിൽ എന്ന ഏറ്റവും പഴയ ആ ആഗ്രഹം. ലക്ഷ്യത്തിലെത്താൻ കഴിയാതെപോയ മൂന്നൂറു കോടി ബീജാണുക്കളിൽ ഒന്നാകണമായിരുന്നു എനിക്ക്.

(സാധാരണ ജീവിതം എന്തൊരു വലിയ അനുഗ്രഹമാണെന്ന് അറിയാമോ! വലിച്ചുകെട്ടിയ ഒരു ഞാണിലൂടെയാണ് ഞാനും നിങ്ങളും നടക്കുന്നത്. ഏതുനിമിഷവും നമ്മൾ വഴുതിവീഴാം. നമ്മുടെ ഉള്ളിൽ ഉറങ്ങിക്കിടക്കുന്ന അസ്തിത്വഭൂതങ്ങളെ കണ്ടുമുട്ടാം.)

എന്റെ മുറിയിൽ കാര്യമായി ഒന്നും ഉണ്ടായിരുന്നില്ല. തൊങ്ങലുകളൊന്നും ഇല്ലാത്ത ഒരു വെളുത്ത പുതപ്പുണ്ടായിരുന്നു, വെളുത്ത ചുമരുകളും. ചുമരിൽ ഒരു ചിത്രമുണ്ടായിരുന്നോ? എനിക്ക് ഓർത്തെടുക്കാൻ കഴിയുന്നില്ല. കട്ടിലിനരികിൽ ഒരു പുസ്തകമുണ്ടായിരുന്നു.

ഒരിക്കൽ ഞാനത് എടുത്തുനോക്കി തിരിച്ചുവെച്ചു. ഒരു നിമിഷത്തിൽ കൂടുതൽ അതിൽ ശ്രദ്ധിക്കാൻ എനിക്ക് സാധിച്ചില്ല. ഈ അനുഭവം വാക്കുകളിൽ വിവരിക്കുക അസാധ്യമാണ്. എനിക്ക് അക്ഷരാർത്ഥത്തിൽ ഇതേപ്പറ്റി സംസാരിക്കാൻ കഴിഞ്ഞിരുന്നില്ല. ഈ വേദനയുടെ മുന്നിൽ വാക്കുകൾ അപ്രസക്തങ്ങളായിരുന്നു.

എന്റെ ഇളയ സഹോദരി ഫീബിയെപ്പറ്റി ഓർത്ത് വ്യാകുലപ്പെടുന്നത് ഞാൻ ഓർക്കുന്നുണ്ട്. അവൾ അന്ന് ഓസ്ട്രേലിയയിലായിരുന്നു. എന്റെ ഏറ്റവും അടുത്ത ജനിതകബിന്ദുവായ അവൾ ഇതേപോലെ ചിന്തിക്കുമോ എന്നോർത്ത് ഞാൻ പേടിച്ചു. അവളോട് സംസാരിക്കണമെന്ന് ഉണ്ടായിരുന്നെങ്കിലും എനിക്കത് കഴിയില്ലെന്ന് ഉറപ്പായിരുന്നു. ചെറുപ്പത്തിൽ ഞങ്ങളുടെ നോട്ടിങ്ഹാംഷയറിലെ വീട്ടിൽ രാത്രി സംസാരിക്കാൻ ഞങ്ങൾക്ക് ഒരു വഴിയുണ്ടായിരുന്നു. ഞങ്ങളുടെ മുറികളുടെ ഇടയിലെ ഭിത്തിയിൽ കൊട്ടിയാണ് ഞങ്ങൾ ആശയവിനിമയം നടത്തിയിരുന്നത്. ലോകത്തിന്റെ അങ്ങേയറ്റത്ത് അവൾക്ക് കേൾക്കാൻ കഴിഞ്ഞെങ്കിലോ എന്നോർത്ത് ഞാൻ എന്റെ കിടക്കയിൽ കൊട്ടി.

ടക്, ടക്, ടക്.

എന്റെ തലയിൽ ഡിപ്രഷൻ എന്നോ പാനിക്ക് ഡിസോർഡർ എന്നോ ഉള്ള പേരുകളുണ്ടായിരുന്നില്ല. ഞാൻ അനുഭവിക്കുന്നത് മറ്റുള്ളവർക്ക് മനസ്സിലാക്കാൻ കഴിയുന്ന ഒരു വികാരമാണെന്ന് എന്റെ അറിവില്ലായ്മകൊണ്ട് ഞാൻ ചിന്തിച്ചില്ല. എനിക്ക് അപരിചിതമായിരുന്ന ആ ചിന്തകൾ മനുഷ്യകുലത്തിനാകെ അപരിചിതമാണെന്ന് ഞാൻ കരുതി.

'ആൻഡ്രിയ, എനിക്ക് പേടിയാകുന്നു.'

'സാരമില്ല. എല്ലാം ശരിയാകും, എല്ലാം ശരിയാകും.'

'എന്താണ് എനിക്ക് സംഭവിക്കുന്നത്?'

'എനിക്കറിയില്ല. പക്ഷേ എല്ലാം ശരിയാകും.'

'എനിക്ക് ഒന്നും മനസ്സിലാകുന്നില്ല.'

മൂന്നാം ദിവസം ഞാൻ മുറിയും ആ വീടുംവിട്ട് ആത്മഹത്യ ചെയ്യാനായി ഇറങ്ങിത്തിരിച്ചു.

വിഷാദത്തെ മനസ്സിലാക്കാൻ ബുദ്ധിമുട്ടാകുന്നത് എന്തുകൊണ്ടാണ്?

അത് അദൃശ്യമാണ്.

'ചെറിയ സങ്കടം വരൽ' വിഷാദമല്ല.

അത് തെറ്റായ വാക്കിന്റെ ഉപയോഗമാണ്. വിഷാദം എന്ന വാക്ക് കേൾക്കുമ്പോൾ എനിക്ക് പഞ്ചറായ ഒരു ടയർ ആണ് ഓർമ്മ വരുന്നത്. കേടുവന്നത്, അനങ്ങാത്തത്. ചിന്താകുലതയില്ലാത്ത വിഷാദം അങ്ങനെയാണ്. എന്നാൽ പേടികൂടി കലർന്ന വിഷാദം അനങ്ങാത്തതോ പഞ്ചറായതോ അല്ല. (കവി മെലിസ ബ്രോഡർ ഒരിക്കൽ ട്വീറ്റ് ചെയ്തു: ഏത് മണ്ടനാണ് 'എന്റെ നെഞ്ചിൽ വാവലുകൾ കൂടുകെട്ടിയിരിക്കുന്നു, അവറ്റ ഒരുപാട് സ്ഥലമെടുക്കുന്നു, എനിക്ക് ഒരു നിഴൽ കാണാം' എന്നതിന് പകരം ഇതിനെ 'വിഷാദം' എന്ന് വിളിച്ചത്?) മറ്റെന്തെങ്കിലും ഒന്ന്, ശാരീരിക വേദനയെങ്കിൽ അത്, തോന്നാൻ നിങ്ങളുടെ മനസ്സിന് തോന്നും. നമ്മുടെ മനസ്സ് അനന്തമാണ്, അതിന്റെ പീഡകളും. അവ സംഭവിക്കുമ്പോൾ അതുപോലെതന്നെ അന്തമില്ലാത്തതായി തോന്നാം.

നിങ്ങൾക്ക് വിഷാദത്തിനൊപ്പം സന്തോഷം ഉണ്ടാകാം. മദ്യം കഴിക്കാതെയിരിക്കുന്ന ഒരു മദ്യപനെപ്പോലെയാണത്.

വിഷാദത്തിന് എപ്പോഴും വ്യക്തമായ ഒരു കാരണം വേണമെന്നില്ല.

അത് ആരെ വേണമെങ്കിലും ബാധിക്കാം - കോടീശ്വരന്മാരെ, നല്ല മുടിയുള്ളവരെ, സന്തുഷ്ടമായ കുടുംബജീവിതം നയിക്കുന്നവരെ, അടുത്തയിടെ പ്രൊമോഷൻ ലഭിച്ചവരെ, ടാപ്പ് ഡാൻസ് ചെയ്യാൻ അറിയുന്നവരെ, കാർഡ് ട്രിക്കുകളും ഗിത്താർ വായനയും അറിയുന്നവരെ, മിനുസമുള്ള മുഖമുള്ളവരെ, സ്റ്റാറ്റസ് അപ്ഡേറ്റുകളിൽ സന്തോഷം കുത്തിനിറയ്ക്കുന്നവരെ. പുറത്തുനിന്നുനോക്കിയാൽ ഇവർക്ക് ആർക്കും സങ്കടപ്പെടാനുള്ള കാരണങ്ങൾ ഇല്ല.

വിഷാദം അനുഭവിക്കുന്നവർക്കുപോലും അത് നിഗൂഢമാണ്.

സുന്ദരമായ ഒരു കാഴ്ച

നല്ല തെളിച്ചമുള്ള പകൽ. അന്തരീക്ഷത്തിൽ പൈൻ മരത്തിന്റെയും കടലിന്റെയും മണം. മലഞ്ചെരിവിന് താഴെ കടലാണ്. മലഞ്ചെരിവിന്റെ അറ്റം തൊട്ടരികെ. ഇരുപതടിയിൽ കൂടുതൽ നടക്കേണ്ട. അതേ ദിശയിൽ ഇരുപത്തിയൊന്ന് അടി നടക്കുകയേ വേണ്ടിയിരുന്നുള്ളൂ.

'എനിക്ക് മരിക്കണം.'

എന്റെ കാലിനരികിൽ ഒരു പല്ലിയുണ്ടായിരുന്നു. ഒരു യഥാർത്ഥ പല്ലി. എനിക്ക് ഒരു തോന്നലുണ്ടായി. പല്ലികൾ ആത്മഹത്യ ചെയ്യാറില്ല. പല്ലികൾ അതിജീവിക്കുന്നവരാണ്. നിങ്ങൾ അവരുടെ വാൽ മുറിച്ചാൽ മറ്റൊരു വാൽ വളരും. അവർ കരഞ്ഞുകൊണ്ടിരിക്കാറില്ല. അവർക്ക് വിഷാദം വരാറില്ല. സാഹചര്യങ്ങൾ എത്ര പരുക്കനായാലും അവർ മുന്നോട്ടുതന്നെ നീങ്ങും. ആ പല്ലിയെപ്പോലെയാകാനാണ് എല്ലാത്തിലും ഉപരിയായി ഞാൻ ആഗ്രഹിച്ചത്.

എന്റെ പിറകിൽ വില്ലയുണ്ട്. ഞാൻ താമസിച്ചതിൽവച്ച് ഏറ്റവും മികച്ച ഇടം. എന്റെ മുന്നിൽ ഞാൻ അന്നുവരെ കണ്ടതിൽവച്ച് ഏറ്റവും മികച്ച ദൃശ്യം. കൊച്ചു വൈരക്കല്ലുകൾ തുന്നിപ്പിടിപ്പിച്ച ഒരു ഹരിതനീലപരവതാനിപോലെ മെഡിറ്ററേനിയൻ എന്റെ മുന്നിൽ. കുമ്മായപ്പാറകളുടെ അതിര്. ചെറിയ, വെളുത്ത കടൽക്കരകൾ. എല്ലാവരുംതന്നെ സുന്ദരം എന്ന് പറയുന്ന ഒരു കാഴ്ച. എന്നാൽ ഈ കാഴ്ചയ്ക്ക് എന്റെ മരിക്കണമെന്ന ആഗ്രഹത്തെ തടയാൻ കഴിഞ്ഞില്ല.

ഏതാണ്ട് ഒരു വർഷംമുൻപ് ഞാൻ മിഷേൽ ഫൂക്കോയുടെ എഴുത്തുകൾ വായിച്ചിരുന്നു. മാഡ്നെസ് ആൻഡ് സിവിലൈസേഷൻ. ഭ്രാന്തിനെ ഭ്രാന്തായി വിടണം എന്ന ചിന്ത. പേടികൾ നിറഞ്ഞ, അടിച്ചമർത്താൻ ആഗ്രഹിക്കുന്ന ഒരു സമൂഹം വ്യത്യസ്തമായ എന്തിനെയും അസുഖം നിറഞ്ഞതായി കരുതും. എന്നാൽ ഇത് ശരിക്കും അസുഖമായിരുന്നു. ഇത് ഒരു ഭ്രാന്തൻചിന്ത മനസ്സിൽ ഉണ്ടാകുന്നതുപോലെയല്ല. ഇത് ഒരൽപം കിറുക്കല്ല. ബോർഹസ് വായിച്ചുകൊണ്ടോ കാപ്റ്റൻ ബീഫ്ഹാർട്ട് കേട്ടുകൊണ്ടോ ഒക്കെ പൈപ്പ് വലിക്കുകയോ ഒരു വലിയ ചോക്കലേറ്റ് ബാറിനെ സ്വപ്നം കാണുകയോ അല്ല ഇത്. ഇത് വേദനയാണ്. ഞാൻ ഓകെ ആയിരുന്നു, ഇപ്പോൾ അല്ല. എനിക്ക് സുഖമില്ല.

എനിക്ക് അസുഖമാണ്. ഇത് സമൂഹത്തിന്റെയോ ശാസ്ത്രത്തിന്റെയോ തെറ്റാകാം എന്നത് പ്രസക്തമല്ല. ഒരു നിമിഷംകൂടി ഇങ്ങനെ ചിന്തിച്ചു കൊണ്ട് തുടരുക അസഹ്യം. എനിക്ക് എന്നെ അവസാനിപ്പിക്കണമായി രുന്നു.

ഞാൻ അത് ചെയ്യുമായിരുന്നു. വില്ലയിൽ ഉള്ള എന്റെ കാമുകി വിചാരിച്ചത് ഞാൻ പുറത്തിറങ്ങി കുറച്ചു കാറ്റ് കൊണ്ടാൽ ശരിയാകും എന്നാണ്.

ഞാൻ എന്റെ ഓരോ കാൽവയ്പ്പും എണ്ണിക്കൊണ്ടു നടന്നു. എന്റെ മനസ്സ് ആകെ കലങ്ങിമറിഞ്ഞിരുന്നു.

'പേടിച്ചു പിന്മാറരുത്', ഞാൻ സ്വയം പറഞ്ഞു, അല്ലെങ്കിൽ അങ്ങനെ പറഞ്ഞു എന്ന് ഞാൻ വിശ്വസിക്കുന്നു.

ഞാൻ ആ മുനമ്പിന്റെ അറ്റംവരെ നടന്നു. ഒരു അടികൂടി നടന്നാൽ ഇപ്പോഴുള്ള എന്റെ വേദന അവസാനിപ്പിക്കാം. വളരെ എളുപ്പമായിരുന്നു. ജീവിച്ചിരിക്കുന്നതിലെ വേദന ഒഴിവാക്കാനുള്ള വഴി.

ഇനി ശ്രദ്ധിച്ചു കേൾക്കൂ. ഒരു വിഷാദരോഗി സന്തോഷം ആഗ്രഹി ക്കുന്നു എന്ന് എപ്പോഴെങ്കിലും നിങ്ങൾ കരുതിയിട്ടുണ്ടെങ്കിൽ അത് തെറ്റാണ്. സന്തോഷം എന്ന ആഡംബരം അവർ ആഗ്രഹിക്കുന്നില്ല. വേദനയില്ലാത്ത അവസ്ഥ മാത്രമാണ് അവർ ആഗ്രഹിക്കുന്നത്. കത്തി പ്പടരുന്ന ഒരു മനസ്സിൽനിന്ന് രക്ഷ നേടുക, ചിന്തകൾ, കത്തിപ്പുകഞ്ഞു പോയ പഴയ വസ്തുക്കൾപോലെ. സാധാരണജീവിതം നേടുക എന്ന താണ് ആഗ്രഹം. എന്നാൽ ആ സാധാരണത്വം അസാധ്യമായതുകൊണ്ട് ശൂന്യമാകാൻ ആഗ്രഹിക്കുന്നു. ശൂന്യമാകാനുള്ള ഏകവഴി എനിക്ക് ജീവിതം അവസാനിപ്പിക്കൽ ആയിരുന്നു. ജീവിക്കൽ നിറുത്തിയാൽ എനിക്ക് ശൂന്യമാകാൻ കഴിയുമായിരുന്നു. ഒന്നിൽനിന്ന് ഒന്ന് പോയാൽ പൂജ്യം.

എന്നാൽ സത്യത്തിൽ അത് അത്ര എളുപ്പമല്ല. ആത്മഹത്യാ പരമായ ചിന്തകൾ ഉള്ളപ്പോൾതന്നെ അങ്ങേയറ്റം മരണഭയവും ഉണ്ടാവുക വിഷാദത്തിന്റെ വിചിത്രമായ ഒരു പ്രത്യേകതയാണ്. ആകെ യുള്ള വ്യത്യാസം ജീവിതമെന്ന വേദന കൂടുതൽ വർധിച്ചു എന്നതാണ്. ആരെങ്കിലും ആത്മഹത്യ ചെയ്തുവെന്ന് കേട്ടാൽ, ഓർക്കുക, മരണ ത്തോട് അവർക്ക് പേടിക്കുറവ് ഉണ്ടായതൊന്നുമല്ല ആത്മഹത്യയ്ക്ക് കാരണം എന്നറിയുന്നത് പ്രധാനമായൊരു കാര്യമാണ്. ധാർമിക തല ത്തിൽ അവർ നടത്തിയ ഒരു തെരഞ്ഞെടുപ്പൊന്നും അല്ല അത്. അതിനെ ധാർമികമായി മനസ്സിലാക്കൽ എന്നത് അതിനെ തെറ്റിദ്ധരിക്കുക എന്ന താണ്.

ഞാൻ അവിടെ അൽപ്പസമയം നിന്നു. മരിക്കാനുള്ള ആഗ്രഹത്തിന്റെയും ജീവിക്കാനുള്ള ആഗ്രഹത്തിന്റെയും കണക്കെടുത്തു. വേണോ വേണ്ടയോ? മരണം തൊട്ടടുത്തുണ്ട്. അൽപ്പംകൂടി പേടിച്ചിരുന്നെങ്കിൽ ഞാൻ ചാടിയേനെ. ഞാൻ ആ കാൽ മുന്നോട്ടുവെച്ച ഒരു ലോകം എവിടെയെങ്കിലും ഉണ്ടാകും, എന്നാൽ അത് ഇതല്ല.

എനിക്ക് അമ്മയും അച്ഛനും സഹോദരിയും കാമുകിയുമുണ്ട്. എന്നെ സ്നേഹിക്കുന്ന നാലുപേർ അവരാണ്. എനിക്ക് ആരുമില്ലായിരുന്നെങ്കിൽ എന്ന് ആ നിമിഷം ഞാൻ അതിയായി ഭ്രാന്തമായി ആഗ്രഹിച്ചു. ആരും വേണ്ടായിരുന്നു. സ്നേഹമാണ് എന്നെ ഇവിടെ തടഞ്ഞു നിറുത്തുന്നത്. ഇവർക്കാർക്കും എന്നെ അറിയില്ല, എന്റെ തലയുടെ ഉള്ളിൽ നടക്കുന്ന യുദ്ധങ്ങൾ അറിയില്ല. എന്റെ തലയിൽ ഒരു പത്തു മിനുട്ട് ചെലവിട്ടാൽ അവർതന്നെ പറഞ്ഞേനെ, 'ഓ, ശരിയാണ്. സത്യത്തിൽ നീ ചാടുകയാണ് വേണ്ടത്. ഇത്ര വേദന എങ്ങനെ സഹിക്കും? കണ്ണടച്ച് ഓടിപ്പോയി ഒറ്റ ചാട്ടം ചാടുക. നിനക്ക് തീപിടിക്കുമ്പോൾ, അതിനുമീതെ ഞാനൊരു ബ്ലാങ്കറ്റ് പുതപ്പിക്കുമ്പോൾ, ആ തീ അദൃശ്യമായി നിലനിൽക്കുന്നതുപോലെ. നമുക്കിനി ഒന്നും ചെയ്യാനില്ല. അത് കൊണ്ട് നീ ചാടൂ. അല്ലെങ്കിൽ എനിക്കൊരു തോക്ക് തരൂ, ഞാൻ വെടി വയ്ക്കാം. ദയാവധം നടത്താം.'

എന്നാൽ അങ്ങനെയല്ല അത് സംഭവിച്ചത്. നിങ്ങൾ വിഷാദത്തിലാണെങ്കിൽ നിങ്ങളുടെ വേദന ദൃശ്യമാവുകയില്ല.

സത്യസന്ധമായി പറഞ്ഞാൽ എനിക്ക് പേടിയും ഉണ്ടായിരുന്നു. ഞാൻ മരിച്ചില്ലെങ്കിലോ? കയ്യും കാലും തളർന്ന് അനങ്ങാൻ വയ്യാത്ത അവസ്ഥയിൽ പെട്ടുപോയാലോ?

നാം ശ്രദ്ധിച്ചുകേട്ടാൽ ജീവിതം എപ്പോഴും നമുക്ക് മരിക്കാതിരിക്കാനുള്ള കാരണങ്ങൾ തന്നുകൊണ്ടേയിരിക്കും. അത് ഭൂതകാലത്തിൽ നിന്ന് വരാം-നമ്മെ വളർത്തിയവർ, നമ്മെ പ്രേമിക്കുന്നവർ, നമ്മുടെ കൂട്ടുകാർ-എന്നിവരിൽനിന്ന്. അല്ലെങ്കിൽ ഭാവികാലത്തിൽനിന്ന്-നാം വഴി അടച്ചുകളയാൻ പോകുന്ന ഭാവിയിലെ സാദ്ധ്യതാനിമിഷങ്ങളിൽ നിന്ന്.

അതുകൊണ്ടു ഞാൻ ജീവിതം തുടർന്നു. ഞാൻ ആ വില്ലയിലേക്ക് തിരിഞ്ഞുനോക്കി. ഈ പിരിമുറുക്കത്തെ ഛർദ്ദിച്ചുകളഞ്ഞു.

സമയത്തിനപ്പുറത്തുനിന്ന് ഒരു സംഭാഷണം
ഒന്നാംഭാഗം

അന്നത്തെ ഞാൻ : എനിക്ക് മരിക്കണം.

ഇന്നത്തെ ഞാൻ : പക്ഷേ, നീ മരിക്കാൻ പോകുന്നില്ല.

അന്നത്തെ ഞാൻ : അത് കഷ്ടമാണ്.

ഇന്നത്തെ ഞാൻ : അല്ല. അത് മനോഹരമാണ്. എന്നെ വിശ്വസിക്കൂ.

അന്നത്തെ ഞാൻ : എനിക്ക് ഈ വേദന താങ്ങാൻ കഴിയുന്നില്ല.

ഇന്നത്തെ ഞാൻ : അറിയാം. പക്ഷേ, സഹിച്ചേ പറ്റൂ. ഇതുകൊണ്ട് നല്ലതേ വരൂ.

അന്നത്തെ ഞാൻ : എന്തിന്? ഭാവിയിൽ ഉള്ള എല്ലാക്കാര്യങ്ങളും നല്ലതാണോ?

ഇന്നത്തെ ഞാൻ : അല്ല. ഒരിക്കലുമല്ല. ജീവിതം ഒരിക്കലും പൂർണ്ണമല്ല. ഇപ്പോഴും ഇടയ്ക്കിടെ ഞാൻ വിഷാദത്തിൽ ആണ്ടുപോകാറുണ്ട്. എന്നാൽ ഞാൻ ഒരു മികച്ച അവസ്ഥയിലാണ് ഇപ്പോൾ. ആ വേദന പഴയതുപോലെ അത്ര തീവ്രമല്ല. ഞാൻ ആരാണെന്ന് ഞാൻ തിരിച്ചറിഞ്ഞു. ഞാൻ സന്തോഷവാനാണ്. ഇപ്പോൾ ഞാൻ സന്തുഷ്ടനാണ്. ഈ കൊടുങ്കാറ്റ് അവസാനിക്കും. എന്നെ വിശ്വസിക്കൂ.

അന്നത്തെ ഞാൻ : എനിക്ക് നിന്നെ വിശ്വസിക്കാൻ പറ്റുന്നില്ല.

ഇന്നത്തെ ഞാൻ : എന്തുകൊണ്ട്?

അന്നത്തെ ഞാൻ : നീ ഭാവിയിൽനിന്നാണ്, എനിക്ക് ഭാവിയില്ല.

ഇന്നത്തെ ഞാൻ : അപ്പൊ ഞാൻ ഇത്ര സമയം പറഞ്ഞതോ....

ഗുളികകൾ

ഭക്ഷണം കഴിക്കാതെ ഞാൻ ദിവസങ്ങൾ തള്ളിനീക്കിയിട്ടുണ്ട്. എന്റെ ശരീരത്തിലും തലച്ചോറിലും നടക്കുന്ന ഭ്രാന്തുപിടിച്ച സംഗതികൾ കാരണം ഞാൻ വിശപ്പൊന്നും അറിഞ്ഞതേയില്ല. ആൻഡ്രിയ എന്നോട് ഭക്ഷണം കഴിക്കാൻ പറഞ്ഞു. അവൾ ഫ്രിഡ്ജിൽനിന്ന് ജ്യൂസ് എടുത്തുകൊണ്ടുവന്നു.

'ഇത് കുടിക്ക്', കുപ്പിയുടെ അടപ്പുതുറന്ന് എന്റെ നേരെ നീട്ടിക്കൊണ്ട് അവൾ പറഞ്ഞു.

ഞാൻ ഒരു കവിൾ കുടിച്ചു. ആ ജ്യൂസ് രുചിച്ച നിമിഷമാണ് ഞാൻ എത്ര വിശന്നാണ് ഇരുന്നതെന്ന് തിരിച്ചറിഞ്ഞത്. ഞാൻ കുറെക്കൂടി കുടിച്ചു. ഏതാണ്ട് അരക്കുപ്പിയോളം കുടിച്ചുകഴിഞ്ഞപ്പോൾ ഞാൻ പുറത്തുപോയി വീണ്ടും ഛർദ്ദിച്ചു. ജ്യൂസ് കുടിച്ചയുടനെ ഛർദ്ദിക്കുന്നത് ലോകത്തിലെ ഏറ്റവും വലിയ രോഗലക്ഷണമൊന്നും ആയിരുന്നില്ലെങ്കിലും ആൻഡ്രിയ നോക്കിനില്ക്കാൻ തയ്യാറായില്ല.

'ദൈവമേ', അവൾ പറഞ്ഞു. 'നമ്മൾ ഇപ്പോൾ ഇറങ്ങുകയാണ്.'

'എങ്ങോട്ട്?' ഞാൻ ചോദിച്ചു.

'മെഡിക്കൽ സെന്ററിലോട്ട്.'

'അവർ എന്നെക്കൊണ്ട് ഗുളിക കഴിപ്പിക്കും. എനിക്ക് ഗുളിക കഴിക്കേണ്ട' ഞാൻ പറഞ്ഞു.

'മാറ്റ്, നിനക്ക് ഗുളിക കഴിക്കേണ്ട ആവശ്യമുണ്ട്. ഇപ്പോഴത്തെ നിന്റെ അവസ്ഥയിൽ ഗുളിക കഴിക്കാതെ നിനക്ക് മുന്നോട്ടുപോകാൻ പറ്റില്ല. നമ്മൾ പോകുവാണ് കേട്ടോ.'

ഞാൻ ഒരു ചോദ്യചിഹ്നംപോലെ അവളെ നോക്കി. എന്നാൽ അതൊരു ചോദ്യമായിരുന്നില്ല. ഞാൻ അവളോട് എന്താണ് മറുപടി പറഞ്ഞതെന്ന് ഓർക്കുന്നില്ല. എന്നാൽ ഞങ്ങൾ മെഡിക്കൽ സെന്ററിൽ പോയി. ഗുളികകൾ വാങ്ങി.

ഡോക്ടർ എന്റെ കൈപിടിച്ച് നോക്കി. കൈ വിറച്ചിരുന്നു. 'ഈ അവസ്ഥ എത്രനേരം ഉണ്ടായിരുന്നു.'

'ഇപ്പോഴും ഉണ്ട്. എന്റെ ഹൃദയം വല്ലാതെ മിടിക്കുന്നു. വല്ലാതെ തോന്നുന്നു.' വല്ലാതെ തോന്നുന്നു എന്നതൊന്നും എന്റെ അവസ്ഥയെ വിശദീകരിക്കാൻ മതിയാകുമായിരുന്നില്ല. എന്നാൽ ഞാൻ കൂടുതൽ

ഒന്നും പറഞ്ഞില്ല. സംസാരിക്കൽതന്നെ വല്ലാതെ ആയാസം നിറഞ്ഞ കാര്യമായിരുന്നു.

'ഇത് അഡ്രിനാലിനാണ്. പേടിക്കാനൊന്നുമില്ല. ശ്വാസമെടുക്കുന്നത് എങ്ങനെയുണ്ട്? ശ്വാസം കിട്ടാത്തതുപോലെ തോന്നുന്നുണ്ടോ?'

'ഇല്ല. എന്റെ ഹൃദയം വേഗത്തിൽ മിടിക്കുന്നു. ശ്വാസം... വല്ലാതെ.... എല്ലാം വല്ലാതെ തോന്നുന്നു.'

അയാൾ എന്റെ ഹൃദയമിടിപ്പ് നോക്കി. കൈകൊണ്ടും പിന്നീട് രണ്ടുവിരലുകൾകൊണ്ടും എന്റെ നെഞ്ചിൽ തൊട്ടു. അയാളുടെ പുഞ്ചിരി മാഞ്ഞു.

'മയക്കുമരുന്നുകൾ എന്തെങ്കിലും ഉപയോഗിക്കുന്നുണ്ടോ?'

'ഇല്ല!'

'എപ്പോഴെങ്കിലും ഉപയോഗിച്ചിട്ടുണ്ടോ?'

'എന്റെ ജീവിതത്തിൽ, ഉണ്ട്. ഈ ആഴ്ചയിൽ ഇല്ല. ഞാൻ ധാരാളം മദ്യപിച്ചിരുന്നു.'

'നിങ്ങൾക്ക് ഡയാസപ്പാം വേണം. നല്ല അളവിൽ. എനിക്ക് തരാവുന്നത്ര ഞാൻ കുറിക്കുകയാണ്. 'പാരാസെറ്റമോളോ ഐബുപ്രൂഫനോ പോലെ ഏത് കടയിൽനിന്നും ഡയാസപ്പാം കിട്ടുന്ന ഒരു രാജ്യത്തിൽ' അദ്ദേഹം അങ്ങനെ പറഞ്ഞത് പ്രധാനമാണ്. 'ഇത് മതി, മാറും. ഉറപ്പാണ്.'

ഞാൻ അവിടെ കിടന്നുകൊണ്ട് മരുന്നുകൾ പ്രവർത്തിക്കും എന്ന് സങ്കൽപ്പിച്ചു. എന്റെ ഭീതി ഒരു നിമിഷംകൊണ്ട് കഠിനമായ ആകുലതയിലേക്ക് താഴ്ന്നുവന്നു. എന്നാൽ ആ ആശ്വാസത്തിൽനിന്ന് വീണ്ടും എനിക്ക് പേടിയായി. ഇത്തവണ എന്റെ തോന്നലുകൾ ഒരു മലവെള്ളപ്പാച്ചിൽപോലെയാണ് വന്നത്. 'ജോവ്സ്' സിനിമയിൽ സ്രാവിനെ കണ്ട് ബ്രോഡി ഇരുന്നതുപോലെ എന്റെ അടുത്തുനിന്ന് എല്ലാം ഒഴുകി നീങ്ങുന്നതുപോലെ തോന്നി. ഞാൻ അവിടെ ആ സോഫയിൽ വെറുതെ കിടന്നെങ്കിലും എന്തോ എന്റെ അടുത്തുനിന്ന് നീങ്ങിപ്പോകുന്നതുപോലെ തോന്നി. യാഥാർത്ഥ്യത്തിൽനിന്ന് തെന്നിമാറുന്നതുപോലെ.

കൊലയാളി

നൂറിലൊരാൾ എന്ന കണക്കിൽ, അമേരിക്കയിലെയും യുകെയിലെയും മരണങ്ങളുടെ മുഖ്യകാരണങ്ങളുടെ പട്ടികയിൽ മുന്നിലാണ് ഇപ്പോൾ ആത്മഹത്യ. ലോകാരോഗ്യസംഘടനയുടെ കണക്കുപ്രകാരം വയറ്റിലെ കാൻസറിനെക്കാളും ലിവർ സിറോസിസിനേക്കാളും കോളൻ കാൻസറിനെക്കാളും ബ്രെസ്റ്റ് കാൻസറിനെക്കാളും അൽഷിമേഴ്സിനെക്കാളും കൂടുതൽ ആളുകൾ ആത്മഹത്യയിലൂടെയാണ് മരിക്കുന്നത്. സ്വന്തം ജീവനെടുക്കുന്നവരിൽ ഭൂരിഭാഗം ആളുകളും വിഷാദത്തിന്റെ പിടിയിലാണ്. വിഷാദമാണ് ലോകത്തെ ഏറ്റവും മാരകമായ അസുഖങ്ങളിലൊന്ന്. യുദ്ധം, ഭീകരവാദം, ഗാർഹികപീഡനം, കൊലപാതകം, തോക്കുപയോഗം എന്നിവയെല്ലാം ചേർന്നാലുള്ള മരണസംഖ്യയിലും കൂടുതൽ ആളുകൾ ആത്മഹത്യ ചെയ്യുന്നുണ്ട്.

മറ്റേത് അസുഖം വന്നാലും സ്വന്തം ജീവനെടുക്കാൻ ആൾക്കാർ തുനിയില്ലെങ്കിലും വിഷാദത്തിൽ ആളുകൾക്ക് അങ്ങനെ തോന്നുന്നു എന്നതാണ് ഏറ്റവും കഠിനം. എന്നിട്ടും വിഷാദം ഒരു വലിയ പ്രശ്നമായി ആളുകൾ കരുതുന്നില്ല. അങ്ങനെ കരുതിയിരുന്നെങ്കിൽ അവർ പറയുന്നതരം കാര്യങ്ങൾ കേൾക്കാനിടവരില്ലല്ലോ.

ആളുകൾ ജീവനു ഭീഷണിയുള്ള മറ്റ് അവസര ങ്ങളിൽ പറയാൻ മടിക്കുന്നതും, വിഷാദമുള്ള വരോട് പറയുന്നതുമായ ചില കാര്യങ്ങൾ

'ക്ഷയമല്ലേ ഉള്ളൂ, ഇതിലും വലിയ എന്തൊക്കെ പ്രശ്നങ്ങളുണ്ട്? ആരും മരിച്ചൊന്നും പോയില്ലല്ലോ.'

'ഇപ്പോൾ ഈ വയറ്റിൽ കാൻസർ വരാൻ എന്താണ് കാരണം?'

'എനിക്കറിയാം കോളൻ കാൻസർ വലിയ പാടാണെന്ന്. പക്ഷേ, അതുള്ള ആരുടെയെങ്കിലും കൂടെയൊന്ന് ജീവിച്ചു നോക്കണം. അയ്യോ! ഒരു പേടിസ്വപ്നമാണത്.'

'ഓ, അൽഷിമേഴ്സ് ആണോ? ഒന്നും പറയണ്ട, എനിക്ക് അത് എപ്പോഴും വരാറുണ്ട്.'

'ആഹ്, മെനിഞ്ചൈറ്റിസ്. കമോൺ, മൈൻഡ് ഓവർ മാറ്റർ എന്നല്ലേ.'

'അതെയതേ, നിങ്ങളുടെ കാൽ കത്തിപ്പടരുകയാണ്. സമ്മതിച്ചു. പക്ഷേ, അതിനെപ്പറ്റി ഇപ്പോഴും ഇങ്ങനെ പറഞ്ഞുകൊണ്ടിരുന്നാൽ എന്താ കാര്യം?'

'ഓക്കേ, നേരാണ്. നിങ്ങളുടെ പാരച്യൂട്ട് പ്രവർത്തിക്കുന്നില്ലായിരിക്കാം. പക്ഷേ, അതിന് ഇങ്ങനെ പെരുമാറുന്നത് എന്തിനാ?'

മരുന്നല്ലാത്ത മരുന്ന് നിഷേധിക്കുമ്പോൾ

എനിക്ക് മരുന്നുകൾ ശരിയായില്ല. ഞാൻതന്നെയാണ് അതിന്റെ കാരണം.

'ബാഡ് സയൻസ്' എന്ന പുസ്തകത്തിൽ ബെൻ ഗോൾഡേക്കർ ചൂണ്ടിക്കാണിക്കുന്നത് ഇതാണ്, 'നിങ്ങൾ മരുന്നല്ലാത്ത മരുന്നുകളോട് പ്രതികരിക്കുന്നവരാണ്. നിങ്ങളുടെ ശരീരം നിങ്ങളുടെ മനസ്സിനെപ്പറ്റിക്കാനുള്ള ശ്രമങ്ങളാണ് നടത്തുന്നത്. നിങ്ങളെ വിശ്വസിച്ചുകൂടാ.' ഇത് സത്യമാണ്. ഇത് രണ്ടുതരത്തിലും സംഭവിക്കാം.

എന്റെ ജീവിതത്തിലെ ആ ഇരുണ്ട കാലത്ത്, എന്റെയുള്ളിൽ വിഷാദവും മുഴുവൻസമയ ഉത്കണ്ഠയും നിറഞ്ഞുനിന്നിരുന്നപ്പോൾ എനിക്ക് എല്ലാത്തിനെയും പേടിയായിരുന്നു. എന്റെ നിഴലിനെപോലും. ഒരു വസ്തുവിനെ-അതൊരു ചെരിപ്പോ തലയണയോ മേഘമോ-എന്തുമാകട്ടെ കുറച്ചു കൂടുതൽനേരം നോക്കിനിന്നാൽ അതിന്റെ ഉള്ളിൽ ഭീകരമായ എന്തോ ഞാൻ കാണാൻ തുടങ്ങിയിരുന്നു. അന്ധവിശ്വാസങ്ങൾനിറഞ്ഞ ഒരു മുൻകാലഘട്ടത്തിൽ ഞാൻ അതിനെ പിശാചെന്നൊക്കെ വിളിച്ചേനെ. എന്നാൽ ഞാൻ ഏറ്റവുമധികം പേടിച്ചത് മരുന്നുകളെയോ എന്റെ ചിന്താഗതി മാറ്റാൻ കഴിവുള്ള എന്തിനെയുമാണ്. ഇതിൽ മദ്യം, ഉറക്കക്കുറവ്, പെട്ടെന്നുള്ള വാർത്ത, എന്തിന് നല്ല ഒരു മസാജ് പോലും ഉൾപ്പെടും. പിന്നീട് ഉത്കണ്ഠ അതിരു കടക്കുമ്പോൾ പലപ്പോഴും ഞാൻ മദ്യം നന്നായി ആസ്വദിച്ചു.

നിലനിൽപ്പിന്റെ ആസുഖകരമായ പതുപതുപ്പ് കാരണം പിറ്റേന്ന് വരാൻപോകുന്ന ഹാങ്ഓവർപോലും നിങ്ങൾ മറന്നുപോകും. പ്രധാനപ്പെട്ട മീറ്റിങ്ങുകൾക്കുശേഷം ഞാൻ തനിച്ച് ബാറിൽ ഇരുന്ന് ഉച്ച കഴിഞ്ഞു മുഴുവൻ മദ്യപിച്ച് വീട്ടിലേക്ക് തിരിച്ചുപോകേണ്ട അവസാന ട്രെയിൻ മറന്നുപോയിട്ടുണ്ട്. 1999-ൽ ഞാൻ ഇത്തരം സാധാരണമായ താളംതെറ്റലിൽ എത്തിയിരുന്നില്ല. എന്റെ ജീവിതത്തിൽ മനസ്സിന് സമാധാനം വേണമെന്ന് ഞാൻ ഏറ്റവുമധികം ആഗ്രഹിച്ച സമയത്ത് എന്റെ മനസ്സിനെ സംരക്ഷിക്കാൻ ഞാൻ യാതൊന്നും ചെയ്തില്ല എന്നതാണ് ഇതിലെ വിരോധാഭാസം. എനിക്ക് സുഖപ്പെടണം എന്നാഗ്രഹമില്ലാഞ്ഞിട്ടല്ല, എനിക്ക് സുഖപ്പെടാൻ കഴിയുമെന്ന് ഞാൻ വിശ്വസിച്ചേ

ഇല്ല എന്നതാണ് സത്യം. മോശമാകാനായിരുന്നു സാധ്യത. മോശമാകൽ എന്നെ പേടിപ്പെടുത്തുകയും ചെയ്തു.

സമാധാനപ്പെടുത്താൻ ഉപയോഗിക്കുന്ന മരുന്നില്ലാത്ത മരുന്നുകൾ ഞാൻ സ്വീകരിക്കാൻ വിസമ്മതിച്ചു എന്നതാണ് പ്രധാന പ്രശ്നം. ഞാൻ ഡയാസപ്പാം കഴിക്കും, ഉടനടി വേവലാതിപ്പെടും. മരുന്ന് എന്തെങ്കിലും ഫലം ചെയ്തെങ്കിൽ അത് ഈ ബഹളത്തിൽ ഇല്ലാതെയാകും. അതും ഒരു നല്ല മാറ്റമായി മാറി. ഏത് മരുന്ന് കഴിച്ചാലും ഇതേ അവസ്ഥ.

മാസങ്ങൾക്കുശേഷം സെന്റ് ജോൺസ് വോർട്ട് എന്ന ലഹരിച്ചെടി ഉപയോഗിച്ചപ്പോഴും സമാനമായത് സംഭവിച്ചു. ഒരുപരിധിവരെ ഐബുപ്രൂഫനും ഇതുതന്നെയായിരുന്നു ഫലം.

ഡയാസപ്പാമിനെ പൂർണ്ണമായി കുറ്റപ്പെടുത്താൻ കഴിയില്ല. ഡയാസപ്പാം നമുക്ക് ലഭ്യമായ ഏറ്റവും കട്ടിയേറിയ മരുന്ന് പോലുമല്ല. എന്നാൽ അത് കഴിച്ചപ്പോൾ ഞാൻ കടന്നുപോയ വികാരങ്ങൾ മറ്റു പലരും സമ്മതിച്ചുതന്നിട്ടുള്ളതാണ്. മരുന്ന് എന്നെ സംബന്ധിച്ച് ഈ പ്രശ്നത്തിലെ ഒരു ചെറിയ കണികമാത്രമായിരുന്നു.

കുടയില്ലാതെ മഴ നനയുമ്പോൾ

മരുന്ന് ആകർഷകമായ ഒരു ആശയമാണ്. വിഷാദരോഗിക്ക് മാത്രമല്ല, മരുന്നുകടയുടെ ഉടമസ്ഥനും സമൂഹത്തിനു മുഴുവനും അത് ആകർഷകമാണ്. ആയിരക്കണക്കിന് പരസ്യങ്ങൾ നമ്മുടെ തലയിൽ കയറ്റി വച്ചിരിക്കുന്ന ഒരു ആശയമാണിത്, എന്തെങ്കിലും ഒന്ന് വാങ്ങി കഴിച്ചാൽ എല്ലാ പ്രശ്നങ്ങളും മാറുമത്രേ. 'നാവടക്കൂ, മരുന്ന് കഴിക്കൂ' എന്നതാണു രീതി. 'നമ്മളും' 'അവരും' എന്നതരമൊരു വേർതിരിവും ഇതിലൂടെ ഉണ്ടാകുന്നുണ്ട്. സമൂഹം നമ്മെ ഭ്രാന്തിന്റെ വക്കിലേക്ക് ഓടിച്ചാലും എല്ലാവരും നോർമലായിരിക്കണം എന്ന ആവശ്യമുന്നയിക്കുകയും, ആളുകൾക്ക് അതിനനുസരിച്ച് റിലാക്സ് ചെയ്യാനും 'അയുക്തിപരത'യുടെ അനുഭവമറിയാനും – മിഷേൽ ഫൂക്കോയുടെ ഇഷ്ടപദമാണ് 'അൺറീസൺ' എന്ന അയുക്തിപരത – കഴിയുന്നുണ്ട്. എന്നാൽ വിഷാദത്തിനും ഉത്കണ്ഠയ്ക്കുംവേണ്ടി തരുന്ന മരുന്നുകൾ എന്നെ ഇപ്പോഴും പേടിപ്പിക്കുന്നു. അവയുടെ പേരുകൾതന്നെ ഏതോ സയൻസ് ഫിക്ഷൻ നോവലിലെ വില്ലന്മാരുടെ പേരുകൾപോലെയാണ് – ഫ്ളൂവോക്സ്ടീൻ, വെൻലാഫാക്സീൻ, പ്രൊപ്രനോലോൾ, സോപ്പിക്ലോൺ.

എനിക്ക് അൽപ്പമെങ്കിലും ആശ്വാസം തന്ന മരുന്നുകൾ ഉറക്കഗുളികകളാണ്. എന്റെ കയ്യിൽ ഞാൻ സ്പെയിനിൽനിന്ന് വാങ്ങിയ ഒരു പാക്കറ്റ് മാത്രമാണ് ഉണ്ടായിരുന്നത്. സ്പെയിനിലെ ഫാർമസിസ്റ്റുകളും ഡോക്റ്റർമാരെപ്പോലെ വെളുത്ത കോട്ടിട്ട് ആശ്വസിപ്പിച്ച് സംസാരിക്കുന്നവരാണ്. എന്റെ കയ്യിലുണ്ടായിരുന്ന മരുന്നിന്റെ പേര് 'ഡോർമിദിന' എന്നായിരുന്നു എന്നാണ് ഓർമ്മ. അവ എന്നെ ഉറങ്ങാൻ സഹായിച്ചില്ലെങ്കിലും ഉണർന്നിരിക്കുന്ന സമയത്തെ പേടി നന്നായി പരിഹരിച്ചിരുന്നു. അവ എന്നെ എന്റെ പേടികളുടെ ലോകത്തുനിന്നും ദൂരെ കൊണ്ടുപോയിരുന്നു. എന്നാൽ ഇതിനോട് അടിമപ്പെടാൻ എളുപ്പമാണെന്നും ഞാൻ തിരിച്ചറിഞ്ഞിരുന്നു. അവ കഴിക്കാതിരിക്കുമ്പോഴുള്ള പേടിയെ അതിവേഗംതന്നെ അവ കഴിക്കുന്നതിലെ പേടി മറികടക്കുമെന്ന് ഞാൻ തിരിച്ചറിഞ്ഞു.

ആ മരുന്നുകളാണ് എന്നെ തിരികെ വീട്ടിൽ എത്തിച്ചത്. എനിക്ക് സ്പെയിനിലെ ഞങ്ങളുടെ അവസാന ദിവസം ഓർമ്മയുണ്ട്. ഞാൻ

ഒരു മേശയുടെ അരികിലിരിക്കുകയാണ്. ഞങ്ങളുടെ ഒപ്പം ജോലി ചെയ്തിരുന്ന ആൻഡിയോടും ഡോണിനോടും ആൻഡ്രിയ ഞങ്ങൾ തിരികെപ്പോവുകയാണെന്ന് വിശദീകരിക്കുകയാണ്. അവരുടെ വില്ല യിലാണ് ഞങ്ങൾ താമസിച്ചിരുന്നതും.

ആൻഡിയും ഡോണും നല്ല മനുഷ്യരാണ്. എനിക്ക് അവരെ വലിയ ഇഷ്ടമായിരുന്നു. ഞങ്ങളെക്കാൾ കുറച്ചുകൂടി മുതിർന്നവരായി രുന്നു അവരെങ്കിലും അവരോട് ഇടപെടാൻ വളരെ എളുപ്പമായിരുന്നു. ഇബിസയിലെ ഏറ്റവും വലിയ പാർട്ടി നടത്തുന്നത് അവരാണ്. മാഞ്ച സ്റ്ററിലെ ഗേഗ്രാമത്തിൽ ഒരു ചെറിയ പരിപാടിയായി തുടങ്ങിയ അവ രുടെ സംരംഭം ഇപ്പോൾ ഒരു വലിയ സ്റ്റുഡിയോപോലെയായി മാറി യിട്ടുണ്ട്. 1999 ആയപ്പോഴേക്കും അവരുടെ സ്ഥലം ക്ലബ് സംസ്കാര ത്തിന്റെ കേന്ദ്രമായി മാറിയിരുന്നു. കെയ്റ്റ് മോസ്, ജേഡ് ജാഗർ, ഇർവിൻ വെൽഷ്, ജീൻ പോൾ ഗോൾട്ടിയെർ എന്നിങ്ങനെയുള്ള പല പ്രമുഖരും സന്ദർശിക്കാൻ ഇഷ്ടപ്പെടുന്ന ഇടമായി അത് മാറി. ഒരിക്കൽ ഇവിടം എനിക്ക് സ്വർഗംപോലെ തോന്നിയെങ്കിലും ഇപ്പോൾ അവിടെ നിറയുന്ന സംഗീതവും അവിടെ പാർട്ടിക്ക് എത്തുന്ന ആളുകളും ഒക്കെ എനിക്കൊരു പേടിസ്വപ്നംപോലെ തോന്നാൻ തുടങ്ങി.

എന്നാൽ ആൻഡിക്കും ഡോണിനും ആൻഡ്രിയ പോകുന്നത് വിഷമമായി. 'ഇവിടെത്തന്നെ നിൽക്ക്! മാറ്റ് ശരിയായിക്കൊള്ളും. കണ്ടിട്ട് കുഴപ്പം ഒന്നും തോന്നുന്നില്ലല്ലോ?'

'കുഴപ്പമുണ്ട്.' ആൻഡ്രിയ പറഞ്ഞു. 'അവന് സുഖമില്ല.'

ഇബിസയിലെ കണക്കുപ്രകാരം ഞാൻ മയക്കുമരുന്നുപയോഗി ക്കുന്ന ആളല്ല. ഞാൻ മദ്യപനാണ്. ഒരു ബുക്കോവ്സ്കി ആരാധകൻ. ആ ദ്വീപിൽ പകൽ ഒരു ബോക്സ്ഓഫീസിൽ ഇരുന്ന് ടിക്കറ്റ് വിൽക്കു കയും എയർപോർട്ട് നോവലുകൾ വായിക്കുകയും ചെയ്യുന്ന ഒരുത്തൻ. (എന്റെ ടിക്കറ്റ് വിൽപ്പന ജോലിക്കിടെ ഞാൻ കാൾ എന്ന ഒരു മാജിക്കു കാരനെ പരിചയപ്പെട്ടിരുന്നു. മാർഗരറ്റ് ആറ്റ്വുഡും നീഷേയും കൊ ടുത്ത് പകരം ഞാൻ അയാളുടെ പക്കൽനിന്നും ജോൺ ഗ്രിഷാമിന്റെ നോവലുകൾ വായിക്കുകയും മദ്യപിക്കുകയും ചെയ്തു. എങ്കിലും ഒരു കാപ്പിയേക്കാൾ കടുപ്പമുള്ള ഒന്നുംതന്നെ ജീവിതത്തിൽ രുചിക്കാതിരു ന്നെങ്കിൽ എന്ന് ഞാൻ ആഗ്രഹിച്ചു. ഞാൻ കഴിഞ്ഞ മാസം കുടിച്ചു തീർത്ത വോഡ്കയ്ക്കുപകരം, സ്ഥിരമായി പ്രാതൽ കഴിക്കുകയോ ആവശ്യത്തിന് ഉറങ്ങുകയോ ചെയ്തിരുന്നെങ്കിൽ എന്ന് ഞാൻ ആശിച്ചു.

'പക്ഷേ, അവനെ കണ്ടാൽ അസുഖമുണ്ടെന്ന് തോന്നില്ല', ഡോണിന്റെ മുഖത്ത് അവൾ തലേന്ന് പോയ പാർട്ടിയിൽനിന്നുള്ള 'ഗ്ലിറ്റർ' തിളങ്ങി. അതിന്റെ തിളക്കം എന്നെ അലോസരപ്പെടുത്തി.

'സോറി', ഞാൻ മെല്ലെ പറഞ്ഞു. ആളുകൾക്ക് തെളിച്ചുകാണാൻ കഴിയുന്ന ഒരസുഖം എനിക്കുണ്ടായിരുന്നെങ്കിൽ എന്ന് ഞാൻ ആഗ്രഹിച്ചു.

കുറ്റബോധം ഒരു ചുറ്റികപോലെ എന്നെ ആക്രമിച്ചു.

ഞാൻ മറ്റൊരു ഉറക്കഗുളിക കഴിച്ചു. ഉച്ചകഴിഞ്ഞ് ഡയാസപ്പാമിന്റെ ഡോസും കഴിച്ച് ഞങ്ങൾ എയർപോർട്ടിൽ പോയി. പാർട്ടി അവസാനിച്ചിരുന്നു.

ഡയാസപ്പാമോ ഉറക്കഗുളികകളോ കഴിക്കുമ്പോൾ എനിക്ക് 'അസുഖം മാറി' എന്നൊരിക്കലും തോന്നിയില്ല. എന്റെ അസുഖാവസ്ഥ തുടർന്നു. അസുഖത്തിനും എനിക്കുമിടയിൽ ഒരു അകലം സൃഷ്ടിക്കുക മാത്രമാണ് ഈ മരുന്നുകൾക്ക് ചെയ്യാൻ കഴിഞ്ഞത്. ഉറക്കഗുളികകൾ എന്റെ തലച്ചോറിന്റെ പ്രവർത്തനം പതിയെയാക്കി. എന്നാൽ ഒന്നും മാറിയിട്ടില്ലെന്ന് എനിക്കറിയാമായിരുന്നു. വർഷങ്ങൾക്കുശേഷം ഞാൻ വീണ്ടും മദ്യപിച്ചുതുടങ്ങിയപ്പോൾ അത് എന്റെ ചെറിയ അളവിലുള്ള ആശങ്കകളെ ആശ്വസിപ്പിക്കുന്നതുപോലെ തോന്നിയിരുന്നു. അപ്പോഴെല്ലാം, പിറ്റേന്ന് എന്നെ കാത്തിരിക്കുന്ന ഹാങ്ഓവറിനെപ്പറ്റിയും എനിക്ക് നല്ല ബോധ്യമുണ്ടായിരുന്നു.

എനിക്ക് ഒരു മരുന്നുവിരുദ്ധനാകാൻ പേടിയാണ്. ചില ആളുകൾക്ക് മരുന്നുകൾ സഹായകരമാണെന്ന് എനിക്കറിയാം. ചിലപ്പോഴൊക്കെ മരുന്നുകൾ ഉള്ളിലെ വേദനയെ ഒന്നു മരവിപ്പിക്കും. അത് നല്ലതായി തോന്നാം. എന്നാൽ അതൊന്നും സൗഖ്യം ആകുന്നില്ല. ചിലരിൽ പക്ഷേ, മരുന്നുകൾ ഒരു ദീർഘകാല പരിഹാരമായി മാറാറുണ്ട്. ചിലർക്ക് മരുന്നുകളില്ലാതെ ജീവിക്കാൻ പറ്റില്ല. എന്റെ കാര്യത്തിൽ, എന്റെ ഡയാസപ്പാം ആകുല അനുഭവത്തിനുശേഷം എന്റെ വിഷാദത്തിനുവേണ്ടി എന്തെങ്കിലും മരുന്ന് കഴിക്കാൻതന്നെ പേടിയായി. പാനിക്കിനും ഉത്കണ്ഠയ്ക്കും ഞാൻ മരുന്ന് കഴിച്ചിരുന്നു.

മരുന്നുകളുടെ സഹായമില്ലാതെ എന്നെ സുഖപ്പെടുത്താൻ എനിക്ക് കഴിഞ്ഞു എന്നതിൽ എനിക്ക് സന്തോഷമുണ്ട്. വേദനാസംഹാരികളില്ലാതെ എന്റെ വേദനകളെ ഞാൻ അറിഞ്ഞതുകൊണ്ട് എന്റെ മനസ്സിന്റെ ചെറിയ കയറ്റിറക്കങ്ങൾപോലും എനിക്ക് തിരിച്ചറിയാനായി. എന്റെ മരുന്നുപേടിയുള്ള 'പാനിക്ക് അറ്റാക്കു'കളെയും നേരിടാനുള്ള ധൈര്യം എനിക്കുണ്ടായിരുന്നെങ്കിൽ ഒരുപക്ഷേ, എന്റെ വേദന അൽപ്പംകൂടെ ശമിച്ചേനെ. അന്നത്തെ കഠിനമായ, അന്തമില്ലാത്ത വേദനയെപ്പറ്റി ചിന്തിക്കുമ്പോൾത്തന്നെ ഇപ്പോഴും എന്റെ ഹൃദയം വേഗത്തിൽ മിടിക്കുകയും എനിക്ക് ശ്വാസംമുട്ടുന്നതുപോലെ തോന്നുകയും ചെയ്യും. ഈ പേടി എന്നെ പൊതിയുമ്പോൾ ഞാൻ ഒരു കാറിന്റെ

പാസഞ്ചർസീറ്റിൽ ഇരിക്കുന്നതുപോലെയാണ് എനിക്ക് തോന്നുക. എനിക്ക് എന്റെ സീറ്റിൽനിന്ന് എണീക്കാൻ തോന്നും, എന്റെ തല മുകളിൽ മുട്ടും, എന്റെ ശരീരം പുറത്തുകടക്കാൻ ശ്രമിക്കും, എന്റെ തൊലി ഇളകുന്നത് പോലെയും മനസ്സ് അതിവേഗം ഒരു ഇരുണ്ട ഭൂമിയിലേക്ക് കുതിക്കുന്നത് പോലെയും തോന്നും. അത്തരം പേടി ഇല്ലാതെ ജീവിക്കാൻ കഴിയുന്നത് എത്ര നല്ലതാണ്. ഒരു ഗുളിക കഴിച്ചാൽ ഇത് മാറിയിരുന്നെങ്കിൽ ഞാൻ അത് കഴിച്ചേനെ. എന്റെ ഈ മാനസിക പീഡ കുറയ്ക്കാൻകഴിയുന്ന എന്തും എന്റെ ജീവിതം എളുപ്പമാക്കിയേനെ. പക്ഷേ, ഗുളിക കഴിക്കാതെ ഇരുന്നപ്പോൾ ഞാൻ എന്നെ കൂടുതൽ അടുത്തറിഞ്ഞു. എന്നെ സന്തോഷിപ്പിക്കുന്നത് എന്തൊക്കെയാണ് എന്ന് ഞാൻ തിരിച്ചറിഞ്ഞു. (വ്യായാമം, സൂര്യപ്രകാശം, ഉറക്കം, നല്ല സംഭാഷണങ്ങൾ എന്നിവയൊക്കെ സഹായകമായിരുന്നു.) ഈ ഉൾക്കാഴ്ചയാണ് എന്നെ തിരിച്ചുപിടിക്കാൻ സഹായകമായത്. മരുന്നുകൾ എന്നെ മുഴുവൻസമയവും മയക്കത്തിൽ ആഴ്ത്തിയിരുന്നെങ്കിൽ എന്റെ തിരിച്ചുവരവ് കൂടുതൽ ദുസ്സഹമാകുമായിരുന്നു.

'ദി ഡെപ്ത്ത്സ്' എന്ന പുസ്തകത്തിന്റെ രചയിതാവും പ്രശസ്തനായ പരിണാമ മനഃശാസ്ത്രജ്ഞനുമായ പ്രൊഫസർ ജോനാഥൻ റോട്ടൻബർഗ് 2014-ൽ പറയുന്നത് ആശ്വാസകരമായ വാക്കുകളാണ്.

'നമുക്ക് വിഷാദത്തെ എങ്ങനെയാണ് ഉൾക്കൊള്ളാൻ കഴിയുക? ഇതിന് മാന്ത്രികഗുളികയൊന്നും പരിഹാരമല്ല. കഠിനമായ വേദനകളെ ചികിത്സിച്ചതിൽനിന്ന് മനസ്സിലാകുന്നത് നമ്മുടെ ശരീരത്തിലും മനസ്സിലും ഇഴചേർന്നു കിടക്കുന്ന വികാരങ്ങളെ മാറ്റിയെഴുതാൻ കഴിയില്ലെന്നാണ്. പകരം നമ്മുടെ വികാരങ്ങളുടെ ആയവ്യയങ്ങൾ തിരിച്ചറിഞ്ഞ് അവയെ പിന്തുടരുക. മോശം മാനസികാവസ്ഥയുണ്ടാക്കുന്ന കാര്യങ്ങളുടെ സ്രോതസ്സ് കണ്ടെത്തുക. ഒരുപക്ഷേ, ഉറക്കക്കുറവോ ജോലിക്കൂടുതലോ ഒക്കെയാവാം കാരണങ്ങൾ. നമ്മുടെ ഭാവമാറ്റങ്ങളെപ്പറ്റി നാം കൂടുതൽ അറിയേണ്ടത് അനിവാര്യമാണ്. സങ്കടഭാവങ്ങൾ സൃഷ്ടിക്കുന്ന അവസ്ഥകളെ നേരിടാൻ നമുക്ക് ആയുധങ്ങൾ വേണം. ഇവ കൂടുതൽ സങ്കീർണ്ണമായ അവസ്ഥകളിലേക്ക് രൂപാന്തരപ്പെടുന്നതിനുമുൻപേ നാം ഇവയെ മുളയിലേ നുള്ളണം. ഇത്തരം സങ്കേതങ്ങൾ നമ്മുടെ ചിന്തയെയും നമുക്കുചുറ്റുമുള്ള സംഭവങ്ങളെയും നമ്മുടെ പരസ്പരബന്ധങ്ങളെയും ശാരീരിക അവസ്ഥകളെയുമൊക്കെ പരിവർത്തനം ചെയ്യുന്നു. വ്യായാമം, ധ്യാനം, ഭക്ഷണനിയന്ത്രണം എന്നിവയൊക്കെ ഇത്തരത്തിൽ സഹായകമായ കാര്യങ്ങളാണ്.

ജീവിതം

ആദ്യമായി ഒരു ഡയാസപ്പാം ഗുളിക വിഴുങ്ങുന്നതിന് ഏഴു മാസം മുൻപ് ഞാൻ സെൻട്രൽ ലണ്ടനിലെ ഒരു റിക്രൂട്ട്മെന്റ് ഏജൻസിയിൽ പോയിരുന്നു. 'നിങ്ങളുടെ ജീവിതംകൊണ്ട് എന്തു ചെയ്യണം എന്നാണ് കരുതുന്നത്?' റിക്രൂട്ട്മെന്റ് ഏജന്റ് എന്നോട് ചോദിച്ചു. അവരുടെ ശാന്തമായ മുഖം ഈസ്റ്റർദ്വീപിലെ ശിലാപ്രതിമപോലെയിരുന്നു.

'എനിക്കറിയില്ല'.

'നിങ്ങൾ ഒരു സെയിൽസ്ജോലി ചെയ്യുമെന്ന് തോന്നുന്നുണ്ടോ?'

'ചിലപ്പോൾ', ഞാൻ നുണ പറഞ്ഞു. എനിക്ക് നേരിയ ഒരു ഹാങ് ഓവർ ഉണ്ടായിരുന്നു. (ഞങ്ങൾ അന്ന് ഒരു പബ്ബിന്റെ അടുത്താണ് താമസം. മൂന്ന് പൈന്റ് ബിയറും ഒന്നോ രണ്ടോ ബ്ലാക്ക് റഷ്യൻ കോക്ക്ടെയിലും എന്റെ സ്ഥിരം രാത്രിചര്യയായി മാറിയിരുന്നു.) എന്റെ ജീവിതംകൊണ്ട് എന്തു ചെയ്യണമെന്ന വലിയ ധാരണയൊന്നും ഇല്ലെങ്കിലും ഒരു സെയിൽസ്ജോലി ചെയ്യേണ്ടതില്ല എന്നെനിക്ക് ഉറപ്പായിരുന്നു.

'സത്യം പറഞ്ഞാൽ നിങ്ങളുടെ 'സിവി' വായിക്കുമ്പോൾ കൃത്യമായ ഒരു രൂപം കിട്ടുന്നില്ല. പക്ഷേ, ഇത് ഏപ്രിൽ ആണല്ലോ. ഗ്രാജുവേറ്റ് സീസൺ അല്ലാത്തതുകൊണ്ട് എന്തെങ്കിലും കണ്ടുപിടിക്കാൻ ഞങ്ങൾക്ക് കഴിഞ്ഞേക്കും.'

അവർ പറഞ്ഞത് നേരായിരുന്നു. ഒരു നിര വളരെ മോശം അഭിമുഖങ്ങൾക്കൊടുവിൽ ക്രോയ്ഡനിൽ പ്രസ് ഗസറ്റ് എന്ന ജേർണലിസ്റ്റ് ട്രേഡ് പത്രത്തിന്റെ പരസ്യ ഇടം വിൽക്കാനുള്ള ഒരു ജോലി എനിക്ക് തരപ്പെട്ടു. ഇയാൻ എന്ന് പേരുള്ള ഒരു ഓസ്ട്രേലിയക്കാരന്റെ കീഴിലാണ് എന്റെ ജോലി. അയാൾ എനിക്ക് വിൽപ്പനയുടെ ബാലപാഠങ്ങൾ പറഞ്ഞുതന്നു.

'ഐഡ എന്ന് കേട്ടിട്ടുണ്ടോ?' അയാൾ എന്നോട് ചോദിച്ചു.

'ഓപ്പറ അല്ലേ?'

'എന്ത്? അല്ല. AIDA. അറ്റൻഷൻ. ഇൻട്രസ്റ്റ്. ഡിസയർ, ആക്ഷൻ. ഇതാണ് ഒരു സെയിൽസ് കോളിന്റെ' നാലു ഘട്ടങ്ങൾ. ആദ്യം നിങ്ങൾ അവരുടെ ശ്രദ്ധ പിടിച്ചുപറ്റുക. പിന്നീടവരുടെ താൽപ്പര്യം നേടിയെടുക്കുക, അതിനുശേഷം അവരിൽ എന്തെങ്കിലും ചെയ്യാനുള്ള

ആഗ്രഹം ജനിപ്പിക്കുക, അവസാനം അവർക്ക് ആ കാര്യം ചെയ്യാൻ തോന്നണം.'

'ശരി.'

പിന്നീട് എങ്ങുനിന്നെന്നില്ലാതെ അയാൾ എന്നോട് പറഞ്ഞു, 'എനിക്ക് വളരെ വലിയ ഒരു ലിംഗം ഉണ്ട്.'

'എന്ത്?'

'കണ്ടോ? ഇപ്പൊ എനിക്ക് നിങ്ങളുടെ ശ്രദ്ധ കിട്ടി.'

'ഓ, അപ്പോൾ ഞാൻ എന്റെ ലിംഗത്തെപ്പറ്റിയാണോ സംസാരിക്കേണ്ടത്?'

'അല്ല, അതൊരു ഉദാഹരണമായിരുന്നു.'

'മനസ്സിലായി', ജനാലയിലൂടെ വിരസമായ ക്രോയ്ഡനിലെ ആകാശം നോക്കി നിന്നു.

'ഇയാനുമായി ഞാൻ ഒത്തുപോയില്ല. അയാൾ എന്നെ പലപ്പോഴും അവരുടെകൂടെ ഭക്ഷണത്തിനു ക്ഷണിച്ചു, മദ്യപിക്കാനും പൂൾ കളിക്കാനും വിളിച്ചു. അവരുടെ കൂട്ടുചേരൽ നിറയെ അശ്ലീല തമാശകളും ഫുട്ബോളും ഗേൾഫ്രണ്ടുമാരെ കുറ്റംപറയലുമായിരുന്നു. എനിക്കത് തീരെ പിടിച്ചില്ല. പതിമൂന്നുവയസ്സിനുശേഷം എനിക്ക് ആദ്യമായി ഒരിടത്ത് ചേരാത്തത് പോലെ തോന്നി.

ആ കൊല്ലം ഞങ്ങളുടെ ജീവിതം നേരെചൊവ്വേ ആക്കണമെന്നും വേനലിൽ ഇബ്സിയയിൽ പോയി ജോലി ചെയ്യാതെ കഴിക്കണമെന്നുമായിരുന്നു എന്റെയും ആൻഡ്രിയയുടെയും പദ്ധതി. എന്നാൽ ഒരു ദിവസം ഉച്ചയ്ക്ക് എന്റെയുള്ളിൽ ഒരു തീക്ഷ്ണവിഷാദം നിറഞ്ഞു, എന്റെ ആത്മാവിനുമേലെ ഒരു കാർമേഘം വന്നു മൂടിയതുപോലെ. ഫോൺവിളി കേൾക്കാൻ ഇഷ്ടമില്ലാത്ത ആളുകളെ വിളിച്ചു ഒരു മണിക്കൂർ കൂടി എനിക്ക് ചെലവിടാൻ സത്യത്തിൽ കഴിയില്ലായിരുന്നു. അതുകൊണ്ടു ഞാൻ ജോലിയുപേക്ഷിച്ചു. ഞാൻ ഇറങ്ങിപ്പോന്നു. ഞാൻ ഒരു തോൽവിയായിരുന്നു. പാതിവഴിയിൽ ഉപേക്ഷിക്കുന്നവൻ. എന്റെ മുന്നിൽ ശൂന്യതമാത്രം. ചിറകുവിടർത്തി കാത്തുനിൽക്കുന്ന ഒരു രോഗത്തിലേക്ക് ഞാൻ വഴുതിവീഴുകയായിരുന്നു. എന്നാൽ ഞാൻ അത് തിരിച്ചറിഞ്ഞില്ല, അല്ലെങ്കിൽ ശ്രദ്ധിച്ചില്ല. രക്ഷപ്പെടണം എന്ന ചിന്ത മാത്രമായിരുന്നു മനസ്സിൽ.

അനന്തത

ഒരു മനുഷ്യശരീരം നാം കാണുന്നതിലും വലിയതാണ്. ശരീരം ഒരു പ്രപഞ്ചംതന്നെയാണെന്ന് ശാസ്ത്രസാങ്കേതിക പുരോഗതി നമുക്ക് കാണിച്ചുതന്നിട്ടുണ്ട്. നാമോരോരുത്തരും നൂറു ട്രില്യൺ സെല്ലുകൾ കൊണ്ട് നിർമ്മിക്കപ്പെട്ടവരാണ്. ഈ സെല്ലുകളിൽ ഓരോന്നിലും അത്രതന്നെ എണ്ണം കണങ്ങളുമുണ്ട്. അത് കുറെയേറെയുള്ള ഘടകങ്ങളാണ്. നമ്മുടെ തലച്ചോറിൽതന്നെ ഏതാണ്ട് നൂറു ബില്യൺ ബ്രെയിൻസെല്ലുകളുണ്ട്.

എങ്കിലും പലപ്പോഴും നാം നമ്മുടെ ശരീരങ്ങളുടെ ഈ അനന്ത സ്വഭാവം തിരിച്ചറിയുന്നില്ല. നാം നമ്മുടെ വലിപ്പമുള്ള ശരീരഭാഗങ്ങളെ പ്പറ്റി മാത്രമാണ് ചിന്തിക്കാറുള്ളത്. കൈകാലുകൾ, പാദം, കൈപ്പത്തി, തല, ദേഹം, തൊലി. എല്ലുകൾ.

നമ്മുടെ മനസ്സിലും ഇതിനു സമാനമായ ഒരു കാര്യം സംഭവിക്കുന്നുണ്ട്. ജീവിക്കുന്നതുമായി പൊരുത്തപ്പെടാനായി അവ തങ്ങളെ ലളിതവൽക്കരിക്കും. ഒരു കാര്യത്തിൽ ഒരു സമയം ശ്രദ്ധ കേന്ദ്രീകരിക്കും. എന്നാൽ വിഷാദം ചിന്തയുടെയും വികാരത്തിന്റെയും, ക്വാണ്ടം ഊർജ്ജതന്ത്രത്തിലേതുപോലുള്ള ഒരുതരം കണികാതന്ത്രമാണ്. സാധാരണ മറഞ്ഞിരിക്കുന്ന കാര്യങ്ങൾ അത് പുറത്തുകൊണ്ടുവരും. നിങ്ങൾക്ക് അതുവരെ അറിവുള്ളതെല്ലാം അത് അടർത്തിയെടുക്കും. കാൾ സാഗൻ പറയുന്നതുപോലെ നാം നക്ഷത്രങ്ങളുടെ കണികകൾ കൊണ്ട് ഉണ്ടായതല്ല, നക്ഷത്രങ്ങളോളംതന്നെ വിശാലവും സങ്കീർണ്ണവുമാണ് നമ്മുടെ മനസ്സ്. പരിണാമ മനഃശാസ്ത്രജ്ഞർ പറയുന്നത് നേരാവണം. നമ്മൾ മനുഷ്യർ ഏറെയങ്ങു പരിണമിച്ചു. ഈ പ്രപഞ്ചത്തെ മനസ്സിലാക്കാൻ കഴിയുന്നത്ര ബുദ്ധിയുള്ള വർഗ്ഗമായതിന്റെ വില ഈ പ്രപഞ്ചത്തോളം ഇരുൾ അനുഭവിക്കാൻ കഴിയുന്നതാവണം.

വരാതെ പോയ പ്രതീക്ഷ

എന്റെ അമ്മയും അച്ഛനും വിമാനത്താവളത്തിൽ ഉണ്ടായിരുന്നു. അവർ ഒരേസമയം തളർന്നും സന്തുഷ്ടരായും ആകുലരായും കാണപ്പെട്ടു. ഞങ്ങൾ കെട്ടിപ്പിടിച്ചു. തിരികെ ഡ്രൈവ് ചെയ്തു.

എനിക്ക് ഭേദമുണ്ടായിരുന്നു. ഞാൻ സുഖമായി വരികയായിരുന്നു. എന്റെ ബാധകളെ ഞാൻ മെഡിറ്ററേനിയനിൽ ഉപേക്ഷിച്ചുകളഞ്ഞിരുന്നു. അപ്പോഴും ഞാൻ ഉറക്കമരുന്നുകളും ഡയാസപ്പാമും ഉപയോഗിച്ചിരുന്നെങ്കിലും എനിക്ക് അതിന്റെ ആവശ്യമുണ്ടായിരുന്നില്ല. എനിക്ക് വീട്ടിൽ എത്തിയാൽ മതിയായിരുന്നു. എനിക്ക് അമ്മയുടെയും അച്ഛന്റെയും സാമീപ്യം മതിയായിരുന്നു. ഞാൻ സുഖമായി വരികയായിരുന്നു. ചെറിയ ചില അസ്വസ്ഥതകൾ, പക്ഷേ എനിക്ക് ഭേദമായിരുന്നു.

'ഞങ്ങൾ വല്ലാതെ പേടിച്ചു', അമ്മ പറഞ്ഞു. പിന്നെ അതേ കാര്യം ഒരു എൺപത്തിയേഴു തരത്തിൽ പറഞ്ഞു.

'അമ്മ മുൻസീറ്റിൽനിന്ന് എന്നെ തിരിഞ്ഞുനോക്കി. ചെറിയതായി വക്കുപൊട്ടിയ ഒരു പുഞ്ചിരി, കണ്ണുകളിൽ നനവ്. എനിക്ക് അത് അനുഭവിച്ചറിയാനായി. ഒരു അമ്മയാകുന്നതിലെ ഭാരം. വഴിതെറ്റിയ ഒരു മകനാകുന്നതിലെ ഭാരം. സ്നേഹം സ്വീകരിക്കുന്നതിന്റെ ഭാരം. അസന്തുഷ്ടിയുടെ കാരണമാകുന്നതിന്റെ ഭാരം. സംഭവിക്കേണ്ട രീതിയിൽ സംഭവിക്കാഞ്ഞ ഒരു പ്രതീക്ഷയുടെ ഭാരം.

പക്ഷേ.

ഞാൻ ഭേദപ്പെട്ടിരുന്നു. കുറച്ചു കീറിമുറിഞ്ഞിരുന്നു. പക്ഷേ, അത് മനസ്സിലാക്കാവുന്നതല്ലേയുള്ളൂ, ഞാൻ ശരിക്കും ഭേദപ്പെട്ടല്ലോ. ഞാൻ ഒരുപക്ഷേ തൊണ്ണൂറ്റിയേഴുവയസ്സുവരെ ജീവിച്ചിരുന്നേക്കാം. ഞാൻ ഒരു വക്കീലോ ബ്രെയിൻ സർജനോ പർവ്വതാരോഹകനോ സംവിധായകനോ ആയേക്കാം. ഇത് ആദ്യനാളുകളാണ്. ആദ്യനാളുകൾ. ജനാലയ്ക്ക് വെളിയിൽ രാത്രിയായിരുന്നു. നെവാർക്ക് 24. ഞാൻ ജനിച്ചു വളർന്ന, ഇപ്പോൾ തിരിച്ചുപോകുന്ന ഇടം. നാൽപ്പതിനായിരം പേരുള്ള ഒരു മാർക്കറ്റ് ടൗൺ. എനിക്ക് അവിടെനിന്ന് രക്ഷപെടണം എന്ന ചിന്ത മാത്രമേയുണ്ടായിരുന്നുള്ളൂ. പക്ഷേ ഇപ്പോൾ ഞാൻ അങ്ങോട്ട് തിരികെപ്പോകുന്നു. അത് പക്ഷേ സാരമില്ല. ഞാൻ എന്റെ കുട്ടിക്കാലം

ഓർമ്മിച്ചു. എന്റെ സ്കൂളിലെ സങ്കടവും സന്തോഷവും നിറഞ്ഞ ദിവസങ്ങൾ ഓർമ്മിച്ചു. ആത്മാഭിമാനത്തിനുവേണ്ടിയുള്ള സ്ഥിരം സമരങ്ങൾ. 24. എനിക്ക് ഇരുപത്തിനാലു വയസ്സ് പറയാം. റോഡ്സൈൻ വിധിയുടെ ഒരു വാചകംപോലെ തോന്നിച്ചു. നെവാർക്ക് 24. ഇത് സംഭവിക്കുമെന്ന് നമുക്ക് അറിയാമായിരുന്നല്ലോ. ആകെ വേണ്ടിയിരുന്നത് എന്റെ പേരാണ്. ഞങ്ങൾ അടുക്കളമേശയുടെ ചുറ്റുമിരുന്ന് ഭക്ഷണം കഴിച്ചിരുന്നത് ഞാൻ ഓർമ്മിച്ചു. എനിക്ക് വിഷാദമോ ഭ്രാന്തോ ഇല്ലെന്ന് സ്ഥാപിക്കാനാണ് ഞാൻ അതോർത്തത്. എനിക്ക് പ്രശ്നമൊന്നുമില്ല. എനിക്ക് വിഷാദവുമില്ല, ഭ്രാന്തുമില്ല. അത് സാരമില്ല. എനിക്ക് വിഷാദമോ ഭ്രാന്തോ ഇല്ല.

അന്ന് മീൻചേർത്ത 'പൈ' ആയിരുന്നു. അമ്മ സ്പെഷ്യലായി ഉണ്ടാക്കിയത്. ഇതാണ് ആശ്വാസംതരുന്ന ഭക്ഷണം. ഇത് എന്നെ ആശ്വസിപ്പിച്ചു. ഞാൻ മേശയുടെ അരികിൽ ഇരുന്നു 'ഫിഷ്പൈ' കഴിച്ചു. പത്തര കഴിഞ്ഞിരുന്നു. ഞാൻ താഴെയുള്ള ടോയ്ലറ്റിൽ പോയി വിളക്ക് തെളിയിച്ചു. താഴത്തെ നിലയിലെ കുളിമുറിക്ക് കടുംപിങ്ക്നിറമാണ്. ഞാൻ മൂത്രമൊഴിച്ചു ഫ്ളഷ് ചെയ്തുകഴിഞ്ഞപ്പോൾ എന്റെ മനസ്സുമാറുന്നത് എനിക്ക് അറിയാനായി. ഒരുതരം മൂടൽ.

എനിക്ക് ഭേദമായിരുന്നു. ശരിക്കും ഭേദമായിരുന്നു. പക്ഷേ, ഒരു ചെറിയ സംശയം മതി, വെള്ളത്തിൽവീണ ഒരു തുള്ളി മഷിപോലെ അതാ ഗ്ലാസ്നിറയെ മേഘങ്ങൾ. എനിക്ക് സുഖമില്ലെന്ന് തിരിച്ചറിഞ്ഞതിന്റെ തൊട്ടടുത്തദിവസം എന്റെ രോഗത്തിന്റെ വ്യാപ്തി ഞാൻ തിരിച്ചറിഞ്ഞു.

ചുഴലിക്കാറ്റ്

സംശയങ്ങൾ കുരുവികളെപ്പോലെയാണ്. അവർ ഒന്നിനുപിറകെ ഒന്നായി കൂട്ടംചേരുന്നു. ഞാൻ കണ്ണാടിയിലെ എന്നെ തുറിച്ചുനോക്കി. എന്റെ മുഖം എന്റെ മുഖമല്ലാതെയായി മാറുന്നതുവരെ ഞാൻ നോക്കി. മേശയ്ക്കരികിൽ പോയി ഞാനിരുന്നു. എനിക്ക് എന്താണ് തോന്നുന്നതെന്നു ഞാൻ ആരോടും പറഞ്ഞില്ല. എനിക്ക് എന്താണ് തോന്നുന്നതെന്ന് വിശദീകരിച്ചാൽ എന്റെ തോന്നൽ വർധിക്കുകയേയുള്ളൂ. പ്രശ്നമൊന്നും ഇല്ലാത്തപോലെ അഭിനയിച്ചാൽ അൽപ്പമെങ്കിലും പ്രശ്നം ഒന്നും ഇല്ലാത്തപോലെ തോന്നും. അതുകൊണ്ട് ഞാൻ പ്രശ്നമൊന്നും ഇല്ലാത്തതുപോലെ അഭിനയിച്ചു.

'സമയം എത്രയായെന്ന് കണ്ടില്ലേ', തിടുക്കപ്പെട്ട് അമ്മ പറഞ്ഞു. 'എനിക്ക് നാളെ സ്കൂളിൽ പോകേണ്ടതാണ്.' (അമ്മ ഒരു നേഴ്സറി സ്കൂളിലെ ഹെഡ്ടീച്ചറായിരുന്നു.)

'അമ്മ ഉറങ്ങിക്കോ', ഞാൻ പറഞ്ഞു.

'അതേ, അമ്മ പൊയ്ക്കോ.' ആൻഡ്രിയ പറഞ്ഞു. 'ഞങ്ങൾ എല്ലാം ശരിയാക്കി കിടന്നുകൊള്ളാം.'

'അവന്റെ മുറിയിൽ ഒരു കട്ടിലും നിലത്ത് ഒരു കിടക്കയുമുണ്ട്. ഞങ്ങളുടെ മുറിയിൽ കിടക്കണമെങ്കിൽ അവിടെ കിടന്നോളൂ', അച്ഛൻ പറഞ്ഞു.

'ഹേയ്, അതൊന്നും വേണ്ട, ഞങ്ങൾ ഇവിടെ ഉറങ്ങാം', ഞാൻ പറഞ്ഞു.

അച്ഛൻ പോകാൻനേരം എന്റെ തോൾപിടിച്ച് അമർത്തിക്കൊണ്ട് പറഞ്ഞു, 'നീ ഇവിടെയുള്ളത് നല്ലതാണ്.'

'അതെ. ഇവിടെ നിൽക്കുന്നത് നല്ലതാണ്.'

എനിക്ക് കരയണമെന്നില്ലായിരുന്നു. കാരണം ഒന്നാമത് ഞാൻ കരയുന്നത് അച്ഛൻ കാണണമെന്ന് എനിക്കില്ല. രണ്ടാമത്, കരഞ്ഞാൽ എനിക്ക് വല്ലാതെ തോന്നാൻ തുടങ്ങും. കരയുന്നതിനുപകരം അങ്ങനെ ഞാൻ ഉറങ്ങാൻപോയി.

പിറ്റേന്ന് ഞാൻ ഉണർന്നപ്പോൾ പക്ഷേ, അതവിടെ ഉണ്ടായിരുന്നു. വിഷാദവും ഉത്കണ്ഠയും ഒരുമിച്ച്. ആളുകൾ വിഷാദത്തെ ഒരു

ഭാരമായി വിവരിക്കാറുണ്ട്, അത് അങ്ങനെ തോന്നാവുന്നതുമാണ്. ശരിക്കും ഒരു ഭാരമായോ ഭാരം എന്ന രൂപകമായോ വൈകാരിക ഭാരമായോ ഒക്കെ തോന്നാം. എന്നാൽ എനിക്ക് തോന്നിയതിനെ വിശദീകരിക്കാൻ ഭാരം എന്ന വാക്ക് മതിയായിരുന്നില്ല.

ഞാൻ തറയിലെ കിടക്കയിൽ കിടന്നപ്പോൾ ഒരു ചുഴലിക്കാറ്റിൽ കുടുങ്ങിയതുപോലെയാണ് എനിക്ക് തോന്നിയത്. ആൻഡ്രിയ കട്ടിലിൽ കിടക്കണമെന്ന് ഞാൻ പറഞ്ഞിരുന്നു. ഞാൻ ഒരു ധീരനായതുകൊണ്ടൊന്നുമല്ല, അതാണ് ഒരു സാധാരണ വ്യക്തി ചെയ്യുകയെന്ന് തോന്നിയതുകൊണ്ട്. പുറത്തുനിന്ന് നോക്കുന്നവർക്ക് ഞാൻ വരും മാസങ്ങളിൽ അൽപ്പം മെല്ലെപ്പോക്ക് തുടങ്ങിയതുപോലെ തോന്നാം. ആകെ ഒരു ക്ഷീണം ഒക്കെ. എന്നാൽ എന്റെ മനസ്സിലെ ചിന്തകൾ വിശ്രമമില്ലാതെ പേടിപ്പിക്കുന്ന വേഗത്തിലായിരുന്നു.

എന്റെ രോഗലക്ഷണങ്ങൾ

എനിക്ക് തോന്നിയ മറ്റു ചില കാര്യങ്ങൾ ഇവയാണ്: കണ്ണാടിയിലെ എന്റെ രൂപം എന്റേതല്ല. കൈകൾ, നെഞ്ച്, തൊണ്ട, തലയുടെ പിറകിൽ ഒക്കെ വേദനയോളംവരുന്ന ഒരു തരിപ്പ്. ഭാവിയെപ്പറ്റി ചിന്തിക്കാൻ പോലും കഴിയാത്ത അവസ്ഥ. (എനിക്ക് മുന്നിൽ ഭാവിയൊന്നും എന്തായാലും ഇല്ലല്ലോ.)

ഭ്രാന്തായിപ്പോകുമോ എന്നും കെട്ടിയിടപ്പെടുമോ എന്നും ഞാൻ ഭയന്നു.

എനിക്ക് എല്ലാ രോഗങ്ങളും ഉള്ളതുപോലെ തോന്നി. ആളുകളെ വിട്ടുപോകാൻ പേടി.

ചിലന്തിയെ പേടി.

സ്ഥിരമായുള്ള പേടി.

മനസ്സ് തളർന്നുപോകൽ.

ശരീരക്ഷീണം.

ഞാൻ ഒരു യൂസ്‌ലെസ്സ് ആയി തോന്നി.

നെഞ്ചാകെ മുറുക്കം. ഇടയ്ക്കിടയ്ക്ക് വേദന. എണീറ്റുനില്ക്കാൻ ശ്രമിക്കുമ്പോൾ താഴെ ആളുകൾ കൂക്കിവിളിക്കുന്നു.

കൈകാലുകളിൽ വേദന.

ഇടയ്ക്ക് സംസാരശേഷി നഷ്ടപ്പെടൽ.

നഷ്ടപ്പെടൽ.

തീരാവേദനകൾ.

ലൈംഗിക ഭാവനകൾ (മരണഭയം ലൈംഗികചിന്തകൊണ്ട് തുലനപ്പെടാൻ ശ്രമിക്കുന്നതുപോലെ.)

എല്ലാത്തിൽനിന്നും വെട്ടിമാറ്റപ്പെട്ടതുപോലെയോ എന്നെ മറ്റേതോ യാഥാർത്ഥ്യത്തിൽനിന്ന് അടർത്തിയെടുത്തതുപോലെയോ പോലെ.

വേറെ ആരെങ്കിലുമായി മാറാനുള്ള ഒരു അടങ്ങാത്ത ആഗ്രഹം.

വിശപ്പില്ലായ്മ. (ആറുമാസംകൊണ്ട് ഞാൻ വേറൊരാളായി മാറി.)

ഉള്ളിൽ ഒരു വിറയൽ. (ഞാനതിനെ ആത്മാവിന്റെ വിറയൽ എന്ന് വിളിക്കും.)

സദാ ഒരു പാനിക്ക് അറ്റാക്കിന്റെ അരികിൽ ചെന്ന് നിൽക്കുന്നതു പോലെ.

ശ്വാസം കിട്ടാത്തതുപോലെ.

ഉറക്കം വരാത്തതുപോലെ.

എപ്പോഴും മരിക്കാൻ പോകുന്നതിന്റെയോ ഭ്രാന്തുപിടിക്കാൻ പോകുന്നതിന്റെയോ ലക്ഷണങ്ങൾ അന്വേഷിക്കൽ.

അത്തരം ലക്ഷണങ്ങൾ കണ്ടെത്തൽ. അതിൽ വിശ്വസിക്കൽ.

നടക്കാനും അതിവേഗം നടക്കാനുമുള്ള ആഗ്രഹം.

ഇതൊക്കെ മുൻപ് സംഭവിച്ചുവെന്ന തോന്നൽ, ഓർമ്മകൾ പോലെ തോന്നിയ കാര്യങ്ങൾ സംഭവിച്ചേയില്ലെന്ന് കരുതൽ.

കാഴ്ചയുടെ ഒരു കോണിൽ എപ്പോഴും ഇരുട്ട് കാണൽ.

കണ്ണടയ്ക്കുമ്പോൾ ഞാൻ കാണുന്ന പേടിസ്വപ്നങ്ങൾ അവസാനിപ്പിക്കാനുള്ള ആഗ്രഹം.

എന്റെ ഉള്ളിൽനിന്ന് ഇറങ്ങിനടക്കാൻ തോന്നൽ, ഒരാഴ്ചയോ ഒരു ദിവസമോ ഒരു മണിക്കൂറോ എന്തിന് ഒരു സെക്കന്റ് എങ്കിലും?

ഇതൊക്കെ സംഭവിക്കുന്ന സമയത്ത് എന്റെ വിചാരം ലോകചരിത്രത്തിൽ ഇതൊക്കെ അനുഭവിക്കുന്ന ഒരേയൊരാൾ ഞാനാണ് എന്നായിരുന്നു. വിക്കിപീഡിയയ്ക്ക് മുൻപുള്ള കാലമാണെന്ന് ഓർക്കണം. എന്നാൽ ഏതൊരു നിമിഷത്തിലും ഇതേ അനുഭവങ്ങളിലൂടെ കടന്നുപോകുന്ന കോടിക്കണക്കിന് ആളുകളുണ്ട്. എന്റെ മനസ്സിനെ പലപ്പോഴും ഞാൻ ഒരു വിശാലമായ ഇരുണ്ടയന്ത്രമായി സങ്കൽപ്പിച്ചു നോക്കും. ഒരു ഗ്രാഫിക്ക് നോവലിലെപ്പോലെ നിറയെ പൈപ്പുകളും പെഡലുകളും ലിവറുകളും ഉള്ള, തീപ്പൊരിയും ആവിയും ശബ്ദകോലാഹലവും വമിക്കുന്ന ഒരു ഭയങ്കരൻയന്ത്രം.

വിഷാദത്തിലേക്ക് ഉത്കണ്ഠ കൂടികലർത്തുന്നത് മദ്യത്തിനൊപ്പം കൊക്കെയ്ൻ ചേർക്കുന്നതുപോലെയാണ്. അനുഭവത്തെ അത് വേഗത്തിലാക്കും. വിഷാദമുള്ളപ്പോൾതന്നെ നിങ്ങളുടെ മനസ്സ് ഒരു ചതുപ്പ് പോലെയായി മാറും, ഉത്കണ്ഠകൂടി നിയന്ത്രണം വിടും. ആ ചതുപ്പിൽ ചുഴികളും ഉണ്ടാകും. മനസ്സിലെ ഭീകരജീവികൾ എല്ലാം അവിടെത്തന്നെയുണ്ട്, പക്ഷേ, അവ അതിവേഗം ചീങ്കണ്ണികളെപ്പോലെ ചുറ്റും പായുകയാണ് എന്ന് തോന്നും. നിങ്ങൾ സദാ ജാഗരൂകരായിരിക്കും. ഓരോ നിമിഷവും തകർച്ചയിലേക്ക് നീങ്ങുകയും എന്നാൽ വെള്ളത്തിൽ പൊങ്ങിക്കിടക്കാൻ ആഗ്രഹിക്കുകയും ചുറ്റുമുള്ളവരെപ്പോലെ അനായാസം ശ്വാസമെടുക്കാൻ ആശിക്കുകയും ചെയ്യും.

നിങ്ങളുടെ പേടികൾ ഇല്ലാത്ത ഒരു നിമിഷംപോലുമില്ല ജീവിതത്തിൽ. ഇത് ഞാൻ കൂട്ടിപ്പറയുകയല്ല. പേടിക്കാതെ ഒരുനിമിഷമെങ്കിലും ജീവിക്കാൻ നിങ്ങൾ ആഗ്രഹിക്കും, പക്ഷേ, ആ നിമിഷം ഒരിക്കലും വരില്ല. നിങ്ങളുടെ രോഗം ഒരു ശരീരാവയവത്തിന്റെ അസുഖമല്ല, ഈ

രോഗത്തിനു വെളിയിൽ നിങ്ങൾക്ക് ജീവിതമില്ല. നിങ്ങൾക്ക് നടുവേദനയാണെങ്കിൽ, ഈ നാശംപിടിച്ച നടുവേദന എന്ന് പറയാം. അപ്പോൾ നിങ്ങളുടെ സ്വത്വവും നിങ്ങളുടെ നടുവും തമ്മിലൊരു വേർതിരിവ് സംഭവിക്കും. ആ വേദന മറ്റൊന്നാണ്. അത് നിങ്ങളെ ആക്രമിക്കുന്നു, വിഷമിപ്പിക്കുന്നു, പക്ഷേ, അത് നിങ്ങളുടെ സ്വത്വമായി മാറുന്നില്ല.

എന്നാൽ വിഷാദവും ഉത്കണ്ഠയും വന്നാൽ, നിങ്ങൾ ചിന്തിക്കുന്ന ഒരു വേദനയല്ല അത്. നിങ്ങൾ നിങ്ങളുടെ ചിന്തകളായി രൂപാന്തരപ്പെടുന്നു. നിങ്ങളുടെ നടു വേദനിക്കുമ്പോൾ ഇരുന്നാൽ അത് വർധിക്കുമല്ലോ. എന്നാൽ നിങ്ങളുടെ മനസ്സാണ് വേദനിക്കുന്നതെങ്കിൽ ചിന്തകൾ നിങ്ങളുടെ വേദന വർധിപ്പിക്കുന്നു. നിങ്ങൾക്ക് യാതൊരുവിധ യഥാർത്ഥ പിന്തുണയും ഇല്ലെന്ന് നിങ്ങൾ വിശ്വസിക്കുന്നു. എന്നാൽ പലപ്പോഴും ഇത്തരം തോന്നലുകൾ ഒരു നുണയായിരിക്കാം.

മോശം ദിവസങ്ങൾ എന്ന സമ്പാദ്യം

വീടോ സോഫയോ വിടാൻകഴിയാതെ നിങ്ങൾ വല്ലാതെ വിഷാദവും ആകുലതയും അനുഭവിക്കുമ്പോൾ, വിഷാദത്തെപ്പറ്റിയല്ലാതെ മറ്റൊന്നും ചിന്തിക്കാൻകഴിയാതെ വരുമ്പോൾ, ജീവിതം മുന്നോട്ടു കൊണ്ടുപോകാൻ വളരെ ബുദ്ധിമുട്ടായിരിക്കും. മോശം ദിവസങ്ങൾ പല തരത്തിൽ ഉണ്ടാകും. എല്ലാം ഒരേ അളവിൽ ആയിരിക്കില്ല. ഏറ്റവും മോശം ദിവസങ്ങൾ കടന്നുപോകാൻ ഏറെ ബുദ്ധിമുട്ട് തോന്നുമെങ്കിലും പിന്നീട് വളരെയധികം ഉപകാരപ്രദമാകും. അവയെ സൂക്ഷിച്ചു വയ്ക്കുക. മോശം ദിവസങ്ങളുടെ ഒരു സമ്പാദ്യം ഒരുക്കുക. സൂപ്പർ മാർക്കറ്റിൽനിന്ന് ഇറങ്ങി ഓടേണ്ടിവന്ന ദിവസം. വിഷാദംകൊണ്ട് സംസാരിക്കാൻ കഴിയാതെ നാവ് തളർന്നുപോയ ദിവസം. നിങ്ങൾ കാരണം നിങ്ങളുടെ മാതാപിതാക്കൾ കരഞ്ഞ ദിവസം. നിങ്ങൾ കുന്നിൻമുകളിൽനിന്ന് ചാടി മരിക്കുന്നതുവരെയെത്തിയ ദിവസം. നിങ്ങൾക്ക് ഒരു മോശം ദിവസം ഉണ്ടായാൽ സ്വയം പറയാം, ഇത് വളരെ മോശമാണ് - പക്ഷേ, ഇതിലും മോശം ദിവസങ്ങൾ ഞാൻ കണ്ടിട്ടുണ്ട് എന്ന്. ഇതിലും മോശം ദിവസങ്ങളെപ്പറ്റി ചിന്തിക്കാൻ നിങ്ങൾക്ക് ചിലപ്പോൾ കഴിഞ്ഞില്ലെന്നുവരാം. നിങ്ങൾ അപ്പോൾ അനുഭവിക്കുന്നതാവും ജീവിതത്തിലെ അതുവരെയുണ്ടായതിൽ വച്ച് മോശം ദിവസം. അപ്പോൾ നിങ്ങൾക്ക് ഈ ബാങ്കിനെപ്പറ്റി ഓർമ്മിക്കാം. ആ ദിവസത്തിലൂടെ കടന്നുപോകുമ്പോൾ നിങ്ങൾ ആ സമ്പാദ്യത്തിലേക്ക് ഒരു സ്ഥിരനിക്ഷേപംകൂടി ചേർക്കുകയാണെന്ന് ഓർക്കാം.

വിഷാദം നിങ്ങളോട് പറയുന്ന കാര്യങ്ങൾ

ഹേ, സങ്കടക്കുടുക്കേ!

അതെ, നിന്നെത്തന്നെ!

എന്താണ് ചെയ്യുന്നത്? എന്തിനാണ് കട്ടിലിൽനിന്ന് എണീക്കാൻ നോക്കുന്നത്?

എന്തിനാണ് ജോലിക്ക് അപേക്ഷിക്കുന്നത്? നീ ആരാണെന്നാ നിന്റെ വിചാരം? മാർക്ക് സക്കർബർഗോ?

കിടന്നോ.

നിനക്ക് ഭ്രാന്തുപിടിക്കാൻ പോകുവാണ്. വാൻഗോഗിനെപ്പോലെ. നീ ചിലപ്പോൾ നിന്റെ ചെവി മുറിച്ചേക്കാം.

എന്തിനാ കരയുന്നത്?

തുണി അലക്കാനുണ്ടോ?

നിന്റെ പഴയ പട്ടിയെ ഓർക്കുന്നില്ലേ? അവൻ ചത്തു. നിന്റെ അപ്പൂപ്പനെയും അമ്മൂമ്മയേയുംപോലെ.

അടുത്ത ഒരു നൂറ്റാണ്ടിൽ നിനക്ക് അറിയുന്ന എല്ലാവരും മരിക്കും.

അതെ. നിനക്കറിയുന്ന എല്ലാവരും വേഗം അവസാനിക്കുന്ന കുറച്ചു സെല്ലുകൾ മാത്രമാണ്.

പുറത്തുകൂടി നടക്കുന്ന ആളുകളെ നോക്കൂ. നോക്കിയോ?

അവിടെ. ജനലിനു വെളിയിലേക്ക് നോക്കൂ. നിനക്കെന്താണ് അവരെപ്പോലെയാകാൻ കഴിയാത്തത്?

അവിടെയതാ ഒരു തലയണ കിടക്കുന്നു. ഇവിടെയിരുന്ന് അതിലേക്ക് നോക്കി തലയണകളുടെ തീർത്താൽതീരാത്ത ദുഃഖത്തെപ്പറ്റി ചിന്തിക്കൂ.

മറ്റൊരു കാര്യം: നാളെ എന്താകുമെന്ന് എനിക്കറിയാം. ഇന്നത്തേക്കാൾ കഷ്ടമാണ് കേട്ടോ.

വസ്തുതകൾ

അങ്ങേയറ്റം അയഥാർത്ഥമായി തോന്നുന്ന ഒന്നിന്റെയുള്ളിൽ കുടുങ്ങിക്കിടക്കുമ്പോൾ ഒരു പിടിവള്ളി ആരും ആഗ്രഹിക്കും. എനിക്ക് അറിവിനോടായിരുന്നു ആഭിമുഖ്യം. എനിക്ക് വസ്തുതകൾ അറിയണമായിരുന്നു. കടലിൽ പൊങ്ങിക്കിടക്കാൻ കഴിയുന്ന സഹായികളായി ഞാൻ അവയെ അന്വേഷിച്ചു. എന്നാൽ കണക്കുകൾ കുറച്ചു പ്രശ്നമാണ്.

മനസ്സിൽ വരുന്ന വിചാരങ്ങളെ പലപ്പോഴും മറച്ചുവെക്കാൻ കഴിയും. ആദ്യമായി അസുഖം വന്നപ്പോൾ ഞാൻ എന്റെ ഊർജം മുഴുവൻ ചെലവഴിച്ചത് നോർമലായി കാണപ്പെടാനാണ്. നിങ്ങൾക്ക് അസുഖമാണ് എന്ന് പലപ്പോഴും നിങ്ങൾതന്നെ പറയുമ്പോഴാണ് മറ്റുള്ളവർ അറിയുക. എന്നാൽ വിഷാദമാണെങ്കിൽ, പ്രത്യേകിച്ച് നിങ്ങൾ പുരുഷനാണെങ്കിൽ, അത് സംഭവിക്കാറില്ല. (അതേപ്പറ്റി കൂടുതൽ പിന്നീട്). മാത്രമല്ല കാലങ്ങൾകൊണ്ട് പല വസ്തുതകളും മാറി. ആശയങ്ങളും വാക്കുകളും മാറി. വിഷാദം എപ്പോഴും വിശദമായിരുന്നില്ല. അത് മുൻപ് 'മെലൻകോളിയ' ആയിരുന്നു. ഇന്ന് വിഷാദം അനുഭവിക്കുന്നതിലും വളരെ കുറച്ച് ആളുകളാണ് അത് അനുഭവിച്ചത്. അത് ശരിയാണോ? അതോ ഇപ്പോൾ ആളുകൾ കൂടുതൽ തുറന്നു സമ്മതിക്കുന്നതാണോ?

എന്തായാലും ഇപ്പോൾ ശരിയെന്ന് എനിക്ക് ബോധ്യമുള്ള ചില കാര്യങ്ങൾ പറയാം.

ആത്മഹത്യയെക്കുറിച്ചുള്ള വസ്തുതകൾ

മുപ്പത്തിയഞ്ചിൽതാഴെയുള്ള പുരുഷന്മാരുടെ പ്രധാന മരണകാരണം ആത്മഹത്യയാണ്. നിങ്ങൾ ലോകത്തിൽ എവിടെയാണ് എന്നതനുസരിച്ച് ആത്മഹത്യാനിരക്കുകളിൽ വലിയ വേർതിരിവുകളുണ്ട്. ഉദാഹരണത്തിന് നിങ്ങൾ ഗ്രീൻലാൻഡിലാണെങ്കിൽ ഗ്രീസിൽ ജീവിക്കുന്ന ഒരാളേക്കാൾ നിങ്ങൾ ആത്മഹത്യ ചെയ്യാനുള്ള സാധ്യത ഇരുപത്തേഴുവട്ടം കൂടുതലാണ്.

ഒരു വർഷം ഒരു കോടി ആളുകളാണ് ആത്മഹത്യയിലൂടെ മരിക്കുന്നത്. പത്തുകോടിക്കും ഇരുപതുകോടിക്കും ഇടയിൽ ആളുകൾ ഓരോ

വർഷവും ആത്മഹത്യയ്ക്ക് ശ്രമിക്കുന്നു. ലോകവ്യാപകമായിത്തന്നെ സ്ത്രീകളെക്കാൾ മൂന്നുമടങ്ങു പുരുഷന്മാർ ആത്മഹത്യ ചെയ്യുന്നു.

വിഷാദത്തെപ്പറ്റിയുള്ള വസ്തുതകൾ

അഞ്ചിൽ ഒരാൾക്കെങ്കിലും ജീവിതത്തിന്റെ ഏതെങ്കിലും ഒരു ഘട്ടത്തിൽ വിഷാദം ഉണ്ടാകും. (അതിലും കൂടുതൽ ആളുകൾക്ക് മാനസിക പ്രശ്നങ്ങൾ ഉണ്ടാകും.)

വിഷാദമരുന്നുകളുടെ ഉപയോഗം എല്ലായിടത്തും കൂടുതലായി വരികയാണ്. ഐസ്‌ലാൻഡാണു മരുന്നുപയോഗത്തിൽ മുന്നിൽ, തൊട്ടുപിറകെ ഓസ്ട്രേലിയ, കാനഡ, ഡെന്മാർക്ക്, സ്വീഡൻ, പോർച്ചുഗൽ, യുകെ.

പുരുഷന്മാരേക്കാൾ രണ്ടിരട്ടി സ്ത്രീകൾ ജീവിതത്തിൽ വിഷാദം അനുഭവിക്കും. വിഷാദവും ഉത്കണ്ഠയും കൂടിവരുന്നത് ഏറ്റവും കൂടുതൽ യുകെയിലാണ്. അതിനു തൊട്ടുപിന്നാലെയുള്ള അസുഖങ്ങൾ ഉത്കണ്ഠ, പോസ്റ്റ് ട്രോമാറ്റിക്ക് സ്ട്രെസ് ഡിസോർഡർ, ശുദ്ധമായ വിഷാദം, ഫോബിയകൾ, ഭക്ഷണപ്രശ്നങ്ങൾ, ഒസിഡി, പാനിക്ക് എന്നിവയാണ്.

വിഷാദത്തിന് ചികിത്സ തേടാൻ പുരുഷന്മാരേക്കാൾ സാധ്യത സ്ത്രീകളാണ്. മാതാപിതാക്കളിൽ ഒരാൾക്ക് വിഷാദമുണ്ടെങ്കിൽ മക്കൾക്ക് അതുണ്ടാകാനുള്ള സാധ്യത കൂടുതലാണ്.

വിവരങ്ങൾക്ക് കടപ്പാട്: ലോകാരോഗ്യസംഘടന, ദി ഗാർഡിയൻ, മൈൻഡ്, ബ്ലാക്ക് ഡോഗ് ഇൻസ്റ്റിറ്റ്യൂട്ട്.

ജനലിനോട് ചേർത്തുവെച്ച തല

ഞാൻ എന്റെ മാതാപിതാക്കളുടെ കിടപ്പുമുറിയിലായിരുന്നു. തനിയെ. ആൻഡ്രിയ താഴെയായിരുന്നു എന്നാണ് ഓർമ്മ. അവൾ എന്റെകൂടെ ഇല്ലായിരുന്നു. ഞാൻ ജനലിനോട് ചേർന്ന് ചില്ലിൽ എന്റെ തലമുട്ടിച്ചു കൊണ്ട് നിന്നു. ആകാംക്ഷയുടെ മൂടലില്ലാതെ വിഷാദം തനിച്ചുനിന്ന സമയമായിരുന്നു അത്. ഒക്ടോബറായിരുന്നു. വിഷാദമഗ്നമായ ഒരു മാസമാണ് അത്. ടൗണിലേക്കുള്ള ഒരു പ്രധാന വഴിയിലാണ് എന്റെ മാതാപിതാക്കളുടെ വീട്. വഴിയിലൂടെ ചിലർ നടന്നിരുന്നു. ചിലരെ ഞാൻ എന്റെ ചെറുപ്പത്തിൽകണ്ട പരിചയമുണ്ട്. ആറുവർഷം മുൻപാണ് എന്റെ കുട്ടിക്കാലം ഔദ്യോഗികമായി അവസാനിച്ചത്. സത്യത്തിൽ അതങ്ങനെ അവസാനിച്ചതൊന്നുമില്ല.

നിങ്ങൾ ഏറ്റവും മോശം അവസ്ഥകളിലൂടെ കടന്നുപോകുമ്പോൾ കരുതും വേറെയാർക്കും ഇത്ര മോശം അനുഭവങ്ങൾ ഉണ്ടാകുന്നില്ലെന്ന്. എന്നാൽ അത് ശരിയല്ല. വേറെയാരെങ്കിലുമാകാൻ കഴിഞ്ഞെങ്കിൽ എന്ന് ഞാൻ പ്രാർത്ഥിച്ചിട്ടുണ്ട്. ആരെങ്കിലും. എട്ടു വയസ്സോ എൺപത് വയസ്സോ, ആണോ പെണ്ണോ, എന്തിന് പട്ടിയായിപ്പോലും മാറാൻ കഴിയണമെന്ന് ഞാൻ കൊതിച്ചിട്ടുണ്ട്. അവരുടെ മനസ്സിൽ ജീവിക്കാൻ കഴിയണേ എന്നായിരുന്നു എനിക്ക്. എന്റെ കയ്യ് ഒരു അടുപ്പിലെ തീയോടു ചേർന്നിരിക്കുമ്പോൾ ഒരു ബക്കറ്റ് ഐസ് കാണുന്നതുപോലെ യായിരുന്നു അത്. വല്ലാത്തൊരു പീഢ. മാനസികസൗഖ്യം നേടാൻ കഴിയാത്തതിന്റെ തളർച്ച. ഏതൊരു നല്ല ചിന്തയും തുടങ്ങുംമുൻപേ അസ്തമിക്കുന്ന അവസ്ഥ.

ഞാൻ കരഞ്ഞു.

ഞാൻ ഒരിക്കലും കരയാൻ പേടിയുള്ള പുരുഷന്മാരുടെ ഗണത്തിൽ പെട്ടിരുന്നില്ല. എന്നാൽ വിഷാദം വന്നപ്പോൾ എന്റെ അവസ്ഥ എത്ര മോശമായാലും എനിക്ക് കരയാൻ സാധിച്ചില്ല. എന്റെ അനുഭവങ്ങൾ അതീന്ദ്രിയാനുഭവങ്ങൾപോലെയായിരുന്നു. വേറെയാർക്കോ സംഭവി ക്കുന്നതുപോലെ. കണ്ണുനീർ ഒരു ഭാഷയാണല്ലോ. എല്ലാത്തരം ഭാഷ കളും എനിക്ക് അന്യമായിരുന്നു. കണ്ണീരിനും എത്തിപ്പെടാനാകാത്തത്ര ദൂരെയായിരുന്നു ഞാൻ. നിങ്ങൾ ശുദ്ധീകരണസ്ഥലത്തു പൊഴിക്കുന്ന താണ് കണ്ണുനീർ. നിങ്ങൾ നരകത്തിൽ എത്തിക്കഴിഞ്ഞെങ്കിൽ പിന്നെ

കരഞ്ഞിട്ട് എന്തു കാര്യം? തുടങ്ങുന്നതിനുമുൻപേ എരിഞ്ഞുതീർന്ന വയാണ് എന്റെ കണ്ണുനീർ. പക്ഷേ, ഇപ്പോൾ അവ വന്നു. പക്ഷേ, സാധാരണ കണ്ണുനീർത്തുള്ളികളല്ല. സാധാരണ കണ്ണിൽനിന്ന് പുറപ്പെടുന്ന കണ്ണുനീരാണല്ലോ. ഇത് അതിലും ആഴത്തിൽനിന്നാണ്. എന്റെ വയറിൽനിന്ന് വരുന്നതുപോലെ. എന്റെ വയർ വല്ലാതെ വിറയ്ക്കാൻ തുടങ്ങി. അണപൊട്ടി. കരച്ചിൽ വന്നുതുടങ്ങിയപ്പോൾ പിന്നെ നിറുത്താൻപറ്റാതെയായി. എന്റെ അച്ഛൻ ബെഡ്റൂമിലേക്ക് വന്നപ്പോഴും കരച്ചിൽ നിന്നില്ല. ഇതെല്ലാം വളരെ പരിചിതമായിരുന്നെങ്കിലും എന്നെ നോക്കിയ അച്ഛന് എന്താണ് പ്രശ്നമെന്ന് മനസ്സിലാക്കാൻ കഴിഞ്ഞില്ല. എന്റെ അമ്മയ്ക്ക് പ്രസവാനന്തര വിഷാദമുണ്ടായിരുന്നു. അച്ഛൻ എന്റെ അരികിൽ വന്നു, എന്റെ മുഖം കണ്ടു. കരച്ചിൽ പിന്നെ പടർന്നുപിടിച്ചു. അച്ഛന്റെ കണ്ണുകൾ ചുവന്നു നിറഞ്ഞു. അച്ഛനെ അവസാനം കരഞ്ഞു കണ്ടത് എനിക്കോർമ്മയില്ല. എന്നോട് ഒന്നും സംസാരിക്കാതെ അച്ഛൻ എന്നെ ചേർത്തുപിടിച്ചു. ആ സ്നേഹം എനിക്ക് അറിയാനായി. എനിക്ക് വേണ്ടത്ര സ്നേഹം അനുഭവിക്കാൻ ഞാൻ ശ്രമിച്ചു. എനിക്കത് മുഴുവനും വേണമായിരുന്നു.

'ക്ഷമിക്കണം' എന്ന് ഞാൻ പറഞ്ഞെന്നു തോന്നുന്നു.

'എന്തിന്?' അച്ഛൻ മെല്ലെ പറഞ്ഞു. 'നിനക്കിത് പറ്റും. ഇതിൽനിന്ന് പുറത്തുവരാൻ പറ്റും. മാറ്റി, നീ ശ്രമിക്കണം.'

എന്റെ അച്ഛൻ കണിശക്കാരനായിരുന്നില്ല. പാവം സ്നേഹനിധിയായ ബുദ്ധിമാനായ ഒരച്ഛനായിരുന്നു. എന്നാൽ അച്ഛന് എന്റെ തലയുടെ ഉള്ളിൽ നടക്കുന്നത് അറിയാനുള്ള മാന്ത്രികവിദ്യ കൈവശമില്ലായിരുന്നു.

അച്ഛൻ പറഞ്ഞത് നേരാണ്. അതുതന്നെയാണ് എന്റെയും ആഗ്രഹം. പക്ഷേ, അത് എത്ര ബുദ്ധിമുട്ടുള്ള കാര്യമാണെന്ന് അച്ഛന് അറിയില്ലല്ലോ. ഇതിൽനിന്ന് പുറത്തുകടക്കൽ.

അത് ആർക്കും സാധിച്ചിട്ടില്ല. പുറത്തുനിന്നു നോക്കുന്ന ഒരാൾക്ക് നിങ്ങളുടെ ശരീരം കാണാം. കണികകൾകൊണ്ട് തീർത്ത നിങ്ങളുടെ ശരീരം. എന്നാൽ ഉള്ളിൽ ഒരു വലിയ സ്ഫോടനം നടന്നതുപോലെയാണ്.

വഴിമറന്ന് ചിന്തിക്കാൻ കഴിയാതെ ലോകമാകെ ചിതറിത്തെറിച്ച നിങ്ങൾ.

'ഞാൻ നോക്കാം അച്ഛാ, ഞാൻ നോക്കാം.'

അതാണ് അച്ഛൻ കേൾക്കാനാഗ്രഹിച്ച വാക്കുകൾ. അതുകൊണ്ടു ഞാൻ അത് പറഞ്ഞു. എന്റെ കുട്ടിക്കാലത്തെ ഭൂതങ്ങളെ തുറിച്ചു നോക്കുന്നതിലേക്ക് ഞാൻ തിരിച്ചുപോയി.

വളരെ സാധാരണമായ ഒരു കുട്ടിക്കാലം

മാനസികരോഗങ്ങൾ തനിയെ സംഭവിക്കുന്നതാണോ അതോ അത് സദാ നമ്മുടെകൂടെയുണ്ടോ?

ലോകാരോഗ്യ സംഘടനയുടെ പഠനം അനുസരിച്ച് പതിനാലു വയസ്സിനു മുൻപുതന്നെ പകുതിയിലേറെ മാനസികാരോഗ്യ പ്രശ്നങ്ങളും പ്രത്യക്ഷപ്പെട്ടുതുടങ്ങും.

ഇരുപത്തിനാലാമത്തെ വയസ്സിൽ എനിക്ക് അസുഖം വന്നപ്പോൾ വളരെ മോശമായ എന്തോ ഒന്ന് പെട്ടെന്നു സംഭവിച്ചതുപോലെയാണ് തോന്നിയത്. വളരെ സാധാരണമായ ഒരു കുട്ടിക്കാലമായിരുന്നു എന്റേത്. എന്നാൽ അതൊരിക്കലും സാധാരണമാണെന്ന് തോന്നിയില്ല. (ആർക്കെങ്കിലും അങ്ങനെ തോന്നാറുണ്ടോ?) എനിക്ക് സ്ഥിരമായി ഉത്കണ്ഠയുടെ പ്രശ്നം ഉണ്ടായിരുന്നു.

പടിക്കെട്ടിൽനിന്ന് കരഞ്ഞുകൊണ്ട് എന്റെ മാതാപിതാക്കൾ വരുന്നതുവരെ എന്റെ കൂടെയിരിക്കുമോ എന്ന് ബേബിസിറ്ററോട് കെഞ്ചുന്ന പത്തുവയസ്സിലെ ഓർമ്മ എനിക്കുണ്ട്. ഞാൻ കരഞ്ഞു. അവർ കരുണയുള്ളവർ ആയിരുന്നതുകൊണ്ട് എന്നെ അവരുടെകൂടെ ഇരിക്കാൻ അനുവദിച്ചു. എനിക്കവരെ വല്ലാതെ ഇഷ്ടമായിരുന്നു. അവർക്ക് വാനിലയുടെ മണമായിരുന്നു. വലിയ ടീഷർട്ടുകൾ ധരിച്ചിരുന്നു. ജെന്നിയെന്നു പേര്. റോഡിനക്കരെ താമസിച്ചിരുന്ന ജെന്നി എന്ന ബേബിസിറ്റർ. ഒരു ദശാബ്ദം കഴിഞ്ഞപ്പോൾ നഗ്നരായ സ്ത്രീകളുടെ വളരെ വലിയ ചിത്രങ്ങൾ വരച്ച ജെന്നി സവീൽ എന്ന കലാകാരിയായി അവർ മാറി.

'അവർ വേഗം വരുമോ?'

'വരും', ജെന്നി ക്ഷമയോടെ പറഞ്ഞു. 'തീർച്ചയായും വരും. അവർ തൊട്ടടുത്ത് എത്തി. ഒരു മൈൽ ദൂരെ. അത്ര ദൂരമല്ല കേട്ടോ.'

എനിക്ക് അതറിയാം.

എന്നാൽ അവരെ ആരെങ്കിലും കൊല്ലുകയോ പട്ടികൾ ആക്രമിക്കുകയോ ചെയ്തേക്കാം. എന്നാൽ അങ്ങനെ സംഭവിച്ചില്ല. ഞങ്ങളുടെ ആ പ്രദേശത്തെ ആരെയുംതന്നെ പട്ടികൾ ആക്രമിച്ച കഥ കേട്ടിട്ടില്ല. അവർ തിരികെ വീട്ടിലെത്തി. എന്നാൽ എന്റെ കുട്ടിക്കാലം മുഴുവൻ

പലപ്പോഴും ഞാൻ ഈ ചിന്ത കൊണ്ടുനടന്നു. എന്നെത്തന്നെ ഉത്കണ്ഠയിൽ ജീവിക്കാൻ പരിശീലിപ്പിച്ചു. അന്തമില്ലാത്ത സാധ്യതകളുള്ള ഒരു ലോകത്തിൽ വേദനയുടെയും നഷ്ടത്തിന്റെയും സാധ്യതകളും അനേകമാണ്.

പേടിയിൽനിന്ന് സങ്കൽപ്പവും സങ്കൽപ്പത്തിൽനിന്ന് പേടിയും ഉണ്ടായി ഒടുവിൽ ഭ്രാന്തായിപ്പോകുന്ന അവസ്ഥയെത്തും. പിന്നെ വേറെന്തെങ്കിലും ഉണ്ടാകും. അങ്ങനെയങ്ങനെ എനിക്ക് പതിമൂന്നു വയസ്സായി. ഒരു ദിവസം ഞാനും എന്റെ സുഹൃത്തും കുറച്ചു പെൺകുട്ടികളുടെകൂടെ കളിസ്ഥലത്ത് ഇരിക്കുകയായിരുന്നു. അതിൽ എനിക്ക് ഏറെ ഇഷ്ടമുണ്ടായിരുന്ന ഒരു പെൺകുട്ടി എന്നെ നോക്കിയതിനുശേഷം കൂട്ടുകാരികളെ നോക്കി മുഖം വക്രിപ്പിച്ചു. ഇരുപത്താറു വർഷം കഴിഞ്ഞ് ഇതെഴുതാൻ ഇരുന്നപ്പോഴും ഓർമ്മയിൽ വന്ന ഒരു വാചകം പറഞ്ഞു. 'ഹോ, എനിക്ക് അതിന്റെ അടുത്ത് ഇരിക്കേണ്ട. മുഖത്തുനിറയെ എട്ടുകാലിയുടെ കാലുകളാണ്. 'നിന്ന മണ്ണ് എന്നെ വിഴുങ്ങാൻ വിസമ്മതിക്കവേ' അവൾ അത് വിശദീകരിച്ചു. 'അവന്റെ മുഖത്തെ മറുകിൽനിന്ന് വളരുന്ന രോമം. എട്ടുകാലിയെപ്പോലെയുണ്ട്.'

അന്ന് ഉച്ചകഴിഞ്ഞ് അഞ്ചു മണിയായപ്പോൾ ഞാൻ എന്റെ വീട്ടിലെ ബാത്റൂമിൽ ചെന്ന് അച്ഛന്റെ കത്തിയെടുത്ത് എന്റെ മുഖത്തെ രോമം വടിച്ചു. എന്റെ മുഖം കണ്ട് എനിക്ക് തീരെ ഇഷ്ടമായില്ല. എന്റെ മുഖത്തെ വലിയ രണ്ടു മറുകുകളെ ഞാൻ നോക്കി. എന്റെ ടൂത്ത്ബ്രഷ് എടുത്ത് ഒരു മറുകിൽ അമർത്തി. കണ്ണുകളടച്ച് ഞാൻ ഉരസി. ഉരച്ചുരച്ച് സിങ്കിൽ ചോര വീണു. എന്റെ മുഖം വേദനയും ചൂടുംകൊണ്ട് വിങ്ങി.

എന്റെ അമ്മ കയറിവന്നപ്പോൾ ഞാൻ ചോരയൊലിപ്പിച്ച് നിൽക്കുന്നതാണ് കണ്ടത്.

'മാത്യു, എന്താ മുഖത്ത് പറ്റിയത്?'

ചോരയൊലിക്കുന്ന മുറിവിനുമേൽ ഒരു ടിഷ്യു പിടിച്ചുകൊണ്ട് ഞാൻ സത്യം തുറന്നുപറഞ്ഞു.

ആ രാത്രി എനിക്കുറങ്ങാൻ കഴിഞ്ഞില്ല. കട്ടിയുള്ള ഒരു പ്ലാസ്റ്ററിന്റെ അടിയിൽ എന്റെ വലതുകവിൾ വിറച്ചു. എന്നാൽ അതല്ല ഉറക്കം പോയതിന്റെ കാരണം. നാളെ സ്കൂളിൽ പോയി ഈ പ്ലാസ്റ്ററിനെപ്പറ്റി എന്തു പറയും എന്നായിരുന്നു മനസ്സിൽ. മരിച്ചുപോയിരുന്നെങ്കിൽ എന്നൊക്കെ ഞാൻ ചിന്തിച്ചു.

ഞാൻ മരിച്ചുവെന്ന വാർത്ത കേൾക്കുന്ന ആ പെൺകുട്ടി കുറ്റബോധംകൊണ്ട് കരയുന്നതിനെപ്പറ്റി ഞാൻ സങ്കൽപ്പിച്ചു. ഒരു ആത്മഹത്യാചിന്ത. ഇത് അതാവണം. പക്ഷേ, സമാധാനം നിറഞ്ഞ ഒരു ചിന്ത.

അങ്ങനെ എന്റെ കുട്ടിക്കാലം കടന്നുപോയി. എന്റെ ഉത്കണ്ഠ തുടർന്നു. എന്റെ ഇടതുപക്ഷ സഹയാത്രികരായ മിഡിൽ ക്ലാസ് മാതാപിതാക്കളുടെയൊപ്പം ഒരു വലതുപക്ഷ ടൗണിൽ ഞാൻ ഒരു അപരിചിതനെപ്പോലെ ജീവിച്ചു. പതിനാറാം വയസ്സിൽ മോഷണത്തിന് ഞാൻ അറസ്റ്റിലായി. ഒരു ഹെയർ ജെല്ലും ഒരു ചോക്കലേറ്റുമാണു മോഷ്ടിച്ചത്. ഒരു വൈകുന്നേരം ഞാൻ പോലീസ് സെല്ലിൽ ചെലവിട്ടു. എന്നാൽ അത് വിഷാദമല്ല, ഒരു കൗമാരകാല മണ്ടത്തരം മാത്രമായിരുന്നു.

ഞാൻ സ്കേറ്റ്ബോർഡിൽ നടന്നു, നല്ലതും മോശവുമായ മാർക്കുകൾ വാങ്ങി. മുടി വിചിത്രശൈലിയിൽ വെട്ടി. ഒരു മധ്യകാല ശാപംപോലെ എന്റെ ചാരിത്ര്യം കൊണ്ടുനടന്നു. സാധാരണ ജീവിതം.

ഞാൻ എല്ലാവരുടെയുംകൂടെ ചേർന്നുപോയില്ല. ഞാൻ ആളുകളുടെ ഇടയിലൂടെ അവർ എന്ത് പ്രതീക്ഷിക്കുന്നോ അതായി അങ്ങനെ ജീവിച്ചു. എന്നാൽ എന്റെ ഉള്ളിൽ എപ്പോഴും എന്തോ തീക്ഷ്ണമായി എരിഞ്ഞിരുന്നു. അതെന്താണെന്ന് അറിയില്ലെങ്കിലും ഒരു അണക്കെട്ടിന് പിറകിലെ വെള്ളംപോലെ അതിങ്ങനെ നിന്നു. പിന്നീട് എന്റെ വിഷാദവും ഉത്കണ്ഠയും ഉറപ്പിച്ചപ്പോൾ അങ്ങനെ കെട്ടിക്കിടന്ന വികാരങ്ങളുടെ ഒരു കൂട്ടമായി ഞാൻ എന്റെ രോഗത്തെ അറിഞ്ഞു. അതൊരു തിരിച്ചറിവായിരുന്നു. നിങ്ങളുടെ മനസ്സിനെ കെട്ടഴിച്ചുവിടാൻ നിങ്ങൾ ഏറെ ബുദ്ധിമുട്ടുമ്പോൾ, നിങ്ങളുടെ സ്വത്വം അതിനുമുമ്പുള്ള എല്ലാ അർദ്ധസ്വത്വങ്ങളെയും തുറന്നുവിടുന്നത്പോലെ.

ഒരു സന്ദർശനം

എന്റെ പഴയ മോഷണപങ്കാളിയായിരുന്ന പോൾ ഇപ്പോൾ എന്റെ മാതാപിതാക്കളുടെ സ്വീകരണമുറിയിൽ ഇരിക്കുന്നു. ഞാൻ അവനെ സ്കൂൾ കഴിഞ്ഞ് വർഷങ്ങളായി കണ്ടിട്ട്. ഏതാണ്ട് ഒരു നൂറ്റാണ്ടു മുൻപ് കണ്ടതുപോലെയൊക്കെയാണ് എനിക്ക് തോന്നുന്നത്. എന്നാൽ ഞാൻ പഴയ ഞാൻതന്നെയാണ് എന്ന രീതിയിലാണ് അവൻ എന്നെ നോക്കുന്നത്. അവനു എങ്ങനെ ഈ വ്യത്യാസങ്ങൾ കാണാതെയിരിക്കാൻ കഴിയുന്നു?

'ശനിയാഴ്ച രാത്രി പുറത്തുപോയാലോ? വാടാ, പണ്ടത്തെപ്പോലെ.'

അതൊരു മണ്ടൻ ആശയമായിരുന്നു. അങ്ങേയറ്റത്തെ പേടിയോടെയല്ലാതെ എനിക്ക് വീടിനു വെളിയിൽ ഇറങ്ങാൻ കഴിഞ്ഞിരുന്നില്ല. 'ഞാനില്ല'. ഞാൻ പറഞ്ഞു.

'എന്താ പ്രശ്നം?'

'എനിക്ക് വയ്യ. ആകെ ഒരു വല്ലായ്ക.'

'അപ്പോഴല്ലേ കറങ്ങാൻ പോകേണ്ടത്! ആൻഡ്രിയയെയും വിളിക്കൂ. നമുക്ക് പുറത്തൊക്കെ പോയിവരാം.'

'പോൾ, നിനക്കത് മനസ്സിലാകില്ല.'

ഞാൻ കാരാഗ്രഹത്തിലായതുപോലെയായിരുന്നു. വർഷങ്ങൾക്ക് മുൻപ് ഒരു ചോക്കലേറ്റ് എടുത്തതിന് ആ പോലീസ് സെല്ലിൽ ഇരുന്നതുമുതൽ അടച്ചുപൂട്ടിയ ഇടങ്ങൾ എനിക്ക് പേടിയാണ്. എങ്ങനെ നിങ്ങൾ നിങ്ങളുടെ മനസ്സിന്റെതന്നെ തടവറയിലാകും എന്ന് ഞാൻ അപ്പോൾ തിരിച്ചറിഞ്ഞില്ല.

കുറച്ച് ആണത്തം കാണിക്ക്, ഞാൻ സ്വയം പറഞ്ഞു. ഞാനൊരിക്കലും അതിൽ മികച്ച ആളായിരുന്നില്ല.

ആണുങ്ങൾ ആരെങ്കിലും കരയുമോ?

ആണത്തം കാണിക്കുന്നതിനെപ്പറ്റി എനിക്ക് സംസാരിക്കാനുണ്ട്. സ്ത്രീകളെക്കാൾ വളരെ കൂടുതൽ പുരുഷന്മാർ ആത്മഹത്യ ചെയ്യുന്നുവെന്നാണ് കണക്ക്. യുകെയിൽ ഒന്നിനു മൂന്നും ഗ്രീസിൽ ഒന്നിന് ആറും അമേരിക്കയിൽ ഒന്നിനു നാലും ആണ് പുരുഷന്മാരുടെ ആത്മഹത്യാനിരക്ക്. ഇത് ഒരു ശരാശരിയാണ്. ലോകാരോഗ്യ സംഘടനയുടെ കണക്കുപ്രകാരം പുരുഷന്മാരെക്കാൾ കൂടുതൽ സ്ത്രീകൾ ആത്മഹത്യ ചെയ്യുന്നത് ചൈനയിലും ഹോംഗ്കോങ്ങിലുമാണ്. ബാക്കി എല്ലാ സ്ഥലത്തും പുരുഷന്മാരാണ് സ്ത്രീകളെക്കാൾ കൂടുതലായി ആത്മഹത്യ ചെയ്യുന്നത്. എന്നാൽ എല്ലാ ഔദ്യോഗികകണക്കിലും പുരുഷന്മാരേക്കാൾ രണ്ടിരട്ടി സ്ത്രീകൾ വിഷാദത്തിന് അടിമപ്പെടുന്നു.

അപ്പോൾ ഒരു പുരുഷനായതുകൊണ്ട് നിങ്ങൾക്ക് കൂടുതൽ അപകടസാധ്യതയുണ്ടാകുന്ന എന്തോ ഒന്നുണ്ട്. അതിൽതന്നെ ഒരു വിരോധാഭാസമുണ്ട്. അല്ലേ? വിഷാദത്തിന്റെ ഒരു ലക്ഷണമാണ് ആത്മഹത്യയെങ്കിൽ എന്തുകൊണ്ടാണ് പുരുഷന്മാരേക്കാൾ കൂടുതൽ സ്ത്രീകൾ വിഷാദം അനുഭവിക്കുന്നത്? അല്ലെങ്കിൽ, മറ്റൊരുതരത്തിൽ പറഞ്ഞാൽ, നിങ്ങൾ ഒരു പുരുഷനാണെങ്കിൽ എന്തുകൊണ്ടാണു വിഷാദം മരണകാരണമായി മാറുന്നത്?

പല കാലഘട്ടങ്ങൾക്കിടയിൽ ആത്മഹത്യയുടെ കണക്കുകളും രാജ്യങ്ങളും ലിംഗവേർതിരിവുകളും വ്യത്യാസപ്പെട്ടിരിക്കും. ഒരു കണക്കും കല്ലിൽകൊത്തിയതല്ല.

ഉദാഹരണത്തിന് യുകെയിൽ 1981-ൽ 2,466 സ്ത്രീകൾ ആത്മഹത്യ ചെയ്തു. മുപ്പതുവർഷം കഴിഞ്ഞപ്പോൾ ആ സംഖ്യ നേർ പകുതിയായി 1391-ലെത്തി. എന്നാൽ പുരുഷന്മാരുടെ സംഖ്യ 4129-ൽനിന്ന് 4590 ആവുകയാണ് ചെയ്തത്.

അങ്ങനെ 1981-ൽ ഓഫീസ് ഓഫ് നാഷണൽ സ്റ്റാറ്റിസ്റ്റിക്സ് റിക്കോർഡ്സ് ആരംഭിച്ചപ്പോൾ സ്ത്രീകളെക്കാൾ കൂടുതൽ പുരുഷന്മാർ ആത്മഹത്യ ചെയ്തിരുന്നുവെങ്കിലും 1.9 തവണമാത്രം. പക്ഷേ, ഇപ്പോൾ മൂന്നര തവണ കൂടുതൽ സാധ്യതയിൽ നമ്മൾ എത്തിനിൽക്കുന്നു.

എന്തുകൊണ്ടാണ് ഇപ്പോഴും ഇത്രയധികം പുരുഷന്മാർ തങ്ങളുടെ ജീവനെടുക്കുന്നത്? എന്താണ് പ്രശ്നം?

ഒരു ലളിതമായ ഉത്തരം പുരുഷന്മാർ മാനസികാരോഗ്യ പ്രശ്നങ്ങളെ ഒരു ബലഹീനതയായി കാണുന്നതും അതിനു സഹായം തേടാൻ വിസമ്മതിക്കുന്നതുമാണ്.

ആണുങ്ങൾ ആരെങ്കിലും കരയുമോ? പക്ഷേ, കരയുമല്ലോ. ഞാൻ കരയും. ഞാൻ എപ്പോഴും കരയും. (ഇന്ന് ഉച്ചയ്ക്ക്കൂടി 'ബോയ്ഹുഡ്' കണ്ട് ഞാൻ കരഞ്ഞതേയുള്ളൂ. ആൺകുട്ടികളും പുരുഷന്മാരും ആത്മഹത്യ ചെയ്യും. വൈറ്റ് നോയിസിലെ ഡോൺ ഡെലിലോയുടെ ആശങ്ക നിറഞ്ഞ കഥാപാത്രമായ ജാക്ക് ഗ്ലാഡ്നി പുരുഷത്വം എന്ന ആശയത്തിന്റെ പിടിയിൽ പീഡിതനാണ്. അയാൾ പറയുന്നത് ഇങ്ങനെ: 'ഒരു കേടായ പൈപ്പ് നന്നാക്കാൻ പറ്റാത്തതിലും ഉപയോഗശൂന്യനായ പുരുഷനുണ്ടോ ചരിത്രത്തിൽ? നന്നാക്കാൻ പറ്റാത്തത് മനസ്സാണെങ്കിലോ?'

സ്വന്തം ആണത്തത്തെപ്പറ്റി ആശങ്കപ്പെടുന്ന ഒരു പുരുഷൻ മനസ്സിന്റെ കേടുകളും സ്വയം നന്നാക്കാം എന്ന് കരുതാം. ആധുനിക ജീവിതത്തിന്റെ ഒച്ചയ്ക്കിടയിൽ നിശ്ശബ്ദതകൊണ്ടും മദ്യംകൊണ്ടുമാകും അയാൾ സ്വയം ചികിത്സിക്കുക.

നിങ്ങൾ മാനസികാരോഗ്യപ്രശ്നങ്ങളുള്ള സ്ത്രീയോ പുരുഷനോ ആകട്ടെ, നിങ്ങൾ വളരുന്ന ഒരു സംഘത്തിന്റെ ഭാഗമാണ്. വളരെ മികച്ച, വളരെ ശക്തരായ ആളുകൾ വിഷാദത്തിനു അടിമപ്പെട്ടവരാണ്. ഇതിൽ രാഷ്ട്രീയക്കാരും ബഹിരാകാശയാത്രികരും കവികളും ചിത്രകാരന്മാരും ചിന്തകരും ശാസ്ത്രജ്ഞരും ഒരുപാട് ഗണിതശാസ്ത്രജ്ഞരും അഭിനേതാക്കളും ബോക്സർമാരും സമാധാനവക്താക്കളും യുദ്ധനേതാക്കളും സ്വന്തം യുദ്ധങ്ങൾ നടത്തുന്ന കോടിക്കണക്കിനു നിരവധി മനുഷ്യരും ഉൾപ്പെടും.

നിങ്ങൾക്ക് വിഷാദമുള്ളതുകൊണ്ട് നിങ്ങൾ ഒരു കുറഞ്ഞ ആണോ പെണ്ണോ മനുഷ്യനോ ആകുന്നില്ല. കാൻസറോ ഹൃദ്രോഗമോ കാർ അപകടമോപോലെയാണ് ഇതും. അപ്പോൾ എന്താണ് നാം ചെയ്യേണ്ടത്? സംസാരിക്കണം. കേൾക്കണം. സംസാരിക്കാൻ ആളുകളെ പ്രോത്സാഹിപ്പിക്കണം. ആളുകൾ പറയുന്നത് കേൾക്കണം. സംഭാഷണങ്ങൾ വളർത്തണം. സംഭാഷണത്തിൽ പങ്കുചേരാൻ ആഗ്രഹിക്കുന്ന ആളുകളെ കൂടെക്കൂട്ടണം. ആവർത്തിച്ചാവർത്തിച്ച് പറയണം, വിഷാദം നിങ്ങൾ തുറന്നു സമ്മതിക്കുന്ന ഒരു പ്രശ്നമല്ല, നിങ്ങൾക്ക് അതിൽ നാണിക്കേണ്ട കാര്യമില്ല. അതൊരു മനുഷ്യാവസ്ഥയാണ്. ആണിനോ പെണ്ണിനോ പുരുഷനോ സ്ത്രീക്കോ യുവാവിനോ വൃദ്ധനോ

കറുത്തവർക്കോ വെളുത്തവർക്കോ സ്വവർഗാനുരാഗികൾക്കോ അല്ലാത്തവർക്കോ ധനികർക്കോ ദരിദ്രർക്കോ അങ്ങനെ ആർക്കും സംഭവിക്കാം.

ഇതല്ല നിങ്ങൾ. ഇത് നിങ്ങൾക്ക് സംഭവിക്കുന്ന ഒരു കാര്യം മാത്രമാണ്. സംസാരിക്കുന്നതിലൂടെ ആശ്വാസം ലഭിക്കുന്ന ഒരു കാര്യമാണിത്. വാക്കുകൾക്ക് സൗഖ്യവും പിന്തുണയും നല്കാൻ കഴിയും. എന്റെ അനുഭവത്തെപ്പറ്റി എല്ലാവരോടും തുറന്നുസംസാരിക്കാൻ എനിക്ക് ഒരു ദശാബ്ദമെടുത്തടുത്തു. സംസാരിക്കുക എന്നതുതന്നെ തെറാപ്പിപോലെയാണ് എന്ന് ഞാൻ തിരിച്ചറിഞ്ഞു. സംസാരം ഉള്ളയിടത്ത് പ്രതീക്ഷയുമുണ്ട്.

2

ഇറക്കം

'കാറ്റും കോളുമടങ്ങുമ്പോൾ എങ്ങനെ നിങ്ങൾ അതിനെ അതിജീവിച്ചെന്നോ എങ്ങനെ രക്ഷപെട്ടെന്നോ നിങ്ങൾക്ക് ഓർമ്മ കാണില്ല. കാറ്റ് നിലച്ചോ എന്നുപോലും നിങ്ങൾക്ക് ഉറപ്പുണ്ടാകില്ല. എന്നാൽ ഒരു കാര്യം ഉറപ്പാണ്. നിങ്ങൾ കാറ്റിനെ അതിജീവിച്ച് പുറത്തെത്തുമ്പോൾ അതിൽകുടുങ്ങിപ്പോയ ആളല്ല തിരിച്ചുവരുന്നത്. അതാണ് കൊടുങ്കാറ്റുകളുടെ രഹസ്യം.'

–ഹാരുകി മുറകാമി, കാഫ്ക ഓൺ ദി ഷോർ

ചെറി ബ്ലോസം

വിഷാദത്തിന്റെ ഒരു പ്രശ്നം നിങ്ങൾ പലപ്പോഴും നിങ്ങളുടെ തലച്ചോറിന്റെ പ്രവർത്തനത്തെപ്പറ്റി അമിതശ്രദ്ധയിലാകും എന്നതാണ്.

എന്റെ അസുഖസമയത്ത് എന്റെ മാതാപിതാക്കളുടെകൂടെ താമസിച്ചപ്പോൾ ഞാൻ എന്റെ തലച്ചോറിനുള്ളിൽ കയറി എന്നെ മോശമായി ചിന്തിപ്പിക്കുന്ന ഭാഗങ്ങൾ എടുത്തുമാറ്റുന്നതിനെപ്പറ്റിയൊക്കെ ചിന്തിച്ചിട്ടുണ്ട്. വിഷാദമുള്ള മറ്റുള്ളവരോട് സംസാരിച്ചതിൽനിന്നും വായിച്ചറിവുകളിൽനിന്നും ഞാൻ മനസ്സിലാക്കുന്നത് ഇതൊരു സാധാരണ ആഗ്രഹമാണ് എന്നാണ്.

പക്ഷേ ഏത് ഭാഗമാണ് ഞാൻ എടുത്തുമാറ്റുക?

ഒരു വലിയ കഷണമോ ഒരു ചെറിയ ഭാഗമോ?

ഒരിക്കൽ ഞാൻ ലീഡ്സിലെ പാർക്ക്സ്ക്വയറിലെ ഒരു ബെഞ്ചിൽ ഇരിക്കുകയാണ്. സിറ്റി സെന്ററിലെ ഒരു ഉറക്കംതൂങ്ങിയ പ്രദേശമാണത്. ലീഗൽ ഓഫീസുകളായി മാറിയ വിക്ടോറിയൻ വീടുകളാണ് അവിടെയുള്ളത്. ഞാൻ ഒരു ചെറിമരത്തെ തുറിച്ചുനോക്കി അങ്ങനെ ഇരുന്നു. ഉത്കണ്ഠയില്ലാത്ത വിഷാദം. പൂർണ്ണമായ ശൂന്യത. എനിക്ക് അനങ്ങാൻ പോലും കഴിഞ്ഞില്ല. ആൻഡ്രിയ എന്റെയൊപ്പം ഉണ്ടായിരുന്നു. എന്റെ തോന്നൽ എത്ര കഠിനമാണെന്ന് അവളോട് ഞാൻ പറഞ്ഞില്ല. ഞാൻ ആ മരത്തിലെ പിങ്ക് പൂക്കളെ നോക്കി ഇരുന്നു. ആ മരത്തിൽനിന്ന് കൊഴിഞ്ഞുവീഴുന്ന പൂക്കളെപ്പോലെ എന്റെ ചിന്തകൾ എന്റെ തലയിൽനിന്ന് പറന്നുപോയിരുന്നെങ്കിൽ എന്ന് ഞാൻ ആശിച്ചു. എനിക്ക് കരച്ചിൽ വന്നു. പൊതുസ്ഥലമാണ്. കാരണമോ, ഞാൻ ഒരു ചെറിമരമായിരുന്നെങ്കിൽ എന്ന് ആലോചിച്ച്.

വിഷാദത്തിന്റെ ശാസ്ത്രം പഠിക്കുമ്പോൾ നമുക്കറിയാത്ത ഒരുപാട് കാര്യങ്ങൾ അതിലുണ്ടെന്ന് നമ്മൾ തിരിച്ചറിയും. തൊണ്ണൂറു ശതമാനവും അജ്ഞാതമാണ്.

അജ്ഞാതം അനിശ്ചിതം

ഡോക്ടർ ഡേവിഡ് ആദം ഒബ്സസീവ്-കംപൾസീവ് ഡിസോർഡറിനെപ്പറ്റിയുള്ള അദ്ദേഹത്തിന്റെ പ്രശസ്തമായ പുസ്തകമായ 'ദി മാൻ ഹൂ കുഡന്റ് സ്റ്റോപ്പിൽ' പറയുന്നത് 'ഒരു വിഡ്ഢിയോ ഒരു നുണയനോ മാത്രമേ നിങ്ങളോട് തലച്ചോർ എങ്ങനെയാണ് പ്രവർത്തിക്കുന്നതെന്ന് പറയൂ' എന്നാണ്. ഒരു വീട്ടുപകരണംപോലെ ലളിതമല്ല തലച്ചോറ്. അത് ഏറെ സങ്കീർണ്ണമാണ്. ഒരു കിലോയിൽ താഴെ മാത്രമേ അതിനു ഭാരം കാണൂ. എന്നാൽ ഒരു ജീവിതകാലം മുഴുവനുള്ള ഓർമ്മകൾ അതിലാണ് ഉള്ളത്.

നമുക്ക് എന്തിനെന്നോ എങ്ങനെയെന്നോ അറിയാത്ത ഒരുപാടു കാര്യങ്ങൾ തലച്ചോറിലുണ്ട്, അത് അത്ഭുതകരമാണ്. മറ്റെല്ലാംപോലെ നമ്മുടെ തലച്ചോറും കോടാനുകോടി വർഷങ്ങൾക്കുമുൻപ് നിലവിൽ വന്ന കണികകൾകൊണ്ട് നിർമ്മിക്കപ്പെട്ടവയാണ്. എന്നാൽ സകല പ്രപഞ്ചത്തേയുംപറ്റി ആലോചിക്കാൻ നമ്മെ സഹായിക്കുന്ന നമ്മുടെ തലച്ചോറിന്റെ പ്രവൃത്തികളെക്കാൾ കൂടുതൽ വിവരങ്ങൾ നമുക്ക് നക്ഷത്രങ്ങളെപ്പറ്റിയോ പ്രപഞ്ചത്തെപ്പറ്റിയോ അറിയാം.

ഒരുപാട് ആളുകൾ ഇന്നും കരുതുന്നത് വിഷാദം കെമിക്കൽ അസന്തുലിതാവസ്ഥകൊണ്ട് സംഭവിക്കുന്നതാണ് എന്നാണ്.

'രാസവസ്തുക്കളാണ് ഭ്രാന്തിന്റെ അടിസ്ഥാനം' എന്ന് കർട്ട് വൊണിഗെറ്റ് *ബ്രേക്ക്ഫാസ്റ്റ് ഓഫ് ചാമ്പ്യൻസ്* എന്ന പുസ്തകത്തിൽ പറയുന്നു. 'മനസ്സിനെ താളംതെറ്റിക്കുന്ന ചില രാസവസ്തുക്കൾ ഡ്വേയ്ൻ ഹൂവറിന്റെ ശരീരം ഉൽപ്പാദിപ്പിച്ചു' എന്നാണ് ഒരു വരി.

ആകർഷകമായ ഒരു ആശയമാണത്. ഇക്കാലത്തിനിടെ ആളുകൾ ഇതിനെപ്പറ്റി ശാസ്ത്രീയപഠനങ്ങളും നടത്തിയിട്ടുണ്ട്. വിഷാദത്തെ പഠിക്കുന്ന ശാസ്ത്രപരീക്ഷണങ്ങൾ എല്ലാംതന്നെ ഡോപ്പമീൻ, സെറോടോണിൻ എന്നീ രാസവസ്തുക്കൾ കേന്ദ്രീകരിച്ചാണ് പുരോഗമിച്ചത്. സെറോടോണിൻ ഒരു ന്യൂറോട്രാൻസ്മിറ്ററാണ്. അതായത് തലച്ചോറിലെ ഒരിടത്തുനിന്നും മറ്റൊരിടത്തേക്ക് സന്ദേശങ്ങൾ അയയ്ക്കുന്നതരം രാസവസ്തു. തലച്ചോറിൽ സെറോട്ടോണിൻ ഉൽപ്പാദനത്തിന്റെ അളവ് കുറയുന്നതിലൂടെ സെറോട്ടോണിൻ അളവിൽ വ്യത്യാസങ്ങൾ വന്നാൽ അത് വിഷാദത്തിനു വഴിയൊരുക്കും എന്നാണ് ഒരു കണ്ടെത്തൽ.

അതുകൊണ്ടുതന്നെയാണ് പ്രോസാക്ക്പോലെയുള്ള വിഷാദമരുന്നുകൾ നിങ്ങളുടെ തലച്ചോറിലെ സെറോട്ടോണിൻ അളവുയർത്തുന്നത് – SSRI (സെലക്ടീവ് സെറോടോണിൻ റീ അപ്പ്ടേക് ഇൻഹിബിറ്റർമാരായി പ്രവർത്തിക്കുന്നത്.)

എന്നാൽ ഈ സെറോടോണിൻ തിയറി അങ്ങനെയങ്ങു വിഴുങ്ങാൻ വരട്ടെ.

വിഷാദം പരിഹരിക്കുന്നതിൽ വന്ന ഫലപ്രദമായ, ടിയാനപെറ്റിൻ പോലെയുള്ള ചില പുതിയ മരുന്നുകൾ SSRI-കൾ ചെയ്യുന്നതിന്റെ നേർവിപരീതം ചെയ്യാൻ തുടങ്ങിയതാണ് ഈ അനുമാനത്തെ ആളുകൾ മാറ്റിചിന്തിക്കാൻ കാരണം. മാത്രമല്ല ജീവനുള്ള ഒരു മനുഷ്യതലച്ചോറിൽ സെറോട്ടോണിന്റെ പ്രവർത്തനം അളക്കാൻ കൃത്യമായ വഴിയുമില്ല.

2008-ൽ ഗാർഡിയനിൽ വന്ന ലേഖനത്തിലൂടെ ബെൻ ഗോൾഡേക്കറാണ് ഈ സെറോട്ടോണിൻവാദത്തെ ആദ്യം ചോദ്യം ചെയ്തത്. 'അറുനൂറു ബില്യൺ ഫാർമവ്യവസായത്തിലെ അരവൈദ്യന്മാരാണ് വിഷാദത്തിന്റെ കാരണം സെറോട്ടോണിന്റെ അളവാണ് എന്ന വാർത്ത പ്രചരിപ്പിച്ചതും സെറോട്ടോണിൻ ഉള്ള മരുന്നുകളുടെ വിൽപ്പന തുടങ്ങിവെച്ചതും.... അതാണ് സെറോട്ടോണിൻവാദം. അത്ര ഉറപ്പൊന്നും ഇല്ലാതിരുന്ന ഈ വാദം ഇപ്പോൾ വിവാദവുമായി മാറി.'

ശാസ്ത്രജ്ഞർ എല്ലാവരും ഒരേ പാട്ടുപുസ്തകത്തിൽ നോക്കിയല്ല പാടുന്നത്. ചിലർക്ക് പാട്ടുപുസ്തകമുണ്ടെന്ന വിശ്വാസംപോലുമില്ല. മറ്റു ചിലരാകട്ടെ, പാട്ടുപുസ്തകം കത്തിച്ചുകളഞ്ഞ് സ്വന്തം പാട്ടുകൾ എഴുതാൻ തുടങ്ങി.

ഉദാഹരണത്തിന്, സ്റ്റാൻഫോർഡ് സർവകലാശാലയിലെ ബിഹേവിയറൽ സയൻസിലെ പ്രൊഫസറായ റോബർട്ട് മലെൻക വിശ്വസിക്കുന്നത് മറ്റു മേഖലകളിലും ഗവേഷണം നടക്കേണ്ടത് ആവശ്യമാണെന്നാണ്. ഉദാഹരണത്തിനു തലച്ചോറിന്റെ നടുവിലുള്ള ചെറിയ 'ന്യൂക്ലിയസ് അക്യുംബൻസ്' എന്ന ഭാഗം. ആനന്ദത്തിനും അഡിക്ഷനും കാരണം ഈ ഭാഗമാണെന്നിരിക്കെ അത് നന്നായി പ്രവർത്തിക്കുന്നില്ലെങ്കിൽ ആനന്ദത്തിന്റെ എതിരായ അൻഹെഡോണിയ തോന്നും എന്നാണ്. അതായത്, യാതൊരുതരം ആനന്ദവും അറിയാത്ത അവസ്ഥ വിഷാദത്തിന്റെ പ്രധാനപ്പെട്ട രോഗലക്ഷണം. അതിനർത്ഥം തലച്ചോറിനുള്ളിൽ കടന്നു നമ്മെ വിഷമിപ്പിക്കുന്ന ഭാഗം എടുത്തു മാറ്റാനുള്ള ആഗ്രഹം നടക്കില്ലെന്നാണ്-കാരണം ആ ചെറിയ ഭാഗത്തേക്ക് എത്തണമെങ്കിൽ നമ്മൾ മുഴുവൻ ഫ്രണ്ടൽ കോർട്ടക്സും കടന്നുചെല്ലണം.

തലച്ചോറിന്റെ ഒരു ഭാഗമോ തലച്ചോറിലെ രാസവസ്തുക്കളോ നമുക്ക് പൂർണ്ണമായ ഒരു ഉത്തരം തന്നെന്നുവരില്ല. എങ്ങനെയാണ്

ജീവിക്കുന്നത് എന്നോ നാം ജീവിക്കുന്ന ജീവിതങ്ങൾക്കുവേണ്ടി നിർമ്മിക്കപ്പെട്ടതല്ല നമ്മുടെ തലച്ചോറെന്നോ ഒക്കെ നാം പരിഗണിക്കേണ്ടതുണ്ട്. മനുഷ്യരുടെ തലച്ചോറുകൾ അതിന്റെ കഴിവുകളും ബോധവും വികാരങ്ങളുമെല്ലാം ശിലായുഗത്തിലോ ഷേക്സ്പിയറിന്റെയോ ക്രിസ്തുവിന്റെയോ ക്ലിയോപാട്രയുടെയോ കാലത്തുനിന്നും വ്യത്യാസപ്പെട്ടിട്ടില്ല. കാലംമാറുന്ന വേഗത്തിൽ തലച്ചോറ് മാറുന്നില്ല. പ്രാചീനമനുഷ്യർക്ക് ബ്രെയ്ക്കിങ് ന്യൂസോ പോപ്പ് അപ്പ് പരസ്യങ്ങളോ മെട്രോയിലെ സെൽഫ് ചെക്ക്ഔട്ട് കടകളോ ഒന്നും നേരിടേണ്ടി വന്നിട്ടില്ല. ടെക്നോളജിക്ക് അനുസരിച്ച് പുരോഗമിച്ച് നമ്മെ സൈബോർഗുകളായി മാറ്റുന്നതിനുമുൻപ് ഈ മാറ്റങ്ങളൊക്കെയുമായി പൊരുത്തപ്പെടാനുള്ള നമ്മുടെ കഴിവിനെപ്പറ്റി ചിന്തിക്കേണ്ടതുണ്ട്.

ഒരു കാര്യം ഉറപ്പിച്ചു പറയാം. നാം ശാസ്ത്രത്തിന്റെ അവസാനത്തിലെത്തിയിട്ടില്ല. പ്രത്യേകിച്ച് ന്യൂറോ സയൻസ് പോലെ ഒരു പുതിയ ശാസ്ത്രശാഖ. ഇന്ന് നാം വിശ്വസിക്കുന്ന പല കാര്യങ്ങളും ഭാവിയിൽ തിരുത്തപ്പെടാം. അങ്ങനെയാണ് ശാസ്ത്രം. ശാസ്ത്രത്തിൽ അന്ധമായ വിശ്വാസത്തിനു സ്ഥാനമില്ല, തുടർച്ചയായ സംശയത്തിലൂടെയാണ് ശാസ്ത്രം പുരോഗമിക്കുന്നത്. നമ്മെത്തന്നെ ശ്രദ്ധിച്ചുകേൾക്കുക എന്നത് മാത്രമാണ് നമുക്ക് ചെയ്യാൻ കഴിയുന്ന ഒരു കാര്യം. നാം ഭേദപ്പെടാൻ ശ്രമിക്കുമ്പോൾ ആകെ പ്രാധാന്യമർഹിക്കുന്നത് നമുക്ക് സഹായകമായ കാര്യം എന്താണെന്നത് മാത്രമാണ്. എന്തെങ്കിലുമൊന്ന് നന്നായി പ്രവർത്തിക്കുന്നെങ്കിൽ എന്തുകൊണ്ട് എന്ന് അന്വേഷിക്കണമെന്നില്ല.

ഡയാസപ്പാം എനിക്ക് ശരിയായില്ല. ഉറക്കമരുന്നുകളും ഹോമിയോപ്പതിയും ഒന്നും എനിക്ക് പറ്റിയില്ല. പ്രോസാക്കിനെപ്പറ്റി കേട്ടതുതന്നെ എന്നെ പേടിപ്പിച്ചതുകൊണ്ട് ഞാനത് ശ്രമിച്ചതേയില്ല. അതുകൊണ്ട് അതിനെപ്പറ്റി എനിക്കറിയില്ല. ഞാൻ കോഗ്നിട്ടീവ് ബിഹേവിയറൽ തെറാപ്പിയും പരീക്ഷിച്ചിട്ടില്ല. മരുന്നുകൾ നിങ്ങൾക്ക് ഫലപ്രദമാകുന്നുണ്ടെങ്കിൽ, അത് സെറോട്ടോണിൻ കാരണമായാലും മറ്റെന്തെങ്കിലും കാരണംകൊണ്ടായാലും നിങ്ങൾ അതു തുടരുക. വാൾപേപ്പറിൽ നക്കുന്നത് ഫലപ്രദമായി തോന്നിയാൽ അത് ചെയ്യുക. ഞാൻ മരുന്നു വിരോധിയല്ല. എന്ത് ഫലപ്രദമായാലും ഞാൻ അതിനെയെല്ലാം പിന്തുണയ്ക്കും. ഒരുപാടു പേർക്ക് മരുന്നുകൾ ഫലപ്രദമാണ്. ഒരു പക്ഷേ, ഭാവിയിൽ ഞാനും അത് ചെയ്തേക്കാം. വ്യായാമം എന്നെ സഹായിക്കുന്നുണ്ട്. യോഗയും സ്നേഹമുള്ള ആളുകളുടെകൂടെ സമയം ചെലവിടുന്നതും എന്നെ സഹായിക്കുന്നുണ്ട്. അതുകൊണ്ടു ഞാൻ അതൊക്കെ തുടരും. സാർവത്രികമായ ഉറപ്പുകൾ ഇല്ലാത്തിടത്തോളം നമ്മുടെ ഏറ്റവും മികച്ച പരീക്ഷണശാലകൾ നമ്മൾതന്നെയാണ്.

തലച്ചോറും ശരീരമാണ്–ഭാഗം ഒന്ന്

തലച്ചോറിനെയും ശരീരത്തെയും രണ്ടായി കാണുന്ന ഒരു പ്രവണത നമുക്കുണ്ട്. മുൻപ് ഹൃദയമായിരുന്നു നമ്മുടെ സ്വത്വത്തിന്റെ കേന്ദ്ര മെങ്കിൽ ഇപ്പോൾ ജെസിബിയുടെ ഉള്ളിലെ മനുഷ്യനെപ്പോലെ ശരീരത്തെ പുറത്തുനിന്നു നിയന്ത്രിക്കുന്ന മനസ്സ് എന്ന ആശയം പ്രബലമാണ്. ശാരീരികസൗഖ്യത്തിൽനിന്നു വേറിട്ട് നിൽക്കുന്ന മാന സികസൗഖ്യം എന്ന ആശയംതന്നെ നമ്മെ പലതരത്തിൽ വഴിതെറ്റി ക്കുന്നതാണ്. നിങ്ങൾക്ക് ആശങ്കയും വിഷാദവും വരുമ്പോൾ സംഭവി ക്കുന്ന കാര്യങ്ങൾ പലതും പക്ഷേ അതല്ല സൂചിപ്പിക്കുന്നത്. ഹൃദയം മിടിക്കുന്ന രീതിയും വേദനിക്കുന്ന കൈകാലുകളും വിയർക്കുന്ന ഉള്ളംകൈയും ആകുലതകളോടൊപ്പം വരുന്ന തളർച്ചയും വിഷാദ ത്തോടൊപ്പം വരുന്ന ശരീരവേദനകളും ക്ഷീണവും ഒക്കെ ഉദാഹരണ ങ്ങളാണ്.

സൈക്കോ

എന്റെ പതിമൂന്നാമത്തെ വയസ്സിലാണ് ആദ്യമായി എനിക്ക് എന്റെ തലച്ചോറിന് എന്തോ പ്രശ്നമുണ്ടെന്ന് തോന്നിയത്. ഒരു ബ്രഷ് കൊണ്ട് എന്റെ മുഖത്തെ മറുക് നീക്കാൻ ഞാൻ ശ്രമിച്ചതിനുശേഷം കുറച്ചു മാസങ്ങൾകഴിഞ്ഞാണ് അത്.

ഞാൻ ഡെർബിഷയറിലെ പീക്ക് ഡിസ്ട്രിക്റ്റിൽ ആയിരുന്നു. സ്കൂളിൽനിന്നുള്ള വിനോദയാത്ര പോയതാണ്. പെൺകുട്ടികൾ ഹോസ്റ്റലിലാണ് താമസിച്ചത്. ആൺകുട്ടികൾക്കും ഹോസ്റ്റൽ തീരുമാനിച്ചിരുന്നെങ്കിലും ഒരു ഡബിൾ ബുക്കിങ് സംഭവിച്ചതുകൊണ്ടു ഞങ്ങൾ എട്ട് ആൺകുട്ടികൾ ചൂടുള്ള ഹോസ്റ്റൽമുറിക്ക് പുറത്ത് ഒരു ലായത്തിലാണ് തങ്ങിയത്.

വീട്ടിൽനിന്ന് മാറിനിന്നത് എനിക്ക് തീരെ ഇഷ്ടമായില്ല. അത് എന്റെ മറ്റൊരു വലിയ ആകുലതയായിരുന്നു. എനിക്ക് എന്റെ വീട്ടിലെ എന്റെ കട്ടിലിൽ എന്റെ ബിയാട്രിസ് ഡാലി പോസ്റ്റർ നോക്കി അല്ലെങ്കിൽ സ്റ്റീഫൻ കിങ്ങിന്റെ ക്രിസ്റ്റീൻ വായിച്ചുകൊണ്ട് കിടക്കണമായിരുന്നു.

ഞാൻ മുകളിലെ ബങ്കിൽ കിടന്നുകൊണ്ട് ജനാലയിലൂടെ നക്ഷത്രങ്ങളില്ലാത്ത ആകാശം നോക്കിക്കിടന്നു. ആ ആൺകുട്ടികൾക്കിടയിൽ എനിക്ക് കൂട്ടുകാർ ഉണ്ടായിരുന്നില്ല. അവർ ആകെ ഫുട്ബോളിനെപ്പറ്റി മാത്രം സംസാരിച്ചു. അതെനിക്ക് താത്പര്യമുള്ള വിഷയമായിരുന്നില്ല. അവർക്ക് താത്പര്യമുള്ള മറ്റൊരു വിഷയം സ്വയംഭോഗമായിരുന്നെങ്കിലും ഞാൻ പൊതുവിൽ ചർച്ചചെയ്യാൻ ആഗ്രഹിക്കുന്ന ഒരു വിഷയമായിരുന്നില്ല അതും. അതുകൊണ്ടു ഞാൻ ഉറക്കംനടിച്ചു കിടന്നു.

ഞങ്ങളുടെ കൂടെ ഈ ലായത്തിൽ ടീച്ചർമാർ ആരുമുണ്ടായിരുന്നില്ല. എനിക്ക് ഇഷ്ടപ്പെടാത്ത ഒരുതരം അരാജകത്വം അവിടെയുണ്ടായിരുന്നു. ഞാൻ ആകെ തളർന്നിരുന്നു. ഞങ്ങൾ അന്ന് പത്തുമൈൽ നടന്നിരുന്നു, കൂടുതലും ചതുപ്പ് നിറഞ്ഞ പ്രദേശങ്ങളിലൂടെ. ഞങ്ങൾക്ക് ചുറ്റുമുള്ള ഭൂമിപോലെ കനത്തോടെ ഉറക്കം എന്നെ പൊതിഞ്ഞു. ചിരികേട്ടാണ് ഞാൻ ഉണർന്നത്.

ഭ്രാന്തമായ ചിരി. ലോകത്തിലെ ഏറ്റവും വലിയ തമാശ കണ്ടിട്ടെന്നപോലെയുള്ള ചിരി.

ഞാൻ ഉറക്കത്തിൽ സംസാരിച്ചുപോലും. ഒരു പതിമൂന്നു വയസ്സുകാരനു മറ്റൊരു പതിമൂന്നുവയസ്സുകാരന്റെ അബദ്ധംപോലെ തമാശ നിറഞ്ഞതായി മറ്റൊന്നുമില്ല. പശുക്കളെപ്പറ്റി എന്തോ ആണ് ഞാൻ പറഞ്ഞത്. നെവാർക്കിനെപ്പറ്റിയും. എന്റെ സ്ഥലമാണ് നെവാർക്ക്. അപ്പോൾ അതു മനസ്സിലാക്കാം. പക്ഷേ, പശുക്കളെപ്പറ്റി പറഞ്ഞതു വിചിത്രമാണ്. പീക്ക് ഡിസ്ട്രിക്റ്റിൽ പശുക്കളില്ല. കെൽഹാം നെവാർക്കിലാണ് എന്ന് ഞാൻ ആവർത്തിച്ച് പറഞ്ഞെന്നാണ് പിന്നീടറിഞ്ഞത്. നെവാർക്കിനു വെളിയിലുള്ള ഒരു ഗ്രാമമാണ് കെൽഹാം. അവിടെയാണ് ഞങ്ങളുടെ ടൗൺ കൗൺസിൽ. അവിടെയാണ് എന്റെ അച്ഛൻ ടൗൺ പ്ലാനിങ് ഡിപ്പാർട്ട്മെന്റിൽ ഒരു ആർക്കിടെക്ട് ആയി ജോലി ചെയ്യുന്നത്.

ആ തമാശയുടെ ഒപ്പംപോകാൻ ഞാൻ ആവുന്നത്ര ശ്രമിച്ചു. എന്നാൽ എനിക്ക് പേടിയുണ്ടായിരുന്നു, ക്ഷീണവും. ഒരു സ്കൂൾ ട്രിപ്പ് എന്നു പറഞ്ഞാൽ ശരിക്കും കാച്ചിക്കുറുക്കിയെടുത്ത സ്കൂൾ തന്നെയാണ്. എനിക്ക് ഏതാണ്ട് പതിനൊന്നു വയസ്സായപ്പോൾമുതൽ ഇരുപത്തെട്ട് കുട്ടികളുള്ള എന്റെ ഗ്രാമീണസ്കൂൾ ഞാൻ ആസ്വദിച്ചിരുന്നില്ല. ഇപ്പോൾ ഞാൻ പഠിക്കുന്ന മഗ്ദലേന ഹൈസ്കൂളിലാകട്ടെ ഞാൻ തീരെ സന്തുഷ്ടനായിരുന്നില്ല. എന്റെ ആദ്യത്തെ വർഷം മുഴുവൻ ഞാൻ വയറുവേദനകൾ അഭിനയിച്ചെങ്കിലും ആരും അതു വിശ്വസിച്ചില്ല. ഇടയ്ക്ക് ഞാൻ ഉറങ്ങിപ്പോയി. ഉണർന്നപ്പോൾ ഞാൻ വിറയ്ക്കുന്നുണ്ടായിരുന്നു. ഞാൻ എണീറ്റ് നിൽക്കുകയായിരുന്നു, എനിക്ക് തണുത്ത കാറ്റുവീശുന്നത് അറിയാൻ കഴിഞ്ഞിരുന്നു. എന്റെ കയ്യിൽനിന്ന് ചോര ഇറ്റുവീണിരുന്നു. എന്റെ കൈ ചോരകൊണ്ട് ചുവന്ന് തിളങ്ങിയിരുന്നു. എന്റെ ഉള്ളംകൈയിൽ ഒരു ചില്ലുകഷ്ണം തറച്ചുനിന്നിരുന്നു. എനിക്കാകെ പേടിയായി. മറ്റു കുട്ടികൾ എല്ലാവരും ഇപ്പോൾ എണീറ്റിരുന്നെങ്കിലും ആരും അപ്പോൾ ചിരിച്ചിരുന്നില്ല. ഒരു ടീച്ചറും സ്ഥലത്തെത്തിയിരുന്നു. എന്റെ കൈ ബാൻഡേജിട്ട് കെട്ടണമായിരുന്നു.

ഉറക്കത്തിൽ ഞാൻ എന്റെ കിടക്കയിൽനിന്ന് എണീറ്റ് നടന്നതാണ്. ഒരു തമാശപോലെ ഞാൻ വീണ്ടും പശുക്കളെപ്പറ്റി പറഞ്ഞിരുന്നു. (പശുക്കൾ വരുന്നു! പശുക്കൾ വരുന്നു!) പിന്നീട് ഞാൻ ആരുടെയോ കിടക്കയിൽ പോയി മൂത്രം ഒഴിച്ചു. പിന്നെ ഞാൻ ഒരു ജനാല അടിച്ചു പൊട്ടിച്ചു. അതിനുശേഷമാണ് കുട്ടികളിലൊരാൾ എന്നെ കുലുക്കി ഉണർത്തിയത്. ഇത് ആദ്യമായല്ല ഞാൻ ഉറക്കത്തിൽ എണീറ്റ് നടക്കുന്നത്. കഴിഞ്ഞ വർഷം ഞാൻ എന്റെ സഹോദരിയുടെ കിടപ്പുമുറിയിൽ പോയി ഷെൽഫിൽനിന്ന് പുസ്തകങ്ങൾ എടുത്തു. ഞാൻ കരുതിയത് ഞാൻ ലൈബ്രറിയിലാണ് എന്നായിരുന്നു. എന്നാൽ എന്റെ ഈ സ്വപ്നാടനം ആദ്യമായാണ് പൊതുവായി വെളിപ്പെടുന്നത്.

എനിക്ക് അങ്ങനെ ഒരു പുതിയ വിളിപ്പേര് കിട്ടി. സൈക്കോ. എനിക്ക് സ്വയം ഒരു വിചിത്രജീവിയായി തോന്നി. എന്നാൽ ഇത് ഇതിലേറെ മോശമാകാമായിരുന്നു. എനിക്ക് എന്നെ സ്നേഹിക്കുന്ന മാതാപിതാക്കളും കുറച്ചു സുഹൃത്തുക്കളും സഹോദരിയുമുണ്ടായിരുന്നു. അവരോടൊക്കെ എനിക്ക് മണിക്കൂറുകളോളം സംസാരിക്കാമായിരുന്നു. എന്റെ ജീവിതം സാധാരണവും സൗഖ്യംനിറഞ്ഞതുമായിരുന്നു. എന്നാൽ ഇടയ്ക്കൊക്കെ ഒരുതരം ഏകാന്തത എന്നെ വന്നുമൂടിയിരുന്നു. എനിക്ക് വിഷാദമല്ല തോന്നിയത്, ഏകാന്തതയാണ്.

എന്നെ ആരും മനസ്സിലാക്കുന്നില്ല എന്ന അതേ കൗമാരവികാരത്തിന്റെ അൽപ്പംകൂടി ദുഃഖനിർഭരഭാവം. എനിക്കുപോലും എന്നെ ശരിക്ക് മനസ്സിലായിരുന്നില്ല. ഞാൻ എല്ലാത്തിനെയുംപറ്റി ആശങ്കപ്പെട്ടു. ആണവയുദ്ധത്തെപ്പറ്റി. എത്യോപ്യയെപ്പറ്റി. ഒരു ഫെറിയിൽ കയറുന്നതിനെപ്പറ്റി. ഞാൻ സദാസമയവും ആശങ്കപ്പെട്ടുകൊണ്ടിരുന്നു. എന്റെ ഈ ആശങ്കയെപ്പറ്റി മാത്രമാണ് ഞാൻ ആശങ്കപ്പെടാതിരുന്നത്. അതായിരുന്നു ഞാൻ ആശങ്കപ്പെടേണ്ടിയിരുന്ന വിഷയവും. വീണ്ടും പതിനൊന്നു വർഷംകഴിഞ്ഞാണ് ഞാൻ അതേപ്പറ്റി ചിന്തിച്ചുതുടങ്ങിയത്.

ജെങ്കാദിനങ്ങൾ

ഉറക്കത്തിൽ ഒരു ജനാല അടിച്ചുതകർത്തതിന് പതിനൊന്നു വർഷങ്ങൾക്കുശേഷം അത്തരം 'ബ്രെയ്ക് ഡൗൺ ദിവസങ്ങളിൽ' എന്റെ ആകുലതകളെ മുഖാമുഖം നോക്കാനുള്ള ഒരുപാട് അവസരങ്ങളുണ്ടായിരുന്നു. അച്ഛനുമമ്മയും ജോലിക്ക് പോയതിനുശേഷം എനിക്കും ആൻഡ്രിയക്കും ഒരുപാട് സമയം വീട്ടിൽ ചെലവിടേണ്ടി വന്നിട്ടുണ്ട്. അക്കാലത്തെപ്പറ്റി എഴുതുന്നതുതന്നെ അൽപ്പം ബുദ്ധിമുട്ടാണ്. അക്കാലത്തെപ്പറ്റി ഒന്നും എഴുതാനില്ല എന്നതാണ് സത്യം. പുറത്തുനിന്ന് നോക്കിയാൽ എന്റെ ജീവിതത്തിലെ ഏറ്റവും ശാന്തമായ കാലമാണ് അത്. പുറത്തുനിന്ന് നോക്കിയാൽ ഞാൻ എന്റെ കുട്ടിക്കാലത്തെ കിടപ്പുമുറിയിലോ താഴെ അടുക്കളയിലോ ഇരുന്ന് ആൻഡ്രിയയോട് സംസാരിക്കുകയാണ് എപ്പോഴും ചെയ്തിരുന്നത്. വല്ലപ്പോഴും മാത്രം ഉച്ചകഴിഞ്ഞ് ഞങ്ങൾ പുറത്ത് നടക്കാൻ പോയിരുന്നു. ഒന്നെങ്കിൽ ഞങ്ങൾ അടുത്തുള്ള കടവരെ പോകും. കൂടുതൽ ആവേശമുള്ള ദിവസങ്ങളിൽ ഞങ്ങൾ നടന്ന് അൽപ്പം അകലെയുള്ള ട്രെന്റ് നദിവരെ പോകും. ആ യാത്രകളിൽ ഞാൻ ചെറുപ്പത്തിൽ പരിചയിച്ചിരുന്ന വഴികളിലൂടെയാണ് ഞങ്ങൾ നടന്നത്. (ഞാൻ ഇത്രയൊക്കെ വ്യത്യാസങ്ങൾ അനുഭവിക്കുമ്പോൾ ഈ വഴികൾക്ക് എങ്ങനെ ഇങ്ങനെ മാറ്റമില്ലാതെ തുടരാൻ കഴിയുന്നു?) ചിലപ്പോഴൊക്കെ ഞങ്ങൾ ഒരു പത്രമോ ഒരു പാത്രം സൂപ്പോ കുറച്ചു റൊട്ടിയോ കൊണ്ടുവരും. ചിലപ്പോൾ ഞങ്ങൾ തിരികെയെത്തി കുറച്ചു പത്രം വായിക്കുകയോ സൂപ്പ് ചൂടാക്കുകയോ ചെയ്യും. പിന്നീട് ഞങ്ങൾ അത്താഴമുണ്ടാക്കാൻ സഹായിക്കും. അതായിരുന്നു അന്നത്തെ ജീവിതം. സംസാരിക്കുക, ഇരിക്കുക, നടക്കുക. ആവേശപ്പെടുത്തുന്ന ഒന്നുമില്ലാത്ത ഒരു ജീവിതമായിരുന്നു അത്. രണ്ട് ഇരുപത്തിനാലുകാർക്ക് കഴിയാവുന്നത്ര കുറഞ്ഞ ശബ്ദത്തിലാണ് ജീവിതം നീങ്ങിയിരുന്നത്.

എന്നാൽ ഞാൻ ഏറ്റവും തീവ്രമായി ജീവിച്ചതും അക്കാലത്തു തന്നെയാണ്. അന്നൊക്കെ എന്റെ ദിവസങ്ങൾ ആയിരക്കണക്കിനു യുദ്ധങ്ങളായിരുന്നു. പതിനാലര വർഷത്തെ ഇടവേളയ്ക്കുശേഷമാണ് എനിക്കവയെ മുഖാമുഖം നോക്കാൻ കഴിയുന്നത്. ഞാൻ ആകെ

കുഴഞ്ഞുമറിഞ്ഞ ഒരു കേസായിരുന്നു. ഒരുനേരം ഒരു ദിവസത്തെപ്പറ്റി ചിന്തിക്കൂ എന്നൊക്കെ ആൾക്കാർ പറയുമല്ലോ. എന്നാൽ അവർക്ക് പറയാൻ എന്തെളുപ്പം എന്നാണ് ഞാൻ ചിന്തിച്ചത്. ദിനങ്ങൾ പർവ്വതങ്ങളെപ്പോലെയായിരുന്നു. ഒരാഴ്ച എന്നാൽ ഹിമാലയം കയറിയതുപോലെയും. സമയം ആപേക്ഷികമാണെന്ന് പറയുന്നതു സത്യമാണ്. സ്നേഹവും വേദനയും തമ്മിലുള്ള വ്യത്യാസമാണ് ആപേക്ഷികതാസിദ്ധാന്തം മനസ്സിലാക്കാനുള്ള ഏറ്റവും മികച്ച വഴിയായി ഐൻസ്റ്റീൻ പറയുന്നത്. 'നിങ്ങൾ നല്ല ഒരു പെൺകുട്ടിയെ പ്രേമിക്കുമ്പോൾ ഒരു മണിക്കൂർ ഒരു സെക്കന്റ് ആയി തോന്നാം. എന്നാൽ നിങ്ങൾ ഒരു തീക്കട്ടയുടെമേൽ ഇരുന്നാൽ ഒരു സെക്കന്റ് ഒരു മണിക്കൂർ ആയും തോന്നാം.' ഓരോ നിമിഷവും തീക്കട്ടയുടെ നീറ്റൽ. സൗഖ്യത്തോടൊപ്പം ഞാൻ ആശിച്ചത് സമയം വേഗത്തിൽ നീങ്ങാൻ മാത്രമാണ്. രാവിലെ ഒൻപതുമണി എന്നത് പത്തായിരുന്നെങ്കിൽ എന്ന് തോന്നും. രാവിലെകൾ വൈകുന്നേരങ്ങൾ ആയിരുന്നെങ്കിൽ എന്നും 22 സെപ്റ്റംബർ 23 സെപ്റ്റംബർ ആയിരുന്നെങ്കിൽ എന്നും ഓർക്കും. എനിക്കു വെളിച്ചം ഇരുളാകണമെന്നും ഇരുൾ വെളിച്ചമാകണമെന്നും തോന്നി. ചെറിയ കുട്ടിയായിരുന്നപ്പോൾ എന്റെ മുറിയിൽ ഉണ്ടായിരുന്ന കളിപ്പാട്ടഭൂമി അപ്പോഴും എന്റെ കൈവശമുണ്ടായിരുന്നു. ഇടയ്ക്കൊക്കെ ഞാൻ അത് കറക്കി നോക്കും, കറക്കിക്കറക്കി ഭൂമിയെ അടുത്ത നൂറ്റാണ്ടിലേക്കു വിടാൻ കഴിഞ്ഞിരുന്നെങ്കിൽ എന്ന് ചിന്തിച്ചുനോക്കി.

ചിലയാളുകൾ പണത്തെപ്പറ്റി ചിന്തിക്കുന്നതുപോലെ ഭ്രാന്തമായി ഞാൻ സമയത്തെപ്പറ്റി ചിന്തിക്കാൻ തുടങ്ങി. എന്റെ പക്കൽ ആകെ ഉണ്ടായിരുന്ന ആയുധം അതായിരുന്നു. പണംപോലെ ഞാൻ മണിക്കൂറുകളും നിമിഷങ്ങളും എണ്ണി. എന്റെ തലയിലെ ഉത്കണ്ഠയുടെ യുദ്ധങ്ങൾക്കിടയിൽ ഈ അറിവ് എനിക്ക് പ്രതീക്ഷ നൽകി. അന്ന് ഒക്ടോബർ മൂന്നായിരുന്നു, ആ സംഭവം നടന്നശേഷം ഇരുപത്തിരണ്ടു ദിവസം കഴിഞ്ഞു. സമയം അങ്ങനെ കടന്നുപോകുംതോറും ഞാൻ ജീവനോടെ തുടരുകയും ഞാൻ ആളുകളെ വസ്തുക്കളായി കാണാതിരിക്കുകയും ചെയ്തു. അങ്ങനെ എനിക്ക് ഈ അവസ്ഥ കടന്നുപോകാൻ കഴിയും എന്നൊരു പ്രതീക്ഷ എനിക്കുണ്ടായി. എന്നാൽ എല്ലാ ദിവസങ്ങളും അങ്ങനെയായിരുന്നില്ല. ദിവസങ്ങളെ ഞാൻ ജെങ്കാകളിയിലെ കട്ടകൾപോലെ അടുക്കിവെച്ചു. പുരോഗതിയുണ്ടെന്ന് ഞാൻ തെറ്റിദ്ധരിച്ചു. പെട്ടെന്ന് എല്ലാംകൂടി താഴേക്ക് ഉരുണ്ടുവീഴുന്ന തരത്തിൽ അഞ്ചുമണിക്കൂർ നീളുന്ന ഒരു പാനിക്ക് അറ്റാക്കോ ഇരുട്ടിൽ ചെലവിട്ട ഒരു മുഴുവൻദിവസമോ ഉണ്ടാവുക. പിന്നീട് വീണ്ടും ജെങ്കാദിവസങ്ങൾ പുനരാരംഭിക്കും.

അപായസൂചനകൾ

വിഷാദത്തിന്റെ അപായസൂചനകൾ തിരിച്ചറിയുക കുറച്ചു പ്രയാസമാണ്; പ്രത്യേകിച്ച് വിഷാദവുമായി മുൻപരിചയമില്ലാത്ത ആളുകൾക്ക് അത് കാണുമ്പോൾ മനസ്സിലാക്കണമെന്നില്ല. ആളുകൾക്ക് വിഷാദം എന്താണ് എന്നതിനെപ്പറ്റി ആശയക്കുഴപ്പങ്ങൾ ഉള്ളതാണ് ഇതിന്റെ പ്രധാന കാരണം. 'ദുഃഖ'ത്തിന്റെ സമാനാർത്ഥമായി നമ്മൾ വിഷാദത്തെ ഉപയോഗിക്കാറുണ്ട്, വിശപ്പിനുപകരം പട്ടിണി എന്ന വാക്കുപയോഗിക്കുന്നതുപോലെയാണത്. ചെറിയ വിശപ്പും കഠിനമായ പട്ടിണിയും തമ്മിലുള്ള വ്യത്യാസംതന്നെയാണ് ദുഖവും വിഷാദവും തമ്മിലുമുള്ളത്.

വിഷാദം ഒരു രോഗമാണ്. എന്നാൽ അതിന്റെകൂടെ ചുമയോ ദേഹത്ത് തിണർപ്പോ ഉണ്ടാകില്ല. അദൃശ്യമായതുകൊണ്ട് പലപ്പോഴും അതു തിരിച്ചറിയാൻ പാടാണ്. മാരകരോഗമാണെങ്കിലും രോഗികൾക്കുപോലും ആദ്യമൊന്നും ഇതു മനസ്സിലായെന്നുവരില്ല. വിഷാദംകൊണ്ട് സംഭവിക്കുന്ന മോശം തോന്നലുകൾ പലപ്പോഴും ആളുകൾക്ക് തിരിച്ചറിയാൻ കഴിയാതെവരികയോ അതിനെ മറ്റെന്തെങ്കിലുമായി തെറ്റിദ്ധരിക്കുകയോ ചെയ്യുകയാണ് പതിവ്.

ഉദാഹരണത്തിന്, എന്നെക്കൊണ്ട് ഒന്നിനും കൊള്ളില്ല എന്ന് തോന്നുന്നത് എന്നെക്കൊണ്ട് ഒന്നിനും കൊള്ളാത്തതുകൊണ്ടാണ് എന്ന് ആളുകൾ തീരുമാനിക്കും. ഇത് ഒരു രോഗലക്ഷണമാണ് എന്ന് കരുതിയെന്നുവരില്ല. ഇനി അങ്ങനെ തോന്നിയാൽത്തന്നെ, അവനവനെ വളരെ വിലകുറച്ച് കാണുന്നതും ക്ഷീണവും തളർച്ചയും ഒക്കെക്കൊണ്ട് ഈ വിഷയം ചർച്ചചെയ്യാനുള്ള പ്രാപ്തിയോ താത്പര്യമോ അവർക്ക് ഉണ്ടാകണമെന്നില്ല. ഒരാൾ ഒരു വിഷാദരോഗിയാണ് എന്നതിന്റെ ഏറ്റവും പ്രധാനപ്പെട്ട ലക്ഷണങ്ങൾ ഇവയൊക്കെ തന്നെയാണ്.

തളർച്ച-പ്രത്യേകിച്ച് കാരണമൊന്നുമില്ലാതെ ഒരാൾ സദാസമയവും തളർന്നിരിക്കുന്നു.

അവനവനെപ്പറ്റി തീരെ വിലയില്ലാത്ത തോന്നൽ-മറ്റുള്ളവർക്ക് കണ്ടെത്താൻ ബുദ്ധിമുട്ടുള്ള ഒരു രോഗലക്ഷണമാണിത്, പ്രത്യേകിച്ച് സംസാരിക്കാൻ താൽപ്പര്യമില്ലാത്ത ആളാണു രോഗിയെങ്കിൽ.

'സൈക്കോ മോട്ടോർ വൈകല്യം' - ചില കേസുകളിൽ ആളുകളുടെ ചലനവും സംഭാഷണവും തീരെ പതിയെയായി മാറാറുണ്ട്.

വിശപ്പില്ലായ്മ (ചിലയാളുകളിൽ കൂടിയ വിശപ്പും ഒരു രോഗലക്ഷണമായി കാണാറുണ്ട്).

വേഗം അസ്വസ്ഥരാകൽ (ഇതു മറ്റു രോഗങ്ങളുടെ ലക്ഷണവുമാകാം.)

വേഗം കരഞ്ഞുപോകൽ.

ആംഹെഡോണിയ - ഈ വാക്ക് ഞാൻ ആദ്യമായി കേൾക്കുന്നത് വുഡി അലന്റെ ആനി ഹാൾ എന്ന സിനിമയിലാണ്. യാതൊന്നിലും ആനന്ദം കണ്ടെത്താൻ കഴിയാത്ത അവസ്ഥയാണ് ഇത്. സൂര്യാസ്തമനമോ നല്ല ഭക്ഷണമോ തമാശ സിനിമകളോ ഒക്കെപോലെയുള്ള ആനന്ദകരമായ കാര്യങ്ങളിൽപോലും സന്തോഷം കണ്ടെത്താനാകാത്ത അവസ്ഥ.

പെട്ടെന്നുള്ള ഉൾവലിയൽ - പെട്ടെന്ന് അന്തർമുഖരാകുമ്പോൾ, സാധാരണയിലും കൂടുതൽ ഉൾവലിയുമ്പോൾ അവർ വിഷാദത്തിന്റെ പിടിയിലാകാൻ സാധ്യതയുണ്ട്. (എനിക്ക് സംസാരിക്കാൻ കഴിയാത്ത അവസരങ്ങൾ ഉണ്ടായിരുന്നത് ഓർമ്മ വരുന്നു. എന്റെ നാവ് എനിക്ക് അനക്കാൻ കഴിയാത്തതുപോലെയുള്ള ഒരു തോന്നൽ, സംസാരിക്കുന്നത് ഒരു പ്രയോജനവുമില്ലാത്ത കാര്യമാണെന്ന തോന്നൽ ഒക്കെയാണ് ഉണ്ടായത്. ആളുകൾ സംസാരിക്കുന്ന വിഷയങ്ങൾ ഒക്കെ മറ്റേതോ ലോകത്തിലെ വിഷയങ്ങളാണെന്ന തോന്നലാണു മനസ്സിൽ ഉണ്ടായിരുന്നത്.)

പിശാചുക്കൾ

കാറിനുപിറകിൽ എന്റെ അടുത്താണ് പിശാച് ഇരുന്നത്. ഒരേസമയം യഥാർത്ഥവും അയഥാർത്ഥവുമായ ഒരു ജീവി. എന്റെ ഭ്രമമല്ല, ഒരു 'തീം പാർക്ക് പ്രേതത്തെ'പ്പോലെയുള്ള ഒരു സുതാര്യജീവിയുമല്ല, അവിടെയുണ്ട് എന്നാൽ അവിടെയില്ല എന്ന ഒരു രൂപം. ഞാൻ കണ്ണട യ്ക്കുമ്പോൾ അത് അവിടെയുണ്ട്. കണ്ണ് തുറക്കുമ്പോഴും ഒരു മിന്നായം പോലെ അത് അവിടെത്തന്നെയുണ്ട്, എന്നാൽ കാഴ്ചയേക്കാൾ ഭാവനപോലെ തോന്നിക്കുന്ന ഒന്ന്.

അയാൾക്ക് പൊക്കമില്ല. ഏകദേശം മൂന്നടിവരും. കുട്ടിച്ചാത്തനെ പ്പോലെ, ചാര നിറം. ആരാധനാലയങ്ങളിൽകാണുന്ന ഭൂതരൂപങ്ങളെ പ്പോലെ. അയാൾ എന്നെ നോക്കി ചിരിച്ചു. പിന്നെ സീറ്റിൽ എണീറ്റു നിന്ന് എന്റെ മുഖത്ത് നക്കാൻ തുടങ്ങി. അയാളുടേത് നീണ്ട, വരണ്ട നാവാണ്. അയാൾ തുടർന്നു.

എന്റെ മുഖത്ത് നക്കിക്കൊണ്ടേയിരുന്നു. എനിക്ക് പേടിയൊന്നും തോന്നിയില്ല. തീർച്ചയായും മനസ്സിൽ പേടിയുണ്ടായിരുന്നു. ഞാൻ തുടർച്ചയായി ഒരു പേടിയിലാണല്ലോ ജീവിച്ചിരുന്നത്. എന്നാൽ ഈ പിശാച് എന്നെ ഭീതിയിലേക്ക് ആഴ്ത്തിയില്ല. മറിച്ച് അതൊരു ആശ്വാസംപോലെപോലും തോന്നി. സ്നേഹത്തോടെയുള്ളതായിരുന്നു ആ ജീവിയുടെ നക്കൽ, ഞാൻ ഒരു വലിയ മുറിവാണെന്നും അത് എന്നെ ആശ്വസിപ്പിക്കാൻ ശ്രമിക്കുകയാണെന്നുമാണ് എനിക്ക് തോന്നിയത്.

നോട്ടിങ്ഹാം തിയേറ്ററിലേക്ക് പോവുകയായിരുന്നു കാർ. ഞങ്ങൾ 'സ്വാൻ ലേക്ക്' കാണാൻപോവുകയായിരുന്നു. എല്ലാ അരയന്നങ്ങളും പുരുഷന്മാരാണ് അതിൽ. എന്റെ അമ്മ സംസാരിച്ചിരുന്നു. അമ്മ പറയു ന്നത് കേട്ടുകൊണ്ട് ആൻഡ്രിയ മുന്നിലുള്ള സീറ്റിൽ ഇരുന്നിരുന്നു. അവൾ എന്താണ് പറഞ്ഞിരുന്നതെന്ന് എനിക്കോർമ്മയില്ല, പക്ഷേ, അവൾ സംസാരിക്കുന്നത് ഓർമ്മയുണ്ട്. ഇതൊക്കെ എത്ര വിചിത്രമാണ് എന്ന് ഞാൻ ഓർത്തു. അമ്മ മാത്യു ബോണിനെപ്പറ്റിയും ഈ നാടകം മുൻപ് കണ്ട സുഹൃത്തുക്കളെപ്പറ്റിയും പറഞ്ഞുകൊണ്ടിരിക്കെ പിറ കിലെ സീറ്റിൽ എന്റെ മുഖത്ത് നക്കിക്കൊണ്ട് സന്തുഷ്ടനായ ഒരു പിശാച് ഇരിക്കുന്നു.

ഈ നക്കൽ അൽപ്പാൽപ്പമായി എന്നെ അലോസരപ്പെടുത്താൻ തുടങ്ങി. ഞാൻ ഈ പിശാചിനെയും പിശാചെന്ന ചിന്തയെയും കുട ഞ്ഞുകളയാൻ നോക്കി. കളയാൻ നോക്കുംതോറും അത് കൂടിക്കൂടി വന്നു. അതിന്റെ നാവ് എന്റെ തൊലിയിൽ തൊടുന്നത് എനിക്ക് അറിയാൻ കഴിഞ്ഞില്ലെങ്കിലും എന്നെ അത് നക്കുന്നത് തലച്ചോറിൽ ആരോ ഇക്കിളിയാക്കുന്നത് പോലെയായിരുന്നു.

ആ പിശാച് ചിരിച്ചു. ഞങ്ങൾ തിയേറ്ററിലെത്തി. അരയന്നങ്ങൾ നൃത്തം ചവിട്ടി. എന്റെ ഹൃദയം വേഗത്തിൽ മിടിച്ചു. ഇരുട്ടിൽ എന്റെ അമ്മ എന്റെ കൈപിടിച്ചിരുന്നു. എനിക്ക് സഹിക്കാനാകാത്തതു പോലെ തോന്നി. ഇതാണ് അവസാനം. എല്ലാം കഴിഞ്ഞു എന്ന് തോന്നിയെങ്കിലും അത് അവസാനമായിരുന്നില്ല. ഞാൻ എന്റെ സീറ്റിൽ ഇരുന്നു.

ഉത്കണ്ഠയും വിഷാദവും കലർന്ന ഏറ്റവും പ്രശസ്തമായ മാന സികാരോഗ്യ അവസ്ഥയിലായിരുന്നു ഞാൻ. കണ്ണടച്ചാൽ ഞാൻ വിചിത്രമായ കാര്യങ്ങൾ കാണും. എന്നാൽ എന്റെ ഏറ്റവും വലിയ പേടി എനിക്ക് ഭ്രാന്തുപിടിച്ചു പോകുമോ എന്നായിരുന്നു. നിങ്ങൾക്ക് ഭ്രാന്താണെങ്കിൽ ഇല്ലാത്ത കാര്യങ്ങൾ കാണുന്നത് ഒരുപക്ഷേ ഒരു രോഗലക്ഷണമാകാം. പേടിക്കേണ്ട കാര്യങ്ങളൊന്നും ഇല്ലാത്ത പ്പോഴും പേടി തോന്നുന്നുണ്ടെങ്കിൽ നിങ്ങളുടെ തലച്ചോറാണ് അതിനു കാരണം. 'പേടിയെ മാത്രമാണ് പേടിക്കേണ്ടത്' എന്ന പറച്ചിലിലൊന്നും ഒരു അർത്ഥവുമില്ലെന്ന് തോന്നും അപ്പോൾ. കാരണം പേടി മാത്രം മതി. പേടി തന്നെ ഒരു വലിയ ഭീകരസത്വമാണ്.

സ്റ്റീഫൻ കിംഗ് പറഞ്ഞത് ഓർക്കുക. 'ഭീകരസത്വങ്ങളും പ്രേത ങ്ങളും ഒക്കെ യഥാർത്ഥമാണ്. അവ നമ്മുടെ ഉള്ളിലാണ് താമസമാക്കി യിരിക്കുന്നത്. ചിലപ്പോഴൊക്കെ അവ വിജയിക്കും.'

ഇരുട്ടായിരുന്നു. വീട് നിശ്ശബ്ദമായിരുന്നു, ഞങ്ങളും നിശ്ശബ്ദരാകാൻ ശ്രമിച്ചു.

'ഐ ലവ് യൂ' അവൾ മെല്ലെ പറഞ്ഞു.

'ഐ ലവ് യൂ' ഞാൻ തിരികെ മന്ത്രിച്ചു.

ഞങ്ങൾ ചുംബിച്ചു. ഞങ്ങൾ പരസ്പരം ചേർത്തുപിടിച്ച് ചുംബി ച്ചപ്പോൾ ഭീകരസത്വങ്ങൾ അത് നോക്കിനിന്നെന്ന് എനിക്ക് തോന്നി. പിന്നെ പതിയെ എന്റെ മനസ്സിൽനിന്ന് അൽപ്പനേരത്തേക്ക് ആ ഭീകര സത്വങ്ങൾ മാറിനിന്നു.

അസ്തിത്വം

ജീവിതം ബുദ്ധിമുട്ടാണ്. ജീവിതം സുന്ദരവും മനോജ്ഞവുമൊക്കെ ആയിരിക്കാം പക്ഷേ, അത് ഏറെ ബുദ്ധിമുട്ട് നിറഞ്ഞതുമാണ്. അതേപ്പറ്റി അധികം ചിന്തിക്കാതെയിരുന്നുകൊണ്ടാണ് ആളുകൾ അതിനെ അതിജീവിക്കുന്നത്. എന്നാൽ ചിലർക്ക് അത് സാധിച്ചെന്നുവരില്ല. മാത്രമല്ല, അതൊരു മനുഷ്യാവസ്ഥയാണ്. നാം ചിന്തിക്കുന്നതുകൊണ്ട് നിലനിൽക്കുന്ന ജീവികളാണല്ലോ. നാം വളരുമെന്നും അസുഖക്കാരാകുമെന്നും മരിക്കുമെന്നും നമുക്കറിയാം. നമുക്കറിയുന്ന, നമ്മൾ സ്നേഹിക്കുന്ന എല്ലാവരും ഇതിലൂടെ കടന്നുപോകേണ്ടിവരുമെന്നും നമുക്ക് അറിയാം. എന്നാൽ ഇതുകൊണ്ടുതന്നെയാണ് നമുക്ക് സ്നേഹവും ഉള്ളത്. നമ്മൾ അനുഭവിക്കുന്നതരം വിഷാദത്തിലൂടെ കടന്നുപോകുന്ന ഒരേയൊരു ജീവി ഒരുപക്ഷേ, മനുഷ്യനായിരിക്കും. എന്നാൽ നമ്മൾ ഏറെ പ്രത്യേകതകളുള്ള ഒരു ജീവിവർഗ്ഗമായതുകൊണ്ട് കൂടിയാണ് അങ്ങനെ സംഭവിക്കുന്നത്. എന്തെല്ലാമാണ് നാം സൃഷ്ടിച്ചത്- സംസ്കാരങ്ങൾ, ഭാഷകൾ, കഥകൾ, പ്രേമഗീതങ്ങൾ. 'ചിയറോസ്കുരോ' എന്നാൽ ഇരുളിന്റെയും വെളിച്ചത്തിന്റെയും വേർതിരിവ് എന്നാണർത്ഥം. നവോത്ഥാനകാലത്തുനിന്നുള്ള ക്രിസ്തുവിന്റെ ചിത്രങ്ങളിൽ ഈ ഇരുളും വെളിച്ചവും നന്നായി കാണാൻ കഴിയും. മരണവും മോശം കാര്യങ്ങളും നല്ലതായി പരിണമിക്കുമെന്ന് അംഗീകരിക്കാൻ ബുദ്ധിമുട്ടാണെങ്കിലും ഞാൻ അത് വിശ്വസിക്കുന്നു.

മഹാകവയിത്രിയും ഉത്കണ്ഠാകുലയായ ഏകാകിയുമായ എമിലി ഡിക്കിൻസൺ പറയുന്നത് ഇങ്ങനെയാണ്, 'വീണ്ടും ആവർത്തിക്കില്ലല്ലോ എന്നതാണ് ജീവിതത്തെ മധുരതരമാക്കുന്നത്.'

3
ഉയർച്ച

റോയ് നിയറി: *കണ്ണുകൾ അടച്ച് ശ്വാസം പിടിച്ചാൽ എല്ലാം സുന്ദരമായി മാറും.*

- സ്റ്റീവൻ സ്പീൽബർഗ്, ക്ലോസ് എൻകൗണ്ടർസ് ഓഫ് ദി തേർഡ് കൈൻഡ്

ആദ്യത്തെ പാനിക് അറ്റാക്കിൽ ചിന്തിക്കുന്ന കാര്യങ്ങൾ

1. ഞാൻ മരിക്കാൻ പോവുകയാണ്.
2. എനിക്ക് ഭ്രാന്ത് പിടിക്കുകയാണ്. ഇനിയൊരു തിരിച്ചുവരവില്ല.
3. ഇതിനൊരു അവസാനമില്ല.
4. എല്ലാം വഷളാകാൻ പോവുകയാണ്.
5. ആരുടേയും ഹൃദയം ഇത്ര വേഗം മിടിക്കില്ല.
6. ഞാൻ അതിവേഗം ചിന്തിക്കുന്നു.
7. ഞാൻ കുടുങ്ങി.
8. ഇങ്ങനെ ഇതിനുമുൻപ് വേറെ ആർക്കും തോന്നിയിട്ടില്ല. ഒരിക്കലും. മനുഷ്യചരിത്രത്തിൽ ഒരിക്കലും.
9. എന്റെ കൈ എന്താണ് മരവിച്ചിരിക്കുന്നത്?
10. ഇതിൽനിന്ന് എനിക്കിനി രക്ഷയില്ല.

ആയിരാമത് പാനിക്ക് അറ്റാക്കിൽ ചിന്തിക്കുന്ന കാര്യങ്ങൾ

1. ഇതാ വരുന്നു.
2. ഇത് മുൻപും ഉണ്ടായിട്ടുണ്ട്.
3. എന്നാലും എന്ത് മോശമാണ് ഈ അവസ്ഥ.
4. ഞാൻ മരിച്ചേക്കാം.
5. ഞാൻ മരിക്കില്ല.
6. ഞാൻ കുടുങ്ങിയിരിക്കുകയാണ്.
7. ഇതാണ് ഏറ്റവും മോശം അവസ്ഥ.
8. അല്ല, ഇതല്ല. സ്പെയിൻ സംഭവം മറന്നുകൂടാ.
9. എന്റെ കൈ എന്താണ് മരവിച്ചിരിക്കുന്നത്?
10. ഇതും കടന്നുപോകും.

ഒറ്റയ്ക്ക് നടക്കുക എന്ന കലാരൂപം

ഞാൻ തീവ്രവിഷാദത്തിന്റെ പിടിയിലായിരുന്നപ്പോൾ എന്റെയൊപ്പം ഒരുകൂട്ടം മാനസിക രോഗങ്ങളുണ്ടായിരുന്നു. നമ്മൾ മനുഷ്യർക്ക് കാര്യങ്ങളെ വേറെവേറെ കള്ളികളിലാക്കി സൂക്ഷിക്കാൻ ഇഷ്ടമാണല്ലോ. നാം നമ്മുടെ വിദ്യാഭ്യാസത്തെ പല വിഷയങ്ങളാക്കി തിരിക്കും, നമ്മുടെ ഭൂമിയെ പല രാജ്യങ്ങളാക്കി തിരിക്കും, നമ്മുടെ പുസ്തകങ്ങളെ പല വിഭാഗങ്ങളാക്കിയും തിരിക്കും. എന്നാൽ കാര്യങ്ങൾ അത്ര വൃത്തിയുള്ള ചതുരക്കള്ളികളിലൊതുങ്ങില്ല എന്നതാണ് സത്യം. കണക്കിൽ മിടുക്കനായ ഒരാൾക്ക് ഫിസിക്സിലും മിടുക്കനാകാം എന്നതുപോലെതന്നെയാണ് വിഷാദത്തിന്റെയൊപ്പം മറ്റു പലതും എത്തുന്നത്. ഉത്കണ്ഠകൾ, ചില തരം പേടികൾ, ഒരു നുള്ള് ഓ സി ഡി. (കണിശതയോടെ വിഴുങ്ങുക എനിക്ക് വളരെ പ്രധാനമായിരുന്നു). എനിക്ക് കുറച്ചുനാൾ 'അഗോരഫോബിയ'യും 'സെപ്പറേഷൻ ഉത്കണ്ഠയും' ഉണ്ടായിരുന്നു.

എനിക്ക് തനിച്ച് എത്രത്തോളം മുന്നോട്ടുപോകാൻ കഴിഞ്ഞു എന്നതാണ് എന്റെ പുരോഗതിയായി ഞാൻ കാണുന്നത്. പുറത്തുപോകുമ്പോൾ എന്റെയൊപ്പം ആൻഡ്രിയയോ എന്റെ മാതാപിതാക്കളോ ഇല്ലെങ്കിൽ ഞാൻ അസ്വസ്ഥനാകുമായിരുന്നു. എന്നാൽ ഇത്തരം അവസരങ്ങൾ ഒഴിവാക്കുന്നതിനുപകരം ഞാൻ എന്നെ അത്തരം അവസരങ്ങളിലേക്ക് കൂടുതൽ തള്ളിവിട്ടു. ഇത് സഹായകമായി എന്നാണു ഞാൻ കരുതുന്നത്. നമ്മുടെ പേടികളെ അഭിമുഖീകരിച്ച് അവയിലേക്ക് നടക്കുന്നത് അങ്ങേയറ്റം പ്രയാസംനിറഞ്ഞ കാര്യമാണ്. എന്നാൽ അതുകൊണ്ട് മാറ്റമുണ്ടാകും. അങ്ങേയറ്റം ധൈര്യം തോന്നുന്ന ചില ദിവസങ്ങളിൽ ഞാൻ ധീരമായി പ്രഖ്യാപിക്കും, 'ഞാൻ പാല് വാങ്ങാൻ പോകുന്നു!' ആൻഡ്രിയ എന്നെ നോക്കി 'തനിച്ചോ?' എന്ന് ചോദിക്കും. ഞാൻ 'അതേ, തനിച്ച്! അത് കുഴപ്പമില്ല' എന്ന് പറയും. 1999-ലാണ് ഇത്. പലർക്കും മൊബൈൽ ഫോണുകൾ ഉണ്ടായിരുന്നില്ല. തനിച്ച് എന്നുപറഞ്ഞാൽ തനിച്ച് എന്നുതന്നെയാണ് അർഥം. പെട്ടെന്നുതന്നെ കോട്ടിട്ട് കുറച്ചുപൈസ എടുത്ത് എത്രയും വേഗം ഞാൻ വീട്ടിൽ നിന്നിറങ്ങും. എന്റെയുള്ളിലെ പേടികളെ ഓടിത്തോൽപ്പിക്കുകയാണ് ഉദ്ദേശ്യം. എന്റെ മാതാപിതാക്കളുടെ സ്ഥലമായ വെല്ലിങ്ടൺ റോഡ് എത്തുമ്പോഴേക്കും ആ ഇരുട്ട് എന്നെ കാത്തുനിൽക്കുന്നുണ്ടായി

രിക്കും, എന്നോട് അത് മെല്ലെ ഓരോന്ന് പറയാൻ തുടങ്ങും. ഞാൻ സ്ലീഫോർഡ് റോഡിലേക്ക് തിരിയും. ചുറ്റും ഓറഞ്ച് ഇഷ്ടികച്ചുമരുകളും ലേസ് കർട്ടനുകളും കാണും. ഭൂമിയിൽനിന്ന് ഉയരാൻ പോകുന്ന ഒരു ഷട്ടിലിലാണ് ഞാൻ എന്ന രീതിയിലാണ് അപ്പോൾ എന്റെ ഉത്കണ്ഠ ഉയരുക. അത് വെറുതെ കടയിലേക്ക് ഒരു നടത്തമല്ല, അത് അപ്പോളോ 13 ആയിരുന്നു. 'സാരമില്ല', ഞാൻ എന്നോടുതന്നെ പറയും. ആരെങ്കിലും വഴിയാത്രക്കാർ എന്നെ അവഗണിച്ച് നടന്നുപോകും, അല്ലെങ്കിൽ അവരുടെ മുഖം കോട്ടുകയോ ചിരിക്കുകയോ ചെയ്യും, ഞാൻ തിരിച്ചും ചിരിക്കും. ഉടൻ തന്നെ എന്റെ തല എന്നെ ശിക്ഷിക്കാൻ തുടങ്ങും.

അതാണ് വിഷാദത്തിന്റെയും ഉത്കണ്ഠയുടെയും ഒരു വലിയ പ്രശ്നം. സന്തോഷത്തെ പേടിയാണ് അതിന്. നിങ്ങൾക്ക് ഏറ്റവുമധികം വേണമെന്ന് ആഗ്രഹമുള്ളത് സന്തോഷമാണെങ്കിലും അത് വിപരീതമായി പ്രവർത്തിക്കും. നിങ്ങളുടെ ചിരി, അത് കപടമായ ചിരിയായാൽ പോലും, വിഷാദം അതനുവദിക്കില്ല. ആകെ ഒരു അസ്വസ്ഥത പടരും. ഒറ്റയ്ക്ക് പുറത്തുപോവുക എന്നാൽ ചുവരുകളില്ലാതെ ഒരു മേൽക്കൂരയുടെ കീഴെ നിൽക്കുന്നതുപോലെയാണ്. ഞാൻ ദൂരെ എനിക്ക് പോകേണ്ട കട കാണും. അതിന്റെ 'ലോണ്ടിസ്' എന്ന പേര് എഴുതി വെച്ചിരിക്കുന്നത് അകലെ കാണും. മുന്നോട്ടുനടക്കുന്നതിനു തടസ്സമായി വിഷാദവും പേടിയും കൂടെയുണ്ടാകും.

എനിക്കിത് ചെയ്യാൻ കഴിയില്ല. ഞാൻ എങ്ങനെ ആ കടയിലേക്ക് നടക്കും? തനിച്ചു പോകണോ? അത് മാത്രമല്ല പാല് കണ്ടെത്തണം. തിരിച്ചുപോയാൽ അത് ഭീരുത്വമാകും. എന്തു ചെയ്യും? തിരിച്ചുപോയി ഭ്രാന്തിലേക്ക് കയറിയാലോ? ഇപ്പോൾ തിരിച്ചുപോയാൽ ഉയർന്ന ചുവരുകളുള്ള ഒരു സെല്ലിൽ മുന്നോട്ടുള്ള കാലം ചെലവിടുകയാവും സംഭവിക്കുക. നടക്കൂ. കടയിലേക്ക് നടക്കൂ. അത് വെറുമൊരു കടയാണ്. നിങ്ങൾക്ക് പത്തുവയസ്സ് ഉള്ളപ്പോൾ മുതൽ ഈ കടയിലേക്ക് തനിച്ചുപോകുന്നതാണ്. ഒരു കാലിനുമുന്നിൽ അടുത്ത കാൽ വയ്ക്കുക. ശ്വസിക്കുക.

എന്റെ ഹൃദയം മിടിക്കാൻ തുടങ്ങി.

അത് അവഗണിച്ചേക്കുക. എന്നാൽ ശ്രദ്ധിക്കൂ,

ബൂംബൂംബൂം ബൂം ബൂം. അത് അവഗണിക്കൂ.

പക്ഷേ, ഒന്ന് കേട്ട് നോക്കൂ, നാശം പിടിക്കാൻ അത് ഒന്ന് കേട്ടു നോക്കൂ.

അതിന്റെ കൂടെ മറ്റു സംഗതികൾകൂടി വരും.

ഹൊറർ സിനിമയിലേതുപോലെയുള്ള ചിത്രങ്ങൾ മനസ്സിൽ നിറയും. തലയുടെ പിറകിലും തലച്ചോറിലും സൂചി ഇറങ്ങുന്നതു

പോലെ. കയ്യും കാലും തളരും. ശരീരം കാലിയാകുന്നതുപോലെ, ഒരു പ്രേതമായി മാറുന്നതുപോലെ തോന്നും. ഉത്കണ്ഠകൊണ്ട് ശ്വാസം എടുക്കാൻ പറ്റാത്ത അവസ്ഥ വരും. ശ്വാസം നിയന്ത്രിക്കാൻതന്നെ ഏറെ ശ്രദ്ധ വേണ്ടതുപോലെ തോന്നും.

നടക്കാം, എങ്ങനെയെങ്കിലും കടയിൽ എത്താം.

അങ്ങനെ ഒടുവിൽ ഞാൻ കടയിൽ എത്തും. കടകളാണ് ഞാൻ പാനിക്ക് ആകുന്ന സ്ഥലങ്ങളിൽ പ്രധാനപ്പെട്ടത്. എന്താണെന്നറിയില്ല, കടകൾ എന്റെ ഉള്ളിൽ വല്ലാത്ത ഉത്കണ്ഠകൾ നിറയ്ക്കും.

കടകളിലെ വെളിച്ചമാണോ പ്രശ്നം?

അതോ കടകളിലെ രീതികളാണോ?

സിസി ടിവി കാമറയാണോ പ്രശ്നം?

അതോ ശ്രദ്ധ ആകർഷിക്കുന്ന പരസ്യങ്ങളോ? യൂണിലിവർ കൊണ്ടൊരു മരണം. ഈ കടയാണെങ്കിൽ ഒരു ചെറിയ ഹൈപ്പർ മാർക്കറ്റ് പോലുമല്ല. കട തുറന്നുകിടക്കുന്നു, എതിരെ റോഡുണ്ട്, അതുവഴി നടന്നാൽ എന്റെ മാതാപിതാക്കളുടെ വീടെത്താം. അവിടെ ആൻഡ്രിയയുണ്ട്, അവളാണ് എന്റെ എല്ലാം. ഞാൻ ഓടി. ഒരു മിനുട്ട് കൊണ്ട് അവിടെ എത്താൻ കഴിയുമോ?

ഒരുപക്ഷേ, എന്റെ ശ്രദ്ധ മാറിയാൽ ഈ ശബ്ദകോലാഹലം ഒന്നടങ്ങുമോ? കടയിലെ സാധനങ്ങളിൽ ഒന്ന് മുങ്ങിയാലോ? ഇത് പക്ഷേ വലിയ ഹൈപ്പർമാർക്കറ്റ് ഒന്നുമല്ല, ഒരു ചെറിയ കടയാണ്. ഞാൻ കടയിൽ ശ്രദ്ധ കേന്ദ്രീകരിച്ചു. കൊക്കോ പോപ്സ്. പറ്റില്ല. ഫ്രോസ്റ്റീസ്. തീരെ പറ്റില്ല. ക്രഞ്ചി നട്ട് കോൺഫ്ലേക്ക്സ്. ഷുഗർ പഫ്സ്. ഹണി മോൺസ്റ്റർ ഇതിനു മുൻപൊരിക്കലും ഒരു ഭീകരജീവി യെപ്പോലെ കണ്ടിട്ടില്ല. ഞാൻ എന്താണിവിടെ ചെയ്യുന്നത്? എന്നെ ത്തന്നെ തോൽപ്പിക്കാനാണോ ഞാൻ ഇവിടെ വന്നത്?

ഇത് ഭ്രാന്താണ്. ഞാൻ ചെയ്തതിൽവെച്ച് ഏറ്റവും വലിയ മണ്ടത്തരം. ഇത് വെറുമൊരു കടയാണ്. നിങ്ങൾ തനിച്ച് ഒരു അഞ്ഞൂറ് തവണയെങ്കിലും മുൻപ് വന്നിട്ടുള്ള ഒരു കടയാണിത്. സമാധാനമായി രിക്ക്. പക്ഷേ, എങ്ങനെ സമാധാനമായിരിക്കാൻ? സമാധാനം തരുന്ന ഒന്നും ഇവിടെയില്ല. എല്ലാം തെന്നിനീങ്ങുന്നു. ജീവിതം എത്ര കഠിന മാണ്. ഓരോ സമയവും ആയിരം ജോലികളാണ് ഒന്നിച്ചുവരുന്നത്. ഞാനും ഒരേ സമയം ആയിരം ആളുകളാണ്, വശങ്ങളിലേക്ക് തെന്നി മാറുന്ന ആയിരം വ്യക്തികൾ.

എന്നാൽ ഞാൻ തിരിച്ചറിയാഞ്ഞ ഒരു കാര്യം മനസ്സിനെ ബാധി ക്കുന്നതിനുമുൻപ് ഈ രോഗം എങ്ങനെ ശരീരത്തെ ബാധിക്കുന്നു എന്നതാണ്. തലയ്ക്കുള്ളിൽ നടക്കുന്നതെല്ലാം ശരിക്കും അറിയാൻ കഴിയും. തലച്ചോറിൽ മിന്നലും മൂളലും ചിറകടിയും അനക്കവും ഒക്കെ ഉണ്ടായിരുന്നു. ഇവയെല്ലാം എന്റെ തലച്ചോറിന്റെ പിറകിൽ ഓസിപിറ്റൽ

ലാബിന്റെ അടുത്താണ് സംഭവിക്കുന്നത്. മുൻഭാഗത്ത് പലപ്പോഴും ടിവിയിലെ സ്റ്റാറ്റിക്ക് പോലെ ഒരു മരവിപ്പ് തോന്നും. ഒരുപാടു ചിന്തിച്ചാൽ ആ ചിന്തകൾ തലച്ചോറിനുള്ളിൽ സംഭവിക്കുന്നത് അറിയാൻ കഴിയും. ഫ്ലോബേർ പറഞ്ഞതുപോലെ 'ഒരു നിമിഷത്തിൽ ഒരു അനന്തതയുടെ ആവേശം ഉൾക്കൊള്ളാനാകും, ഇടുങ്ങിയ ഒരിടത്തെ ആൾക്കൂട്ടംപോലെ'.

ഈ കടയിൽ നിന്ന് ഇറങ്ങൂ. ഇത് വളരെ കൂടുതലാണ്. താങ്ങാൻ കഴിയില്ല. തലച്ചോറ് പൊട്ടിത്തെറിക്കും. തലച്ചോറുകൾ പൊട്ടിത്തെറിക്കാറില്ല. ഒരു ഡേവിഡ് ക്രോണൻബർഗ് സിനിമയല്ല ജീവിതം. പക്ഷേ, അങ്ങനെ തോന്നാം. ഇബിസയിൽ വെച്ച് സംഭവിച്ചതുപോലെ വീണ്ടും ഉണ്ടാകാം. യഥാർത്ഥ അധോലോകം ഈ കടയുടെ ബേസ്മെന്റിൽ ആയിരിക്കും, ഒരുപക്ഷേ, ഞാൻ അങ്ങോട്ടാവും പോകുന്നത്. ഒരു കവിതയിലെ ഷെൽഷോക്ക് ബാധിച്ച പടയാളിയെപ്പോലെ ഞാനും ചോരയിറ്റിച്ച് കൂവിക്കൊണ്ട് ലക്ഷ്യമില്ലാതെ നടക്കും. സ്വന്തം ജീവനെടുക്കാൻപോലും ശേഷിയില്ലാതെ. ഈ കടയിൽ നിൽക്കുന്നത് അങ്ങനെയാണ് തോന്നിയത്.

കൗണ്ടറിനുപിറകിൽ ഒരു സ്ത്രീയുണ്ട്. എനിക്ക് അവരെ ഇപ്പോഴും കാണാം. അവർക്ക് എന്റെ പ്രായമാണ്, ഒരുപക്ഷേ എന്റെയൊപ്പം സ്കൂളിൽ പഠിച്ചതാകാം. പക്ഷേ എനിക്ക് അവരെ തിരിച്ചറിയാൻ കഴിഞ്ഞില്ല. അലസമായി ഡൈ ചെയ്ത ചുവന്ന തലമുടിയാണ് അവർക്ക്. വെളുത്തുതടിച്ചിട്ടാണ്. അവർ ഒരു സെലിബ്രിറ്റി മാസിക വായിക്കുകയാണ്. അവർ വളരെ ശാന്തയായി അവിടെയിരുന്നു. എനിക്ക് അവരെപ്പോലെയാകാൻ കൊതി തോന്നി. എനിക്ക് അവരായി മാറണമായിരുന്നു. കേൾക്കുമ്പോൾ മണ്ടത്തരമായി തോന്നാം. ഇത് മുഴുവൻ ഒരു മണ്ടത്തരമാണ്.

എറിക് ബി ആൻഡ് റാക്കിമിന്റെ റാപ്പ് സംഗീതം എന്റെ തലയിൽ മുഴങ്ങി. 'ഞാനുമൊരു ശിൽപ്പമാണ്, ഘടനയോടെ ജനിച്ച ശിൽപ്പം....' എന്ന പാട്ട്. എന്നാൽ ഞാൻ യാതൊരു ഘടനയുമില്ലാത്ത ഒരു ശിൽപ്പമായിരുന്നു. ഘടനയില്ലാത്ത ശില്പമായ എനിക്ക് പാൽ കണ്ടുപിടിക്കാനുണ്ട്. ഫ്രിഡ്ജിലെ പാൽക്കുപ്പികൾ അസ്വാഭാവികമായും പേടിപ്പിക്കുന്നതായും എനിക്ക് തോന്നി. എന്റെ മാതാപിതാക്കൾ പാട നീക്കിയ പാലാണ് ഉപയോഗിക്കാറുള്ളത്. എന്നാൽ ഒരു ലിറ്ററിന്റെ കുപ്പിയില്ല. ഞാൻ വളരെ പാടുപെട്ട് അര ലിറ്ററിന്റെ രണ്ടുകുപ്പികൾ എടുത്തുകൊണ്ട് കൗണ്ടറിലേക്ക് നടന്നു.

ബൂംബൂംബൂംബൂംബൂം

കൗണ്ടറിലെ സ്ത്രീ വളരെ പതിയെയാണ് ജോലി ചെയ്തിരുന്നത്. ആ ജോലി ചെയ്യുന്നതിലെ ഏറ്റവും മെല്ലെപ്പോക്ക് അവരാണെന്ന്

എനിക്ക് തോന്നി. പല കടകളിലും സെൽഫ് ചെക്ക് ഔട്ട് കൗണ്ടർ തുടങ്ങാൻ തന്നെ കാരണം അവരാണെന്ന് എനിക്ക് തോന്നി. എനിക്ക് അവരാകണമെന്ന് തോന്നിയപ്പോൾതന്നെ എനിക്ക് അവരുടെ മെല്ലെ പ്പോക്കിൽ വെറുപ്പ് തോന്നി. വേഗമാകട്ടെ എന്ന് പക്ഷേ, ഞാൻ പറ ഞ്ഞില്ല. നിങ്ങൾ എന്താണ് ചെയ്യുന്നതെന്ന് അറിയാമോ? എനിക്ക് തിരിച്ചുപോയി അവരുടെ വേഗത്തിൽ എന്റെ ജീവിതം തുടങ്ങണമെന്ന് തോന്നി. അങ്ങനെയാണെങ്കിൽ എനിക്ക് ഇങ്ങനെ തോന്നില്ലായിരിക്കും. എനിക്ക് പയ്യെ പോകണം. 'ബാഗ് വേണോ?' എനിക്ക് ബാഗ് വേണ മായിരുന്നു, പക്ഷേ അതിനുവേണ്ടി വീണ്ടും അവരെ താമസിപ്പിക്കാൻ കഴിയുമായിരുന്നില്ല. അനങ്ങാതെ അവിടെ നിൽക്കാൻ വളരെ ബുദ്ധി മുട്ടായിരുന്നു. നിങ്ങളുടെ സ്വത്വം മുഴുവൻ പേടിച്ചുനിൽക്കുമ്പോൾ നിൽക്കുന്നതിലും നല്ലത് നടക്കുന്നതാണ്. എന്റെ തലച്ചോറിൽ എന്തോ പ്രളയംപോലെ പൊങ്ങി. ഞാൻ കണ്ണുകൾ ഇറുക്കെയടച്ചു. എന്നെ കളിയാക്കിച്ചിരിക്കുന്ന പ്രേതങ്ങളെ ഞാൻ കണ്ടു. എന്റെ ഭ്രാന്ത് ഒരു ഉത്സവംപോലെയായി മാറി. 'വേണ്ട. ഞാൻ ഇവിടെ അടുത്താണ് താമസിക്കുന്നത്'. ഞാൻ ഒരു അഞ്ചുപൗണ്ട് നോട്ട് അവർക്ക് കൊടുത്തു. 'ബാക്കി വേണ്ട.', ഞാൻ പറഞ്ഞു. എനിക്ക് എന്തോ പ്രശ്നമുണ്ടെന്ന് അവർ തിരിച്ചറിഞ്ഞപ്പോഴേക്കും ഞാൻ കടയിൽനിന്ന് വിശാലമായ ലോകത്തിലേക്ക് ഇറങ്ങിയിരുന്നു. എന്നെക്കൊണ്ട് പറ്റുന്നത്ര വേഗ ത്തിൽ ഞാൻ നടന്നു. (ഓടുന്നത് ഒരു തോൽവിയാണ്, അതുകൊണ്ട് ഞാൻ വേഗം നടന്നു.) ബോട്ടിന്റെ ഉള്ളിൽ വീണ ഒരു മീനിനെപ്പോലെ ഞാൻ വെള്ളം കൊതിച്ചു. 'സാരമില്ല, സാരമില്ല, സാരമില്ല...' വളവ് തിരിഞ്ഞു വെല്ലിംഗ്ടൺ റോഡിൽ എത്തിയപ്പോൾ പരിചയമുള്ള ആരെയെങ്കിലും കാണാൻ കഴിഞ്ഞെങ്കിൽ എന്ന് ഞാൻ കൊതിച്ചു. ആരുമുണ്ടായില്ല. ശൂന്യതയും പരസ്പരം തുറിച്ചുനോക്കുന്ന പഴയകാല വിക്ടോറിയൻ വീടുകളും മാത്രം. ഞാൻ എന്റെ മാതാപിതാക്കളുടെ 33 നമ്പർ വീട്ടിലെത്തി. ഞാൻ ബെല്ലടിച്ചപ്പോൾ ആൻഡ്രിയ വന്ന് കതക് തുറന്നു. അകത്തുകയറിയപ്പോൾ ഞാൻ ആശ്വസിച്ചില്ല. ആശ്വാസം കാണിക്കുന്നത് രോഗത്തിന്റെ ലക്ഷണമാണ്, സൗഖ്യത്തിന്റെയല്ല എന്ന് എന്റെ മനസ്സ് അതിവേഗംതന്നെ ചൂണ്ടിക്കാണിച്ചു.

ഇങ്ങനെയുള്ള കാര്യങ്ങൾ ചൂണ്ടിക്കാണിക്കുന്നതിൽ മനസ്സേ, നീ ആ കടയിലെ പെൺകുട്ടിയുടെയത്ര ഒരിക്കൽ പതിയെയാകുമെന്ന് ഞാൻ പ്രതീക്ഷിക്കട്ടെ. 'ശരിയാകുന്നുണ്ടല്ലോ', ആൻഡ്രിയ പറഞ്ഞു. 'അതെ', ഞാനും അത് വിശ്വസിക്കാൻ ശ്രമിച്ചു. 'ശരിയാകുമെന്നേ', അവൾ പറഞ്ഞു. ഒരു വിഷാദരോഗിക്ക് കൂട്ട് നൽകുക എളുപ്പമുള്ള ഒരു കാര്യമല്ല.

സമയത്തിനപ്പുറത്തുനിന്ന് ഒരു സംഭാഷണം- രണ്ടാം ഭാഗം

അന്നത്തെ ഞാൻ : എനിക്ക് ഇത് ചെയ്യാനാകില്ല.

ഇന്നത്തെ ഞാൻ : നിനക്കിത് ചെയ്യാനാകില്ലെന്ന് തോന്നും, പക്ഷേ പറ്റും. നീ ഇത് ചെയ്യും.

അന്നത്തെ ഞാൻ : ഈ വേദന. ഇത് എത്ര കഠിനമാണെന്ന് ഒരു പക്ഷേ നീ മറന്നുകാണും. ഞാൻ ഇന്ന് ഒരു കടയിലെ എസ്കലേറ്ററിൽ കയറിയപ്പോൾ ഞാൻ അലിഞ്ഞുപോകുന്നതുപോലെ തോന്നി. ലോകം എന്നെ പല വഴിക്ക് വലിക്കുന്നതുപോലെ.

ഇന്നത്തെ ഞാൻ : ഞാൻ മറന്നുകാണും. കുറച്ചൊക്കെ. പക്ഷേ, ഇത് നോക്കൂ, ഞാൻ ഇവിടെ നിൽക്കുകയല്ലേ. ഞാൻ ഇതിനെ അതിജീവിച്ചു, നമ്മൾ ഇതിനെ അതിജീവിച്ചു. കണ്ടില്ലേ! പിടിച്ചുനിൽക്കൂ.

അന്നത്തെ ഞാൻ : എനിക്ക് നീ ഇങ്ങനെ നിലനിൽക്കുന്നുവെന്ന് വിശ്വസിക്കണമെന്നുണ്ട്. എനിക്ക് നിന്നെ കൊന്നുകളയാതെ ഇരിക്കണമെന്നുണ്ട്.

ഇന്നത്തെ ഞാൻ : നീ അത് ചെയ്യില്ല. ചെയ്തില്ല. കണ്ടില്ലേ.

അന്നത്തെ ഞാൻ : ഞാൻ എന്തിന് ജീവിക്കണം? ഇത്തരം വേദന അനുഭവിക്കുന്നതിലും നല്ലത് ഒന്നും തോന്നാതെയിരിക്കുന്നതല്ലേ?

ഇന്നത്തെ ഞാൻ: ശ്രദ്ധിക്കൂ, ഞാൻ പറയുന്നത് ശ്രദ്ധിച്ചു കേൾക്കൂ. ഇത് നിന്റെ തലയിൽ കയറട്ടെ. നീ രക്ഷപെടും. ഇതിന്റെ അപ്പുറം ജീവിതമുണ്ട്. ജീവിതം. മനസ്സിലായോ? അവിടെ നിനക്ക് ആസ്വദിക്കാൻ കഴിയുന്ന കാര്യങ്ങളുണ്ട്. വേവലാതികളെപ്പറ്റി വേവലാതിപ്പെടാതെയിരിക്കൂ. വെറുതെ വേവലാതിപ്പെട്ടോളൂ.

അന്നത്തെ ഞാൻ: നിങ്ങൾക്ക് പ്രായമായി. മുഖം ചുളിഞ്ഞു. മുടി കൊഴിയുന്നുണ്ടോ?

ഇന്നത്തെ ഞാൻ: ഉവ്വ്. പക്ഷേ ഇതിനെപ്പറ്റി നമ്മൾ എപ്പോഴും വേവലാതിപ്പെട്ടിരുന്നു, ഓർമ്മയില്ലേ? പത്താം വയസ്സിലെ അവധിക്കാലം ഓർക്കുന്നില്ലേ. നമ്മൾ കണ്ണാടിയിൽ നോക്കി നെറ്റിയിലെ വരകളെപ്പറ്റി പേടിച്ചത്? വയസ്സാകുന്നതിനെപ്പറ്റി നമുക്ക് അന്നേ പേടിയായിരുന്നു. മരിക്കാൻ നമുക്ക് അന്നേ പേടിയായിരുന്നു.

അന്നത്തെ ഞാൻ: ഇപ്പോഴും മരിക്കാൻ പേടിയുണ്ടോ?

ഇന്നത്തെ ഞാൻ: ഉണ്ട്.

അന്നത്തെ ഞാൻ: എനിക്ക് ജീവിക്കാൻ ഒരു കാരണം വേണം. എനിക്ക് ഇവിടെ തുടരാൻ ശക്തമായ ഒരു കാരണം വേണം.

ഇന്നത്തെ ഞാൻ: ശരി, ഒരു മിനുട്ട്.

ജീവിച്ചിരിക്കാനുള്ള കാരണങ്ങൾ

1. നിങ്ങൾ മറ്റൊരു ഗ്രഹത്തിലാണ്. നിങ്ങൾ കടന്നുപോകുന്നത് എന്താണെന്ന് മറ്റാർക്കും മനസ്സിലാകില്ല. പക്ഷേ, സത്യത്തിൽ അവർക്ക് മനസ്സിലാകും. മനസ്സിലാകില്ല എന്ന് നിങ്ങൾക്ക് തോന്നുന്നതാണ്. അതിന്റെ കാരണം നിങ്ങൾ നിങ്ങളെപ്പറ്റി മാത്രം ചിന്തിക്കുന്നതാണ്. നിങ്ങൾക്ക് ഇങ്ങനെ ഇതിനുമുൻപ് തോന്നിയിട്ടുണ്ടാകില്ല. ഈ വീഴ്ച നിങ്ങൾക്ക് നടുക്കമാണ്. എന്നാൽ മറ്റുള്ളവരും ഈ അവസ്ഥയിലൂടെ കടന്നുപോയിട്ടുണ്ട്. നിങ്ങൾ ഇപ്പോൾ ജീവിക്കുന്ന ഈ ഇരുട്ടിൽ കോടിക്കണക്കിനു ആളുകൾ ജീവിക്കുണ്ട്.
2. കാര്യങ്ങൾ ഇതിലും മോശമാകില്ല. നിങ്ങൾക്ക് സ്വന്തം ജീവൻ അവസാനിപ്പിക്കണമെന്ന് തോന്നും. അതാണ് ഏറ്റവും മോശം അവസ്ഥ. കാര്യങ്ങൾ അവിടുന്ന് മെച്ചപ്പെടുകയേയുള്ളൂ.
3. നിങ്ങൾ സ്വയം വെറുക്കുന്നു. നിങ്ങളുടെ വികാരങ്ങളാണ് അങ്ങനെ തോന്നിക്കുന്നത്. ലോകത്തിലെ എല്ലാ മനുഷ്യർക്കും അവരവരെ വെറുക്കാൻ നിങ്ങൾക്കുള്ളത്രതന്നെ കാരണങ്ങൾ ഉണ്ടാകും. നമ്മൾ മനുഷ്യർ മോശം ആളുകളാണ്, എന്നാൽ നമുക്ക് നന്മകളുമുണ്ട്.
4. നിങ്ങൾക്ക് വിഷാദം എന്ന ലേബൽ ഉണ്ടെങ്കിലെന്താണ്? കൃത്യമായ ഒരു ഡോക്ടറെ കണ്ടാൽ എല്ലാ മനുഷ്യർക്കും ലേബലുകൾ ഉണ്ടാകും.
5. എല്ലാം മോശമാകാൻ പോവുകയാണെന്ന് ഇപ്പോൾ നിങ്ങൾക്കുള്ള തോന്നൽ ഒരു രോഗലക്ഷണമാണ്.
6. മനസ്സുകൾക്ക് അവരുടേതായ കാലാവസ്ഥയുണ്ട്. നിങ്ങൾ ഇപ്പോൾ ഒരു ചുഴലിക്കാറ്റിന്റെ നടുവിലാണ്. ചുഴലിക്കാറ്റിന്റെ ശക്തി പതിയെ അവസാനിക്കും. പിടിച്ചുനിൽക്കുക.
7. ദുഷ്കീർത്തിയെ മറന്നേക്കൂ. എല്ലാ അസുഖങ്ങൾക്കും ഒരിക്കൽ ദുഷ്കീർത്തിയുണ്ടായിരുന്നു. നമുക്ക് അസുഖങ്ങളെ പേടിയാണ്. കൃത്യമായ വിവരങ്ങൾ മനസ്സിലാക്കുന്നതിനമുൻപ് നമ്മുടെ

പേടികൾ നമ്മെ കീഴ്പ്പെടുത്തും. ഒരുകാലത്ത് പോളിയോ സാധുക്കളുടെ രോഗമാണെന്നാണ് കരുതിയിരുന്നത്. വിഷാദം ഒരു സ്വകാര്യമായ കഴിവുകേടായാണ് പലരും കരുതുന്നത്.

8. ഒന്നും ശാശ്വതമല്ല. ഈ വേദന അധികകാലം നിലനിൽക്കില്ല. ഇത് എന്നും നിലനിൽക്കുമെന്ന് വേദന നിങ്ങളോട് പറയും. എന്നാൽ അതൊരു നുണയാണ്. അതിനെ അവഗണിച്ചേക്കൂ. കാലംകൊണ്ട് വീട്ടി തീരുന്ന ഒരു കടമാണ് വേദന.

9. മനസ്സുകൾ മാറും. സ്വഭാവങ്ങൾ മാറും. നിങ്ങളുടെ മനസ്സ് ഒരു ഗാലക്സിയാണ്. വെളിച്ചത്തിലും കൂടുതൽ ഇരുളാണ് അവിടെ. എന്നാൽ വെളിച്ചമാണ് അതിന് വില കൊടുക്കുന്നത്. സ്വന്തം ജീവൻ എടുക്കരുത്. പൂർണ്ണമായ ഇരുൾകൊണ്ട് മൂടിയാലും ഓർമ്മിക്കുക, ജീവിതം മാറ്റമില്ലാതെ നിൽക്കില്ല. സമയം ഇടമാണ്. നിങ്ങൾ ആ ഗാലക്സിയിലൂടെയാണ് സഞ്ചരിക്കുന്നത്. നക്ഷത്രങ്ങൾക്കുവേണ്ടി കാത്തിരിക്കുക.

10. ഒരിക്കൽ നിങ്ങൾ ഈ വേദനയോട് ഒപ്പംചേരുന്ന സന്തോഷം അനുഭവിക്കും. നിങ്ങൾ സന്തോഷാശ്രുക്കൾ പൊഴിക്കും. നിങ്ങളുടെ മടിയിൽ ഉറങ്ങിക്കിടക്കുന്ന മകളുടെ മുഖത്ത് നോക്കും, നിങ്ങൾക്ക് മികച്ച സുഹൃത്തുക്കൾ ഉണ്ടാകും. നിങ്ങൾ ഇന്നേവരെ കഴിച്ചിട്ടില്ലാത്ത രുചികരമായ ഭക്ഷണങ്ങൾ കഴിക്കും, നിങ്ങൾ ഒരിക്കൽ ഒരു കൊടുമുടിയിലെത്തും. നിങ്ങൾ വായിക്കാത്ത പുസ്തകങ്ങൾ എത്രയുണ്ട്, അവ നിങ്ങളെ ധനികനാക്കും. നിങ്ങൾ വലിയ ബക്കറ്റുകൾ നിറയെ പോപ്പ്കോൺ കഴിച്ചുകൊണ്ട് എത്ര സിനിമകൾ കാണും. നിങ്ങൾ ചിരിക്കും, നൃത്തം ചവിട്ടും, രതിയിലേർപ്പെടും, പുഴക്കരയിലൂടെ ഓടും, രാത്രി മുഴുവൻ സംസാരിച്ചിരിക്കും, വയർ വേദനിക്കുന്നതുവരെ ചിരിക്കും. ജീവിതം നിങ്ങളെ കാത്തിരിക്കുന്നു. നിങ്ങൾ ഈ അവസ്ഥയിൽ കുറച്ചുനാൾ കുടുങ്ങിയേക്കും. പക്ഷേ, ലോകം എവിടെയും പോകുന്നില്ല. സാധിക്കുമെങ്കിൽ പിടിച്ചുനിൽക്കുക. ജീവിതം വിലയേറിയതാണ്.

സ്നേഹം

നാം തനിച്ചാണ്. ഇത് ഒരു യാഥാർത്ഥ്യമാണ്. എങ്ങനെയൊക്കെ നാം ഇതിനെ മറന്നാലും ഈ യാഥാർത്ഥ്യം നിലനിൽക്കും. നമുക്ക് അസുഖം വരുമ്പോൾ പക്ഷേ, ഈ യാഥാർത്ഥ്യത്തിൽനിന്ന് രക്ഷപെടാനാകില്ല. വേദന, ഒരു തരത്തിൽ, ഏകാന്തമായ ഒരു അവസ്ഥയാണ്. എനിക്ക് ഇപ്പോൾ നടുവ് വേദനയുണ്ട്. ഞാൻ ഇത് എഴുതുമ്പോൾ എന്റെ കാലുകൾ ഞാൻ ഒരു ഭിത്തിയിൽ ഉയർത്തിവെച്ച് സോഫയിൽ നടുവ് ചേർത്താണ് ഇരിക്കുന്നത്. സാധാരണ രീതിയിൽ ലാപ്ടോപ്പിന് മുൻപിൽ ഇരുന്നാൽ എന്റെ നടുവ് വേദന വീണ്ടും തുടങ്ങും. എന്റെ നടുവ് വേദനിക്കുമ്പോൾ ലോകത്തിലെ കോടിക്കണക്കിന് ആളുകൾക്കും നടുവ് വേദനയുണ്ട് എന്നത് എനിക്ക് ആശ്വാസം തരില്ല. അപ്പോൾ പിന്നെ സ്നേഹത്തിന്റെ കാര്യത്തിൽ നാം എന്തിനാണ് അങ്ങനെ ചിന്തിക്കുന്നത്? ഒരാളെ നാം എത്രത്തോളം സ്നേഹിച്ചാലും അവരുടെ വേദന എടുത്തുമാറ്റാൻ നമുക്ക് കഴിയില്ല. എന്നാൽ ഞാൻ ഒരു കാര്യം പറയാം. ഞാൻ പരിപൂർണ്ണമായി വിശ്വസിക്കുന്ന ഒരു കാര്യമാണിത്. സ്നേഹമാണ് എന്നെ രക്ഷപ്പെടുത്തിയത്. ആൻഡ്രിയ. അവളാണ് എന്നെ രക്ഷിച്ചത്. അവൾക്ക് എന്നോടും എനിക്ക് അവളോടുമുള്ള സ്നേഹം. ഒരിക്കൽ സംഭവിച്ചതല്ല അത്. തുടർച്ചയായി വീണ്ടും വീണ്ടും ഞങ്ങൾ സൂക്ഷിച്ച സ്നേഹം. എനിക്ക് അസുഖം വന്നപ്പോൾ ഞാൻ ഒരുമിച്ചായിട്ട് അഞ്ചുവർഷം തികഞ്ഞിരുന്നു.

ഈ അഞ്ചുവർഷംകൊണ്ട് ആൻഡ്രിയ എന്താണ് നേടിയത്? സ്ഥിരമായ ഒരു സാമ്പത്തിക അരക്ഷിതത്വമോ? മദ്യത്തിൽ മുങ്ങിയ ലൈംഗികജീവിതമോ? യൂണിവേഴ്സിറ്റിയിൽ എല്ലാവരും ഞങ്ങളെ ഒരു ഹാപ്പി ദമ്പതികളായാണ് കണ്ടത്. ഞങ്ങൾ പകുതി സമയം അങ്ങനെയായിരുന്നു താനും. എന്നാൽ ബാക്കി പകുതിയിൽ ഞങ്ങൾ അൺഹാപ്പി ദമ്പതികൾ ആയിരുന്നു. ഞങ്ങൾ അടിസ്ഥാനപരമായി വ്യത്യസ്തരായ ആളുകളായിരുന്നു. ആൻഡ്രിയയ്ക്ക് നേരത്തെ ഉറങ്ങാനും വെറുതെ കട്ടിലിൽ കിടക്കാനും ഒക്കെയായിരുന്നു ഇഷ്ടം. ഞാൻ ഒരു മൂങ്ങയെപ്പോലെ രാത്രി ഉറങ്ങാതെ വിഷമിച്ചു. അവൾക്ക് ഉറച്ച ഒരു വ്യക്തിത്വമുണ്ടായിരുന്നു, എനിക്ക് അതില്ല. അവൾക്ക് അടുക്കും ചിട്ടയും ഇഷ്ടം, ഞാനോ അടുക്കും ചിട്ടയും എന്തെന്ന് അറിയാത്ത

ആൾ. ക്ലോറിനും അമോണിയയും തമ്മിൽ ചേർന്നത് പോലെയായിരുന്നു ഞങ്ങളുടെ അവസ്ഥ. വളരെ മോശം ഒരു ആശയം തന്നെ. എന്നാൽ ഞാൻ അവളെ ചിരിപ്പിച്ചു. ഞങ്ങൾ സംസാരിച്ചു. നമ്മൾ രണ്ടാളും സ്വകാര്യത ഇഷ്ടപ്പെടുന്ന നാണംകുണുങ്ങികളായിരുന്നു. ആൻഡ്രിയ പ്രത്യേകിച്ച് ഒരു സാമൂഹിക ഓന്തായിരുന്നു. അതൊരുതരം ദയയാണെന്ന് പറയാം. ആരെങ്കിലും ഒരു സാമൂഹികസാഹചര്യത്തിൽ വിഷമിക്കുന്നത് അവൾക്ക് ഇഷ്ടമല്ലായിരുന്നു. അവരെ സന്തോഷിപ്പിക്കാൻ അവൾ കഴിയുന്നത്ര ശ്രമിച്ചിരുന്നു. അവൾക്ക് അവളായി ജീവിക്കാനുള്ള ഒരു അവസരമാണ് ഞാൻ നൽകിയതെന്ന് തോന്നുന്നു. ഷോപ്പനോവർ പറയുന്നതുപോലെ, 'മറ്റുള്ളവരെപ്പോലെയായി മാറാൻ നാം നമ്മുടെ മുക്കാൽഭാഗവും വിട്ടുകളയുന്നു'. എന്നാൽ നഷ്ടപ്പെട്ടുപോയ ആ ഭാഗങ്ങളെ വീണ്ടെടുക്കുന്നത് സ്നേഹത്തിലൂടെയാണ്. ചെറുപ്പത്തിൽ എവിടെയോ നഷ്ടപ്പെട്ട സ്വാതന്ത്ര്യമാണ് സ്നേഹത്തിലൂടെ നാം കണ്ടെത്തുന്നത്.

നിങ്ങളുടെ എല്ലാ പ്രത്യേകതകളും അംഗീകരിക്കാൻ കഴിയുന്ന ഒരാളെയാണ് നിങ്ങൾ സ്നേഹത്തിലൂടെ കണ്ടെത്തുക. ഞാൻ അവളെ അവളാകാൻ സഹായിച്ചു, അവൾ എന്നെ ഞാനാകാനും. സംസാരിച്ചു സംസാരിച്ചാണ് ഇത് ഞങ്ങൾക്ക് സാധ്യമായത്. ഞങ്ങളുടെ ആദ്യവർഷത്തിൽ ഞങ്ങൾ രാത്രി മുഴുവൻ സംസാരിച്ചിരിക്കുമായിരുന്നു.

രാത്രി ഞങ്ങൾ ഹള്ളിലെ ഷാർപ് സ്ട്രീറ്റിലുള്ള വൈൻഷോപ്പിൽ പോയി ഞങ്ങൾക്ക് വാങ്ങാൻ കഴിയാത്ത വിലയുള്ള ഒരു വൈൻ വാങ്ങും. വർക്ക് ചെയ്യാൻ ഏരിയൽ തിരിക്കേണ്ട ഒരു പഴയ ഹിറ്റാച്ചി ടിവി കണ്ടുകൊണ്ടു പ്രാതൽ കഴിച്ചാണ് രാത്രി അവസാനിക്കുക. ഒരു വർഷം കഴിഞ്ഞപ്പോൾ ഞങ്ങൾ മുതിർന്നവരെപ്പോലെ 'റിവർ കേഫ് കുക്ക് ബുക്ക്' വായിച്ചു പാചകം ചെയ്യുകയും ഡിന്നർ പാർട്ടികൾ നടത്തുകയും ചെയ്തു. ഞങ്ങളുടെ ഈർപ്പം നിറഞ്ഞ സ്റ്റുഡന്റ് ഫ്ലാറ്റിൽ ഞങ്ങൾ സലാഡും വൈനും വിളമ്പി. ഞങ്ങളുടേത് ഒരു പെർഫെക്ട് ബന്ധമായിരുന്നു എന്ന് തെറ്റിദ്ധരിക്കരുത്. അല്ല. ഇപ്പോഴുമല്ല. ഞങ്ങളുടെ ഇബിസയിലെ സമയം ഇപ്പോൾ നോക്കുമ്പോൾ ഒരു നീണ്ട വാഗ്വാദംപോലെയാണ് തോന്നുന്നത്. ഇത് കേൾക്കൂ:

'മാറ്റ്, എണീക്ക്.'

'എന്താ?'

'ഒമ്പതരയായി. എണീക്ക്.'

'അതുകൊണ്ട്?'

'എനിക്ക് പത്തുമണിക്ക് ഓഫീസിൽ എത്തണം. മുക്കാൽ മണിക്കൂർ ഡ്രൈവ് ഇല്ലേ?'

'അതിനെന്താ? ആരും അറിയില്ല. ഇത് ഇബിസയല്ലേ.'

'നിങ്ങൾ സ്വാർത്ഥനാണ്.'

'ഞാൻ മടുത്തു.'

'നിങ്ങൾക്ക് ഹാങ്ങോവർ ആണ്. രാത്രി മുഴുവൻ വോഡ്ക കുടിക്കുകയായിരുന്നില്ലേ.'

'അൽപ്പം ആസ്വദിച്ചതിനു സോറി. ഇടയ്ക്കൊക്കെ നീയും ശ്രമിച്ചു നോക്കൂ.'

'നാശം, ഞാൻ പോകുന്നു.'

'എന്താ? ഞാൻ ഇവിടെ തന്നെ നിൽക്കണോ? ഇവിടെ ഒന്നുമില്ല.' ക്ഷണമില്ല. പത്തുമിനിറ്റ് നിൽക്ക്.'

'ഞാൻ പോകുവാ. എനിക്ക് ഈ സ്വഭാവം മടുത്തു.'

'എന്തുകൊണ്ട്?'

'നിനക്കല്ലേ ഇവിടെ നിൽക്കേണ്ടത്. എന്റെ ജോലി കാരണമാണ് നമ്മൾ ഇവിടെ നിൽക്കുന്നത്. അതുകൊണ്ടാണ് നമുക്ക് ഈ വില്ല ഉള്ളത്.'

'നിനക്ക് ആഴ്ചയിൽ ആറുദിവസവും ജോലിയാണ്. പന്ത്രണ്ടു മണിക്കൂർ. അവർ നിന്നെ ചൂഷണം ചെയ്യുകയാണ്. അവർ ഇപ്പോഴും എവിടെയെങ്കിലും ആടിപ്പാടുകയായിരിക്കും. പന്ത്രണ്ടുമണിയാകാതെ ആരും ഓഫീസിൽ വരില്ല. നിനക്ക് ജോലിഭ്രാന്തായതുകൊണ്ടാണ് അവർ നിന്നെ നിലനിർത്തുന്നത്. നീ അവർക്കുവേണ്ടി എന്തും ചെയ്യും, എനിക്കെന്തെങ്കിലും വില തരുന്നുണ്ടോ?'

'ബൈ മാറ്റ്.'

'പോടീ. നീ ശരിക്കും പോകുവാണോ? എങ്കിൽ പോടീ. സ്വന്തം കാര്യമല്ലാതെ എന്തെങ്കിലുമുണ്ടോ?... നിൽക്ക്, ഞാനും വരുന്നു... നാശം.'

പക്ഷേ, ഈ വാഗ്വാദങ്ങൾ ഒക്കെ മുകളിൽ നിൽക്കുമ്പോഴും ഓളങ്ങൾക്ക് കീഴെ ശാന്തമായ ജലമായിരുന്നു. അങ്ങനെയായിരുന്നു ഞങ്ങൾ. ഞങ്ങളുടെ വാഗ്വാദങ്ങൾക്ക് അതിലേറെ ആഴമില്ലെന്ന് ഞങ്ങൾക്ക് അറിയുമായിരുന്നു. മറ്റൊരാളുടെ മുന്നിൽ നിങ്ങൾക്ക് നിങ്ങളാകാൻ കഴിയില്ലെങ്കിൽ നിങ്ങളുടെ അതൃപ്തികൾ പുറത്തുവരും.

ഇബിസയിൽ ഞാൻ അതായിരുന്നു. അസംതൃപ്തൻ. അത് എന്റെ വ്യക്തിത്വത്തിന്റെ ഭാഗമായി മാറി. അസന്തുഷ്ടി വരുമ്പോൾ ഞാനത് മദ്യത്തിൽ ഒഴുക്കിക്കളയാൻ നോക്കി. ഞാൻ എന്റെ പ്രശ്നങ്ങളെ അംഗീകരിക്കാൻ തയ്യാറായില്ല. ഞാൻ ഒരു അസംതൃപ്തനായ മദ്യപാനി ബോയ്ഫ്രണ്ട് ആയിരുന്നപ്പോഴും എന്റെ വിഷാദം അംഗീകരിക്കാൻ ഞാൻ മടിച്ചു.

എന്നാൽ അവളോട് സ്നേഹമില്ലാത്ത ഒരു നിമിഷംപോലു മുണ്ടായിരുന്നില്ലെന്നു എനിക്ക് തീർച്ച പറയാം. പൂർണ്ണമായി ഞാൻ അവളെ സ്നേഹിച്ചു. സൗഹൃദവും പ്രേമവും നൽകി. എന്നാൽ പ്രേമത്തിലും മേലെയാണ് സൗഹൃദമെന്നു ഞാൻ തിരിച്ചറിഞ്ഞു. ഞാൻ വിഷാദത്തിൽ ആണ്ടപ്പോൾ ആൻഡ്രിയ എന്റെയരികിൽ ഉണ്ടായിരുന്നു. അവൾ എന്നോട് ദയാപൂർവം കലഹിച്ചു.

എനിക്ക് എന്തും പറയാമായിരുന്ന ഒരേയൊരാൾ അവളായിരുന്നു. എന്നോടൊപ്പം എന്നപോലെയാണ് ഞാൻ അവളോടൊപ്പം കഴിഞ്ഞത്. വാഗ്വാദങ്ങൾക്ക് അവൾ ഉപയോഗിച്ച അതേ ശക്തിയോടെ അവൾ എനിക്ക് പിന്തുണ തന്നു. ഡോക്ടർമാരെ കാണാൻ എന്റെ കൂടെ വന്നു. ഹെൽപ്പ് ലൈൻ നമ്പറുകൾ വിളിക്കാൻ പ്രേരിപ്പിച്ചു. എന്നെ വായിക്കാനും എഴുതാനും പ്രോത്സാഹിപ്പിച്ചു. ഞങ്ങൾക്കുവേണ്ടി പണം സമ്പാദിച്ചു. സമയം തന്നു. എന്റെ ജീവിതം മുഴുവൻ ചിട്ടപ്പെടുത്തി താങ്ങായി കൂടെനിന്നു.

ആകുലതകളും പേടികളും വിട്ടിട്ടുപോയ ഇടങ്ങളെ അവൾ പൂരിപ്പിച്ചു. അവളായിരുന്നു എന്റെ മനസ്സിന്റെ ഇരട്ട. അവളായിരുന്നു എന്റെ ജീവന്റെ കാവൽ. എന്റെ ജീവിതത്തിന്റെ ഒരു പാതി ഇരുളിൽ മൂടിയപ്പോൾ അവളെന്റെ മറുപാതിയായി. ഞാൻ എന്നിൽനിന്ന് ഒളിച്ചോടിയപ്പോൾ യുദ്ധത്തിനുപോയ സൈനികന്റെ ഭാര്യയെപ്പോലെ അവൾ എന്റെ തിരിച്ചുവരവ് കാത്തിരുന്നു.

വിഷാദമോ ഉത്കണ്ഠയോ ഉള്ളവർക്ക് താങ്ങാവുന്നതെങ്ങനെ?

1. നിങ്ങളെ അവർക്ക് ആവശ്യമുണ്ടെന്നും അവർ നിങ്ങളുടെ സാമീപ്യം സ്വീകരിക്കുന്നുണ്ടെന്നും അറിയുക, ഒറ്റനോട്ടത്തിൽ അങ്ങനെ തോന്നിയില്ലെങ്കിൽ കൂടി.
2. കേൾക്കുക.
3. 'ഇത് നിറുത്തുക' എന്നോ 'സന്തോഷമായിരിക്കൂ' എന്നോ പറയരുത്. അങ്ങനെ പറയുന്നെങ്കിൽ അതിനുള്ള വിശദമായ വഴികൾ കൂടി പറഞ്ഞുകൊടുത്ത് കൂടെ നിൽക്കണം. (സ്നേഹം പ്രകടിപ്പിക്കാതിരിക്കൽ ഇവിടെ പ്രവർത്തിക്കില്ല. സ്നേഹം തന്നെയാണ് വഴി.)
4. ഇതൊരു രോഗമാണെന്നത് അംഗീകരിക്കുക. ചിലപ്പോൾ ചിന്തിക്കാത്ത കാര്യങ്ങൾ അവർ പറഞ്ഞെന്നുവരാം.
5. അറിവ് നേടുക. നിങ്ങൾക്ക് എളുപ്പമെന്നു തോന്നുന്ന നിസാരം ഒരു കടയിൽ പോവുകപോലെയുള്ള കാര്യങ്ങൾ ഒരു വിഷാദ രോഗിക്ക് ഏറെ ബുദ്ധിമുട്ടാണെന്ന് മനസ്സിലാക്കുക.
6. ഒരു കാര്യവും വ്യക്തിപരമായി എടുക്കരുത്. പനിയോ വാതമോ മറ്റേത് അസുഖമോപോലെ മാത്രം കാണുക. ഇതൊന്നും നിങ്ങളുടെ കുറ്റമല്ല എന്നറിയുക.
7. ക്ഷമ കാണിക്കുക. കാര്യങ്ങൾ മനസ്സിലാക്കി പെരുമാറുക എളുപ്പമല്ല. വിഷാദത്തിന്റെ ഉയർച്ച താഴ്ചകൾ അറിയുക. അത് ഒരേ പോലെ നിൽക്കില്ല. ഒരു സന്തോഷനിമിഷമോ ഒരു ദുഃഖനിമിഷമോ രോഗം ഭേദമായതിന്റെയോ അത് വീണ്ടും വന്നതിന്റെയോ ലക്ഷണമാകണമെന്നില്ല. ദീർഘകാലത്തേക്ക് കൂടെ നിൽക്കുക.
8. അവരെവിടെയാണോ അങ്ങോട്ടേക്ക് ഇറങ്ങിച്ചെല്ലുക. നിങ്ങൾക്ക് എന്ത് ചെയ്യാനാകും എന്ന് ചോദിക്കുക. നിങ്ങൾക്ക് ചെയ്യാവുന്ന പ്രധാന കാര്യം അവർക്കുവേണ്ടി കൂടെയുണ്ടാവുക എന്നതാണ്.
9. ജോലിയിലെയോ സ്വകാര്യജീവിതത്തിലെയോ ഏതെങ്കിലും സംഘർഷം ഒഴിവാക്കാമെങ്കിൽ അത് ഒഴിവാക്കി കൊടുക്കുക.

10. അവർ അസ്വസ്ഥരാണ്. അവരെ കൂടുതൽ അസ്വസ്ഥരാക്കാതിരിക്കുക. മൂന്നുദിവസമായി സോഫയിൽ തന്നെയാണോ? കർട്ടൻ പോലും മാറ്റുന്നില്ലേ? ഒരു സോക്സ് തെരഞ്ഞെടുക്കാൻപോലും കരയുന്നോ? അതിനെന്താ? അതിത്ര വലിയ കാര്യമായി കാണണ്ട. 'നോർമൽ' എല്ലാവർക്കും ഒരുപോലെയല്ല. 'നോർമൽ' വ്യക്തിപരമാണ്. ഈ ലോകത്ത് നിരവധി ബില്യൻ തരം 'നോർമൽ' ഉണ്ട്.

അപ്രധാനമായ ഒരു നിമിഷം

അത് സംഭവിച്ചു. ഞാൻ കാത്തിരുന്ന ആ നിമിഷം. രണ്ടായിരം ഏപ്രിലിൽ എപ്പോഴോ ആണത്. തികച്ചും അപ്രധാനം. അതിനെപ്പറ്റി കാര്യമായി ഒന്നും എഴുതാനുമില്ല. അതാണ് അതിന്റെ പ്രാധാന്യം. ഒന്നുമില്ലായ്മയുടെ ഒരു നിമിഷം, ശ്രദ്ധിക്കാതെ കടന്നുപോയ ഒരു നിമിഷം, ഉണർന്നുകിടക്കുമ്പോഴും എന്റെ വിഷാദത്തെയോ ഉൽക്കണ്ഠയെയോ പറ്റി ചിന്തിക്കാത്ത ഒരു നിമിഷം. ഞാൻ എന്റെ ജോലിയെപ്പറ്റി ചിന്തിച്ചു. പത്രത്തിൽ ഒരു ലേഖനം പ്രസിദ്ധീകരിക്കുന്നതിനെപ്പറ്റി ചിന്തിച്ചു. അതൊരു സന്തോഷമുള്ള ചിന്തയുമായിരുന്നില്ല, നിർവികാരമായ ഒരു ചിന്ത. എന്നാൽ അത് കാർമേഘങ്ങളെ മുറിക്കുന്ന ഒരു നിമിഷമായിരുന്നു, എവിടെയോ സൂര്യൻ ഉണ്ടെന്ന തെളിവ്. അധികം വൈകാതെ ആ നിമിഷം കടന്നുപോയെങ്കിലും പിന്നീട് വന്ന കാർമേഘങ്ങൾക്കിടയിലും പ്രതീക്ഷയുണ്ടായിരുന്നു. വേദനയില്ലാതായ ആ സെക്കന്റുകൾ നിമിഷങ്ങളും മണിക്കൂറുകളും എന്തിന് ദിവസങ്ങൾപോലും ആയേക്കാം എന്ന തോന്നൽ.

വിഷാദത്തെക്കാൾ അനുകമ്പ സൃഷ്ടിച്ച ചില സംഭവങ്ങൾ

ടിന്നിട്ടസ് അസുഖം വന്നത്.

ഓവനിൽ തട്ടി കൈ പൊള്ളിയതും ഒരാഴ്ച മരുന്നുള്ള കയ്യുറ ഇടേണ്ടി വന്നതും.

അബദ്ധത്തിൽ കാലിൽ തീപ്പൊള്ളൽ ഏറ്റത്.

ജോലി നഷ്ടപ്പെട്ടത്.

വിരൽ ഒടിഞ്ഞത്.

കടത്തിൽ പെട്ടത്.

ഞങ്ങളുടെ പുതിയ വീട്ടിൽ വെള്ളം കയറി പതിനായിരക്കണക്കിന് പൗണ്ട് നഷ്ടം വന്നത്.

മോശം ആമസോൺ റിവ്യൂ കിട്ടിയത്.

നോറോവൈറസ് ബാധിച്ചത്.

പതിനൊന്നാം വയസ്സിൽ ഛേദനാചാരം ചെയ്തത്.

നടുവ് വേദന.

ബ്ലാക്ക് ബോർഡ് പുറത്തു വീണത്.

ഇറിറ്റബിൾ ബവൽ സിൻഡ്രോം.

തൊട്ടരികിൽ തീവ്രവാദി ആക്രമണം ഉണ്ടായത്.

എക്സിമ.

ജനുവരിയിൽ ഒരു കപ്പലിൽ കഴിഞ്ഞത്.

ബന്ധങ്ങൾ തകർന്നത്.

കാബേജ് പാക്കിങ് ഫാക്ടറിയിൽ ജോലി ചെയ്തത്.

മീഡിയ സെയിൽസ് ജോലി ചെയ്തത്.

വിഷമുള്ള ചെമ്മീൻ കഴിച്ചത്.

മൂന്നു ദിവസം നീണ്ട ചെന്നിക്കുത്ത്.

അന്യഗ്രഹജീവിയുടെ ഭൂജീവിതം

വിഷാദം അനുഭവിച്ചിട്ടില്ലാത്ത ആളുകളോട് അത് വിശദീകരിക്കുക എളുപ്പമല്ല.

ഒരു അന്യഗ്രഹജീവിയോട് ഭൂമിയെപ്പറ്റി വിശദീകരിക്കുന്നത് പോലെയാണ് അത്. കൃത്യമായ ഉദാഹരണങ്ങൾ ഇല്ലാത്തതുകൊണ്ട് രൂപകങ്ങൾ തേടേണ്ടി വരും.

ഒരു തുരങ്കത്തിൽ കുടുങ്ങിയതുപോലെ.

കടലിന്റെ അടിത്തട്ടിൽ പെട്ടതുപോലെ.

തീയിൽ പെട്ടതുപോലെ.

ഏറ്റവും പ്രധാനം അതിന്റെ തീവ്രതയാണ്. സാധാരണ വികാരങ്ങളുടെ കണക്കിൽ അത് പെടില്ല. നിങ്ങൾ അതിൽ പെട്ടാൽ നിങ്ങൾ ശരിക്കും പെട്ടു. ജീവിതത്തിൽ നിന്നിറങ്ങാതെ അതിൽനിന്നു ഇറങ്ങാനാകില്ല. കാരണം അത് നിങ്ങളുടെ ജീവിതമായി മാറുന്നു. നിങ്ങൾ അനുഭവിക്കുന്നതെല്ലാം അതിലൂടെ അരിച്ചിറങ്ങുന്നു. അത് എല്ലാത്തിനെയും പൊലിപ്പിക്കുന്നു. തീവ്രമായ വിഷാദത്തിൽ ഒരു സാധാരണ മനുഷ്യൻ ശ്രദ്ധിക്കുകപോലും ചെയ്യാത്ത കാര്യങ്ങൾ നിങ്ങളെ വല്ലാതെ അലട്ടുന്നു. സൂര്യൻ മേഘത്തിനുപിന്നിൽ മറഞ്ഞാൽ, കാലാവസ്ഥ മാറിയാൽ ഒക്കെ ഒരു സുഹൃത്ത് മരിച്ചാൽ എന്നപോലെയാണ് നിങ്ങൾക്ക് തോന്നുക. ഒരു കുഞ്ഞ് ഗർഭവും ലോകവും വേർതിരിക്കുന്നത് പോലെയാണ് നിങ്ങൾക്ക് വീടിനകവും പുറവും. പനിയുടെ മരുന്ന് കഴിച്ചാൽ മെത്തംഫെറ്റമീൻ എടുത്തപോലെയാണ് നിങ്ങളുടെ തലച്ചോർ പെരുമാറുക.

എനിക്ക് വിഷാദം പതിഞ്ഞതായിരുന്നതല്ല, മൂർച്ചയേറിയ അനുഭവമായിരുന്നു. ഇത്രനാൾ ഞാൻ ഒരു തോടിനുള്ളിൽ കഴിഞ്ഞപോലെ, പെട്ടെന്ന് ആ തോട് ഇല്ലാതായതുപോലെ. ചുവന്നു തോലുരിഞ്ഞ് നഗ്നമായ മനസ്സ്. തൊലിയുരിച്ച വ്യക്തിത്വം. അനുഭവങ്ങളുടെ ആസിഡിൽ കിടക്കുന്ന തലച്ചോർ. എനിക്കന്നു മനസ്സിലാകാതെ പോയ കാര്യം ഈ മാനസികാവസ്ഥയ്ക്ക് ദോഷങ്ങളോടൊപ്പം ഗുണങ്ങളും ഉണ്ടെന്നതാണ്.

നിങ്ങളെ കൊല്ലാത്തത് നിങ്ങളെ ശക്തരാക്കും എന്ന വാദമല്ല ഞാൻ പറയുന്നത്. അത് നേരുമല്ല. നിങ്ങളെ കൊല്ലാത്തത് നിങ്ങളെ

അശക്തരാക്കും. നിങ്ങളെ കൊല്ലാത്തത് ജീവിതകാലം മുഴുവൻ നിങ്ങളെ ഞൊണ്ടിനടക്കാൻ വിടും. നിങ്ങളെ കൊല്ലാത്തത് നിങ്ങളെ വീട്ടിൽനിന്നോ, എന്തിന് കിടപ്പുമുറിയിൽനിന്ന് പോലുമോ, ഇറങ്ങാതിരിക്കാൻ പ്രേരിപ്പിക്കും. നിങ്ങളെ കൊല്ലാതിരുന്ന അവസ്ഥയ്ക്ക് മുൻപുള്ള കാലം കൊതിച്ച് പിറുപിറുത്തുകൊണ്ട് നിങ്ങൾ ജനാലപ്പാളിയിൽ തല ചേർത്തിരിക്കും.

ഇത് ശക്തിയുടെ പ്രശ്നമല്ല. ഇത് അതിജീവനത്തിന്റെ പ്രശ്നമല്ല. ഇത് സൂം ഇൻ ചെയ്യലാണ്. ഇത് മൂർച്ചപ്പെടുത്തലാണ്. ഗദ്യത്തിൽനിന്നു പദ്യത്തിലേക്ക് ഉള്ള മാറ്റമാണ്. ഇരുപത്തിനാലുവയസ്സിനു മുൻപ് കാര്യങ്ങൾ എത്ര മോശമാകാം എന്നെനിക്കറിയില്ലായിരുന്നു. കാര്യങ്ങൾ എത്ര നന്നാകാം എന്നും എനിക്കറിയില്ലായിരുന്നു. നിങ്ങളുടെ പുറന്തോട് നിങ്ങളെ സംരക്ഷിക്കുന്നുണ്ടാകാം, എന്നാൽ അത് നല്ല കാര്യങ്ങളെ തീവ്രമായി അനുഭവിക്കുന്നതിൽ നിന്നുകൂടി നിങ്ങളെ മാറ്റിനിറുത്തുന്നു. ജീവിതത്തിലേക്ക് ഉണരുന്നതിനു നിങ്ങൾ കൊടുക്കുന്ന വളരെ വലിയൊരു വിലയാണ് വിഷാദം. അത് നിങ്ങൾ അനുഭവിക്കുമ്പോൾ ആ വില കൊടുക്കാം എന്ന് നിങ്ങൾ ഒരിക്കലും ചിന്തിക്കില്ല. എന്നാൽ അറിയുക, ആനന്ദം വേദനയെ മാറ്റുക മാത്രമല്ല, ചിലപ്പോൾ വേദനയിൽനിന്നും അത് ഉണ്ടാകാം.

വെളുത്ത ഇടം

ഞങ്ങൾ എന്റെ മാതാപിതാക്കളുടെ വീട്ടിൽ മൂന്നുമാസമാണ് ചെലവിട്ടത്. പിന്നീടുള്ള ശൈത്യകാലം ഞങ്ങൾ ലീഡ്സിലെ വിദ്യാർഥികൾ താമസിക്കുന്ന ചെലവുകുറഞ്ഞ ഒരു ഫ്ളാറ്റിലാണ് ചെലവിട്ടത്. ആൻഡ്രിയ ഫ്രീലാൻസ് ആയി പി ആർ ജോലി ചെയ്യുകയും ഞാൻ ഭ്രാന്തുപിടിക്കാതെയിരിക്കാൻ ശ്രമിക്കുകയും ചെയ്തു.

എന്നാൽ ഏപ്രിൽ 2000 മുതൽ ചില നല്ല കാര്യങ്ങൾ ജീവിതത്തിൽ പ്രത്യക്ഷപ്പെട്ടുതുടങ്ങി. ചീത്തക്കാര്യങ്ങൾ തുടർന്നു. ആദ്യമൊക്കെ ചീത്തക്കാര്യങ്ങൾ സദാ അവിടെ ഉണ്ടായിരുന്നു. 0.0001 ശതമാനമായിരുന്നു നല്ല കാര്യങ്ങൾ. ഞാനും ആൻഡ്രിയയും രാവിലെ നടക്കാൻ പോകുമ്പോൾ എന്റെ മുഖത്ത് വീഴുന്ന സൂര്യപ്രകാശമായിരുന്നു ഒരു നന്മ. സൂര്യപ്രകാശം ഉള്ളിടത്തോളം എന്റെ മുഖത്തും പ്രകാശമുണ്ടായിരുന്നു. പിന്നീട് അത് അപ്രത്യക്ഷമായി. എന്നാൽ ചില നന്മകൾ ഇങ്ങനെ ഉണ്ടാകുമെന്ന് എനിക്കപ്പോൾ ബോധ്യപ്പെട്ടു. എനിക്ക് ജീവിതം വീണ്ടും ഉണ്ടാകുമെന്ന തോന്നൽ ഉണ്ടായി. മെയ് മാസമായപ്പോൾ 0.0001 എന്നത് 0.1 ശതമാനമായി മാറി. ഞാൻ ഉയരാൻ തുടങ്ങി.

ജൂൺ ആയപ്പോൾ ഞങ്ങൾ സിറ്റിയിലെ ഒരു ഫ്ളാറ്റിലേക്ക് താമസം മാറി.

ആ വീട്ടിലെ എനിക്ക് ഏറ്റവും ഇഷ്ടപ്പെട്ട കാര്യം വെളിച്ചമാണ്. എനിക്ക് വെളുത്ത ഭിത്തികളും ഇളം തടിയുടെ തറയും ചതുരത്തിലുള്ള വലിയ ജനാലകളും ഞങ്ങളുടെ വീട്ടുടമ തന്ന നീല സോഫയും ഇഷ്ടപ്പെട്ടു. അപ്പോഴും ഞങ്ങൾ ഇംഗ്ലണ്ടിൽതന്നെ. ഇത് യോർക്ക്ഷയർ തന്നെ. വല്ലപ്പോഴുമാണ് വെളിച്ചം കിട്ടുക. എന്നാൽ ഈ വീട് ഞങ്ങളുടെ ബജറ്റിൽ ഒതുങ്ങുന്നതായിരുന്നു. എന്നാൽ ഞങ്ങളുടെ തവിട്ട് അടുക്കളയും ചുവന്ന കാർപ്പറ്റുമുള്ള സ്റ്റുഡന്റ് ഫ്ളാറ്റിനേക്കാൾ എത്രയോ മികച്ചതായിരുന്നു അത്. നീല സോഫ ഞങ്ങളുടെ പഴയ വീട്ടിലെ നീല നനവ് പടർന്ന വിള്ളലിനെക്കാൾ എത്രയോ ഭേദം.

വെളിച്ചമാണ് എല്ലാം. പ്രകാശം, തുറന്നിട്ട ജനാലകൾ. ചെറിയ അധ്യായങ്ങളുള്ള താളുകൾ, ഒരുപാട് വെളുത്ത ഇടങ്ങൾ.

ചെറിയ പാരഗ്രാഫുകൾ.

വെളിച്ചമാണ് എല്ലാം.

അതുപോലെ തന്നെയാണ് പുസ്തകങ്ങൾ. ഞാൻ അതുവരെ അറിയാത്ത ഒരു ആവേശത്തോടെ വായിച്ചു. ഞാൻ എപ്പോഴും പുസ്തകങ്ങളെ ഇഷ്ടപ്പെട്ടിരുന്ന ഒരാളാണ്. എന്നാൽ പുസ്തകങ്ങൾ ഇഷ്ടപ്പെടുന്നതും പുസ്തകങ്ങൾ ഒരാവശ്യമായി മാറുന്നതും തമ്മിൽ ഒരു വ്യത്യാസമുണ്ട്. എനിക്ക് പുസ്തകങ്ങൾ ഒരാവശ്യമായിരുന്നു. അന്നത്തെക്കാലത്ത് എനിക്കവ ജീവിതത്തിലെ ഒരു ആഡംബരമായിരുന്നില്ല. അവശ്യം വേണ്ട ഒരു വസ്തുവായിരുന്നു. പുസ്തകം വാങ്ങാനായി ഞാൻ കടംവരെ വാങ്ങിയിട്ടുണ്ട്. അഞ്ചുവർഷത്തെ എന്റെ സർവകലാശാലാപഠനകാലത്ത് വായിച്ചതിലും കൂടുതൽ പുസ്തകങ്ങൾ ഞാൻ അക്കാലത്ത് വായിച്ചു. താളുകളിലെ ലോകങ്ങളിലേക്ക് ഞാൻ കൂടുതൽ ആഴത്തിൽ വഴുതിവീണു.

നിങ്ങൾ ഒന്നെങ്കിൽ നിങ്ങളെ കണ്ടെത്താൻ അല്ലെങ്കിൽ നിങ്ങളിൽ നിന്ന് നഷ്ടപ്പെടാനാണ് വായിക്കുന്നത് എന്നൊരു ധാരണയുണ്ട്. എനിക്ക് ഇവ തമ്മിലുള്ള മാറ്റം മനസ്സിലാകുന്നില്ല. നമ്മളിൽ നിന്നു രക്ഷപെടാൻ ശ്രമിക്കുമ്പോഴാണ് നാം നമ്മെ കണ്ടെത്തുക. നമ്മൾ എവിടെയാണ് എന്നല്ല, എവിടെ പോകാൻ ആഗ്രഹിക്കുന്നു എന്നതാണ് കാര്യം. 'ഈ മനസ്സിൽനിന്ന് പുറത്തുകടക്കാൻ ഒരു വഴിയുമില്ലേ' എന്ന് സിൽവിയ പ്ലാത്തിന്റെ പ്രശസ്തമായ ചോദ്യം ഓർക്കുക. ടീനേജ് പ്രായത്തിൽ ഒരു പുസ്തകത്തിൽ ഈ ചോദ്യം കണ്ടപ്പോൾ മുതൽ എന്നെയും ഈ ചോദ്യം അലട്ടിയിരുന്നു. ഒരു വഴിയുണ്ടെങ്കിൽ, ആ വഴി മരണമല്ലെങ്കിൽ, ഉറപ്പായും അത് വാക്കുകളാണ്. എന്നാൽ പൂർണ്ണമായി ഒരു മനസ്സിൽനിന്ന് ഇറങ്ങിപ്പോകാതെ വാക്കുകൾ നമുക്ക് വേറൊരു ലോകം നിർമ്മിക്കാൻ സഹായിക്കുന്നു. പഴയതിനരികിൽ അതിനോട് സദൃശ്യമായ, എന്നാൽ അതിനേക്കാൾ ദൃഢമായ, മികച്ച കാഴ്ചകൾ കാണാൻ കഴിയുന്ന ഒരു പുതിയ ഇടം നിർമ്മിച്ചുതരുന്നു. ഷേക്സ്പിയർ പറഞ്ഞത് 'കലയുടെ ഉദ്ദേശ്യം തന്നെ ജീവിതത്തിനു രൂപം കൊടുക്കുക' എന്നാണല്ലോ.

എന്റെ ജീവിതവും കലങ്ങിമറിഞ്ഞ എന്റെ മനസ്സും ഒരു രൂപം ആഗ്രഹിച്ചിരുന്നു. എനിക്ക് എന്റെ കഥാതന്തു നഷ്ടപ്പെട്ടിരുന്നു. എന്റെ മുന്നിൽ നേരെയുള്ള ഒരു കഥ ഉണ്ടായിരുന്നില്ല. ആകെ കുഴഞ്ഞുമറിഞ്ഞ ഒരു മനസ്സായിരുന്നു എന്റേത്. അതുകൊണ്ടുതന്നെ മറ്റുകഥകളിൽ ഞാൻ പ്രതീക്ഷ കണ്ടെത്തി. സിനിമകൾ, ടിവി നാടകങ്ങൾ, പ്രധാനമായും പുസ്തകങ്ങൾ. അവ അവയിൽത്തന്നെ ജീവിച്ചിരിക്കാൻ മികച്ച കാരണങ്ങളായിരുന്നു. എഴുതപ്പെട്ട ഓരോ പുസ്തകവും ഒരു പ്രത്യേക മാനസികാവസ്ഥയിലെ ഒരു മനുഷ്യമനസ്സിന്റെ സൃഷ്ടിയാണ്. എല്ലാ

പുസ്തകങ്ങളും ചേർത്തുവായിച്ചാൽ മനുഷ്യത്വത്തിന്റെ ആകെത്തുക ലഭിക്കും. ഓരോ മികച്ച പുസ്തകം വായിക്കുമ്പോഴും എനിക്ക് ഒരു ഭൂപടം വായിക്കുന്നതുപോലെയാണ് തോന്നിയത്. എന്നെപ്പറ്റിയുള്ള ഒരു കണ്ടെത്തലാണ് ആ ഭൂപടത്തിന്റെ ഒടുവിൽ ഞാൻ കണ്ടെത്തിയ നിധി. എന്നാൽ ഓരോ ഭൂപടവും അപൂർണ്ണമായിരുന്നു. എന്റെ മികച്ച സ്വത്വം കണ്ടെത്താൻ ശ്രമിച്ചപ്പോൾ ഞാൻ അവസാനമില്ലാത്ത ഒരു യാത്ര തുടങ്ങി. പുസ്തകങ്ങളിലാണ് ഞാൻ എന്റെ ഉത്തരം കണ്ടെത്തിയത്. അതുകൊണ്ടാണ് ഓരോ പുസ്തകവും ആരുടെയോ ഒരു അന്വേഷണമായി മാറുന്നത്. പുസ്തകപ്രേമികൾ ഏകാകികളാണ് എന്നൊരു പൊതുധാരണയുണ്ട്. എന്നാൽ എന്റെ കാര്യത്തിൽ പുസ്തകങ്ങൾ ഏകാന്തതയിൽനിന്ന് പുറത്തുകടക്കാനുള്ള ഒരു വഴിയായിരുന്നു. നിങ്ങൾ ഓരോരോ കാര്യങ്ങളെപ്പറ്റി ആവശ്യമില്ലാതെ ചിന്തിച്ചുകൂട്ടുന്ന ഒരാളാണെങ്കിൽ പല തരം കാഴ്ചപ്പാടുകളുള്ള ആളുകളുടെ നടുവിൽ പെട്ടുപോകുന്നത്ര ഏകാന്തമായ മറ്റൊന്നുമില്ല. എന്റെ വിഷാദത്തിന്റെ പാരമ്യത്തിൽ ഞാൻ എവിടെയോ കുടുങ്ങിയതുപോലെ തോന്നിയിരുന്നു. ചതുപ്പിൽ പെട്ടതുപോലെ. കുട്ടിയായിരുന്നപ്പോൾ അതെന്റെ ഏറ്റവും വലിയ പേടിസ്വപ്നമായിരുന്നു.

പുസ്തകങ്ങൾ ചലനത്തെപ്പറ്റിയാണ്. യാത്രകൾ, അന്വേഷണങ്ങൾ. ഒരേ നിരയിൽ അല്ലെങ്കിലും അവയ്ക്ക് തുടക്കവും ഒടുക്കവുമുണ്ട്. പുതിയ അധ്യായങ്ങളുണ്ട്. പഴയവ നാം പിറകിൽ ഉപേക്ഷിക്കുന്നുണ്ട്.

അൽപ്പം മാസങ്ങൾക്ക് മുൻപുവരെ വാക്കുകളോ കഥകളോ ഭാഷപോലുമോ വേണ്ട എന്ന് കരുതിയിരുന്നതുകൊണ്ട് അങ്ങനെ വീണ്ടും ചിന്തിക്കരുത് എന്നെനിക്ക് നിർബന്ധം തോന്നി. ഞാൻ ആർത്തിപിടിച്ച് വായിച്ചു.

ആൻഡ്രിയ ഉറങ്ങിക്കഴിഞ്ഞും കട്ടിലിനരികിലെ ചെറിയ വെളിച്ചത്തിൽ ഞാൻ രണ്ടുമണിക്കൂറോളം വായിച്ചു. കണ്ണുകൾ വരണ്ടു വേദനിക്കാൻ തുടങ്ങിയിട്ടും പുസ്തകങ്ങളിൽ ഞാൻ എന്റെ അന്വേഷണം തുടന്നു. പലപ്പോഴും ഞാൻ ഉത്തരങ്ങളുടെ തൊട്ടരികിൽവരെ എത്തി.

ദി പവർ ആൻഡ് ദി ഗ്ലോറി

ഞാൻ പുനർവായന നടത്തിയ പുസ്തകങ്ങളിൽ ഒന്ന് ഗ്രഹാം ഗ്രീനിന്റെ *ദി പവർ ആൻഡ് ദി ഗ്ലോറി* ആണെന്ന് ഓർക്കുന്നു.

ഗ്രഹാം ഗ്രീൻ രസകരമായ ഒരു തെരഞ്ഞെടുക്കൽ ആയിരുന്നു. ലീഡ്സ് സർവകലാശാലയിൽ എം.എ. ചെയ്യുന്നതിനിടെ ഞാൻ ഗ്രീനിനെ വായിച്ചിരുന്നു. എന്തിനാണ് ഞാൻ ആ വിഷയം തെരഞ്ഞെടുത്തത് എന്നെനിക്കറിയില്ല. എനിക്ക് ഗ്രഹാം ഗ്രീനെപ്പറ്റി ഒന്നുംതന്നെ അറിയുമായിരുന്നില്ല. എനിക്ക് ബ്രൈറ്റൻ റോക്ക് അറിയാമായിരുന്നെങ്കിലും ഞാനത് വായിച്ചിരുന്നില്ല. നോട്ടിങ്ഹാംഷയറിൽ ഗ്രീൻ ഒരിക്കൽ താമസിച്ചുവെന്നും ആ സ്ഥലം വെറുത്തുവെന്നും കേട്ടിട്ടുണ്ട്. ഞാനും നോട്ടിങ്ഹാംഷയറിൽ താമസിച്ചിട്ടുണ്ട്, ആ സ്ഥലം വെറുത്തിട്ടുണ്ട്. അതാവാം കാരണം.

ആദ്യത്തെ കുറച്ചു ആഴ്ച ഞാൻ ചെയ്തത് ഒരു വലിയ മണ്ടത്തരമാണെന്ന് എനിക്ക് തോന്നി. ഞാൻ മാത്രമാണ് ആ വിഷയം പഠിക്കാൻ തെരഞ്ഞെടുത്തത്. എന്റെ അധ്യാപകൻ എന്നെ വെറുത്തു. വെറുപ്പാണോ ശരിയായ വാക്കെന്ന് എനിക്കറിയില്ല, പക്ഷേ, അയാൾക്ക് ഉറപ്പായും എന്നെ ഇഷ്ടമായിരുന്നില്ല. അയാൾ ഒരു കത്തോലിക്കനായിരുന്നു, എപ്പോഴും ഫോർമൽ വേഷങ്ങൾ ധരിച്ചിരുന്നു. അങ്ങേയറ്റം ഇഷ്ടക്കേടോടെ എന്നോട് സംസാരിച്ചിരുന്നു. നീണ്ട മണിക്കൂറുകൾ ഡോക്ടറുടെ അടുത്ത് ഗുഹ്യഭാഗം പരിശോധിക്കാൻ പോകുന്നത് പോലെയുള്ള പിരിമുറുക്കത്തിലാണ് കടന്നുപോയത്. പലപ്പോഴും എന്നെ ബിയർ മണത്തിരുന്നിരിക്കണം, ലീഡ്സിലേക്കുള്ള ട്രെയിൻ യാത്രയിൽ ഞാൻ പലപ്പോഴും ബിയർ കുടിച്ചിരുന്നു. ക്ലാസ്സിന്റെ അവസാനം ഞാൻ എന്റെ ജീവിതത്തിലെ ഏറ്റവും മികച്ച പ്രബന്ധം എഴുതി. എനിക്ക് 69 ശതമാനം മാർക്ക് കിട്ടി. ഡിസ്റ്റിങ്ഷന് ഒരു മാർക്ക് കുറവ്. ഞാൻ അതൊരു സ്വകാര്യ ആക്ഷേപമായാണ് എടുത്തത്.

എന്തായാലും ഗ്രഹാം ഗ്രീനെ എനിക്ക് ഒരുപാട് ഇഷ്ടമായിരുന്നു. എനിക്ക് പരിചയമുള്ള ഒരു അസ്വസ്ഥതയാണ് അയാളുടെ എഴുത്തിൽ നിറയെ. എല്ലാത്തരം അസ്വസ്ഥതകളും അതിൽ ഉണ്ടായിരുന്നു. കുറ്റബോധം, ലൈംഗികത, കത്തോലിസിസം, കിട്ടാത്ത പ്രണയം, വിലക്കപ്പെട്ട ആശകൾ, ചൂട്, രാഷ്ട്രീയം, യുദ്ധം. അതിലെ ഭാഷയൊഴികെ

എല്ലാം അസ്വസ്ഥത ജനിപ്പിക്കുന്നതായിരുന്നു. തൊട്ടറിയാവുന്ന ഒരു വസ്തുവിനെ അബ്സ്ട്രാക്ട് ആയ ഒന്നിനോട് ഉപമിക്കുന്നത് എനിക്കേറെ ഇഷ്ടമായി. 'ഒരു ശാപം പോലെ അയാൾ ആ ബ്രാണ്ടി കുടിച്ചു.' ഈ രീതി എനിക്കിപ്പോൾ കൂടുതൽ ഇഷ്ടമാണ്, കാരണം എന്റെ മുന്നിൽ തൊട്ടറിയാവുന്നതും അല്ലാത്തവയും തമ്മിലുള്ള വേർതിരിവ് മാഞ്ഞിരിക്കുന്നു. വിഷാദം കാരണം. എന്റെ ശരീരംപോലും പലപ്പോഴും എനിക്ക് അയഥാർത്ഥമായും സാങ്കല്പികമായും തോന്നാറുണ്ട്.

മെക്സിക്കോയിലൂടെ 1930-കളിൽ യാത്ര ചെയ്യുന്ന ഒരു 'വിസ്കി പുരോഹിതനെ'പ്പറ്റിയാണ് *ദി പവർ ആൻഡ് ദി ഗ്ലോറി.* കത്തോലിസിസം നിയമവിരുദ്ധമായിരുന്ന കാലം. നോവലിലുടനീളം അയാളുടെ പിറകെ ഒരു പോലീസ് ലെഫ്റ്റനന്റും ഉണ്ട്. ഞാൻ ആദ്യം ഈ കഥ വായിച്ചപ്പോൾ എനിക്കത് ഇഷ്ടമായിരുന്നു. എന്നാൽ ഇപ്പോൾ അത് ഏറെ പ്രിയതരമാണ്. ഇബിസയിൽവെച്ച് ഞാൻ ഒരു മദ്യപനായി മാറിയിരുന്നതുകൊണ്ട് മെക്സിക്കോയിലെ ഒരു മദ്യപനുമായി താദാത്മ്യം പ്രാപിക്കൽ എനിക്ക് എളുപ്പമായിരുന്നു. വളരെ ഇരുണ്ട, തീവ്രമായ ഒരു പുസ്തകമാണ് അത്. എന്നാൽ നിങ്ങൾ ഇരുണ്ട, തീവ്രമായ കാലത്തിലൂടെ കടന്നുപോകുമ്പോൾ ഇത്തരം പുസ്തകങ്ങൾ മാത്രമാണ് നിങ്ങളോട് സംവദിക്കുക. ഇതിൽ പ്രതീക്ഷയുമുണ്ട്. വിമുക്തിയുടെ സാധ്യത. ഈ പുസ്തകം സ്നേഹത്തിന്റെ ശക്തിയെപ്പറ്റിയാണ്.

'വെറുപ്പ് ഭാവനയുടെ അവസാനമാണ്' എന്ന് പറഞ്ഞുകേട്ടിട്ടില്ലേ.

എന്നാൽ ഇങ്ങനെയും ഒരു പറച്ചിലുണ്ട്. 'കതകുകൾ തുറന്നു ഭാവി കയറിവരുന്ന ഒരു നിമിഷം എല്ലാ കുട്ടിക്കാലത്തിലും ഉണ്ട്'. നമ്മുടെ നിഷ്ക്കളങ്കതയ്ക്ക് ചുറ്റും അനുഭവങ്ങളുണ്ട്. ഒരിക്കൽ നഷ്ടപ്പെട്ടാൽ നിഷ്ക്കളങ്കത തിരിച്ചുകിട്ടില്ല. ഈ പുസ്തകം ഗ്രീനിന്റെ മറ്റു പല പുസ്തകങ്ങളുംപോലെ കത്തോലിക്കാ കുറ്റബോധത്തെപറ്റിയാണ്. എന്നാൽ എനിക്കിത് വിഷാദത്തെപ്പറ്റിയായിരുന്നു. ഗ്രീൻ ഒരു വിഷാദരോഗിയായിരുന്നു. കുട്ടിയായിരുന്നപ്പോൾമുതൽ അച്ഛൻ ദുഷ്ടനായ ഹെഡ്മാസ്റ്റർ ആയതുകൊണ്ട് ഗ്രീൻ മറ്റുള്ളവരുടെ വെറുപ്പിന്റെ പാത്രമായിരുന്നു. ഏകാന്തമായ ഒരു റഷ്യൻ റൂളറ്റ് കളിച്ച് ഗ്രീൻ ആത്മഹത്യയ്ക്ക് ശ്രമിച്ചിട്ടുണ്ട്. ഈ കുറ്റബോധം എനിക്ക് കത്തോലിസിസത്തിന്റെ ആത്മീയ കുറ്റബോധമായല്ല, വിഷാദത്തിന്റെ മാനസിക കുറ്റബോധമായാണ് മനസ്സിലായത്. അസുഖത്തിന്റെകൂടെ വരുന്ന ഏകാന്തതയെ മനസ്സിലാക്കാൻ അതെന്നെ സഹായിച്ചു.

അക്കാലത്ത് ഞാൻ വായിച്ച മറ്റുപുസ്തകങ്ങൾ:

ഇൻവിസിബിൾ സിറ്റീസ്, ഇറ്റാലോ കാൽവിനോ-അതിമനോഹരമായ ഒരു പുസ്തകം.

വെനീസ് പോലെയുള്ള, എന്നാൽ വെനീസ് പോലെ അല്ലാതെ അതിമനോഹരമായ സാങ്കൽപ്പിക നഗരങ്ങൾ. താളുകളിൽ എഴുതി ച്ചേർത്ത സ്വപ്നങ്ങൾ. അവയുടെ അയഥാർത്ഥത കൊണ്ട് എന്റെ മന സ്സിലെ വിചിത്രദൃശ്യങ്ങൾ എനിക്ക് മനസ്സിലാക്കാൻ കഴിഞ്ഞു.

ദി ഔട്ട്സൈഡർസ്, എസ്. ഇ. ഹിന്റൻ-പത്താമത്തെ വയസ്സിൽ എന്നെ വായനയിലേക്ക് എത്തിച്ച പുസ്തകം. പിന്നീട് എപ്പോഴും എന്തിൽനിന്നെങ്കിലും രക്ഷപ്പെടണം എന്ന് തോന്നുമ്പോഴൊക്കെ ഞാൻ വായിക്കാൻ ഇഷ്ടപ്പെട്ട പുസ്തകം. അമേരിക്ക തുടിച്ചുനിൽ ക്കുന്ന കഥ, മനോഹരമായ വൈകാരികമായ ഡയലോഗുകൾ.

ദി ഔട്ട്സൈഡർ, ആൽബർ കമ്യു-പുറത്തുനിൽക്കുന്നവരോട് എനിക്കൊരു പ്രത്യേക മമതയുണ്ട്. അതൊരു അസ്തിത്വ ദുഃഖമാണ്. ആ എഴുത്തിലെ മരവിപ്പ് വല്ലാത്ത ഒരു ആശ്വാസമായിരുന്നു.

ദി കൺസൈസ് കോളിൻസ് ഡിക്ഷ്ണറി ഓഫ് കൊട്ടേഷൻസ്- കൊട്ടേഷനുകൾ വായിക്കാൻ എളുപ്പമാണ്.

*കീറ്റ്സിന്റെ കത്തുകൾ-*ഞാൻ സർവകലാശാലയിൽ കീറ്റ്സ് പഠിച്ചിരുന്നു. വിളറിയ, ദുരന്തനായകനായ, തീക്ഷ്ണവികാരങ്ങളുടെ കവി, എനിക്കതെല്ലാം അനുഭവിക്കാനായി.

ഓറഞ്ചസ് ആർ നോട്ട് ദി ഒൺലി ഫ്രൂട്ട്, ജാനറ്റ് വിന്റർസൺ- എനിക്ക് ജാനറ്റിന്റെ എഴുത്ത് ഇഷ്ടമായിരുന്നു. ഓരോ വാക്കിലും ശക്തിയും വിവേകവും നിറഞ്ഞു. ഞാൻ ഇടയ്ക്ക് നിന്ന് താളുകൾ മറിച്ച് എന്നോട് സംസാരിക്കുന്ന വാചകങ്ങൾ വീണ്ടും വീണ്ടും വായിച്ചു. 'ഞാൻ ഒരു വലിയ വൃത്തത്തിൽ ഓടി ഒടുവിൽ തുടക്കത്തിൽ എന്നെ വീണ്ടും കണ്ടെത്തി' എന്നൊക്കെയുള്ള വരികൾ.

വോക്സ്, നിക്കോൾസൻ ബേക്കർ-പൂർണ്ണമായും ഫോൺ സെക്സ് കൊണ്ട് രചിക്കപ്പെട്ട ഈ നോവൽ എന്നെ പതിനാറാം വയസ്സിൽ ആവേശഭരിതനാക്കിയിരുന്നു. സംഭാഷണം മാത്രം. വായി ക്കാൻ എളുപ്പം, നിറച്ചു രതി, അല്ലെങ്കിൽ രതിയെന്ന ആശയം. എന്നെ പ്പോലെ ഉത്കണ്ഠനിറഞ്ഞ ഒരു ചെറുപ്പക്കാരന് രതിയെപ്പറ്റി ചിന്തിക്കൽ നല്ല ഒരു ചിന്താമാറ്റംതന്നെയായിരുന്നു.

മണി, മാർട്ടിൻ എമിസ്-എനിക്ക് അകം പുറം ഹൃദിസ്ഥമായ ഒരു പുസ്തകമായിരുന്നു ഇത്. ഞാൻ ഇതേപ്പറ്റി നീണ്ട പ്രബന്ധങ്ങൾ എഴുതിയിട്ടുണ്ട്. മൂർച്ചയുള്ള, തമാശ നിറഞ്ഞ, ആൺ എഴുത്തായിരുന്നു അത്. അതിനു വല്ലാത്ത ഒരു തീവ്രതയുണ്ടായിരുന്നു. തമാശകളുടെ ഇടയിലെ ദുഃഖഭരിതമായ സൗന്ദര്യമുണ്ടായിരുന്നു. (ഓരോ മണിക്കൂ റിലും നിങ്ങൾ തളരും. ചിലപ്പോൾ ഞാൻ എന്റെ ലണ്ടൻ ഫ്ലാറ്റിൽ തനിച്ചിരുന്ന് ജനാലയിലേക്ക് നോക്കും. മഴ നോക്കിയിരിക്കുമ്പോൾ

എന്തുകൊണ്ടാണ് അത് പെയ്യുന്നതെന്ന് അറിയാത്തതിൽ ഒരു വേദന തോന്നും.)

ദി ഡയറി ഓഫ് സാമുവൽ പീപ്സ്-പ്രത്യേകിച്ച് ഞാൻ പ്ലേഗിനെപ്പറ്റിയും ഗ്രെയ്റ്റ് ഫയറിനെപറ്റിയും വായിച്ചു. പതിനേഴാം നൂറ്റാണ്ടിലെ ഏറ്റവും ദുരന്തഭരിതമായ ദിനങ്ങളിലൂടെ ഉല്ലസിച്ചുനടന്ന പീപ്സിനെ വായിക്കാൻ ഏറെ രസമായിരുന്നു.

ദി ക്യാച്ചർ ഇൻ ദി റൈ, ജെ ഡി സലിംഗർ-ഹോൾഡൻ ഒരു പഴയ സുഹൃത്തായതുകൊണ്ട്.

ദി പെൻഗ്വിൻ ബുക്ക് ഓഫ് ഫസ്റ്റ് വേൾഡ് വാർ പോയട്രി-ഇവോർ ഗർണിയുടെ 'സ്ട്രേഞ്ച് ഹെൽസ്' പോലെയുള്ള കവിതകൾ (ഹൃദയം കത്തുന്നു, പക്ഷേ, കത്തുന്ന ഹൃദയത്തെ മുഖത്തുനിന്ന് മറച്ചുപിടിക്കണം.) വിൽഫ്രഡ് ഓവന്റെ 'മെന്റൽ കേസസ്സിലെ' മാനസികരോഗാശുപത്രിയിലെ 'ഷെൽഷോക്ക്' ബാധിച്ച പടയാളികൾ. ഇതെല്ലാം എന്നെ ഒരേസമയം ആകർഷിക്കുകയും വേദനിപ്പിക്കുകയും ചെയ്തു. ഞാൻ ഒരു യുദ്ധവും അറിഞ്ഞിട്ടില്ലെങ്കിലും അവർ അനുഭവിച്ചത് എനിക്ക് അറിയാനായി. 'പുതുതായി ചോര പൊടിയുന്ന ഒരു പഴയ മുറിവുപോലെ പ്രഭാതം'. വിഷാദവും ഉൽക്കണ്ഠയും പോസ്റ്റ് ട്രോമാറ്റിക് സ്ട്രെസ്സിനോട് എത്ര മാത്രം അടുത്തുനിൽക്കുന്നു എന്നത് എന്നെ അമ്പരപ്പിച്ചു. നാമറിയാത്ത പീഡകളിലൂടെ നാം കടന്നുപോയിരിക്കുമോ? ആധുനിക ജീവിതത്തിന്റെ വേഗവും ഒച്ചയും നമ്മുടെ ഗുഹാവാസി തലച്ചോറിന് താങ്ങാനാകാത്തതായിരിക്കുമോ? ഞാൻ അത്ര പാവമായിരുന്നോ? അതോ ജീവിതം പലരും കാണാൻ മടിക്കുന്ന ഒരു യുദ്ധമാണോ?

എ ഹിസ്റ്ററി ഓഫ് ദി വേൾഡ് ഇൻ ടെൻ ആൻഡ് എ ഹാഫ് ചാപ്റ്റർസ്, ജൂലിയൻ ബാൺസ്-എനിക്ക് മുൻപ് വായിച്ച് ഇഷ്ടപ്പെട്ട ഒരു പുസ്തകമാണിത്. അങ്ങേയറ്റം രസകരവും വിചിത്രവും എനിക്ക് നന്നായി അറിയാവുന്നതുമായ ഒരു പുസ്തകം.

വിൽഡർനസ് ടിപ്പ്സ്, മാർഗരറ്റ് ആറ്റ്വുഡ്-ചെറുകഥകൾ കയറാൻ പറ്റിയ ചെറിയ കുന്നുകൾ. *ട്രൂ ട്രാഷ്* എന്ന കഥയാണ് എനിക്കേറെ പ്രിയപ്പെട്ടത്. ഒരു വെയിട്രസ്സിനെ നോക്കിയിരിക്കുന്ന ടീനേജ് ആൺകുട്ടികളുടെ കഥ.

വൈഡ് സാർഗസോ സീ, ജോൺ റൈസ്-ജെയ്ൻ എയറിന്റെ മുൻകഥ. തട്ടിൻമുകളിലെ ഭ്രാന്തിയുടെ കഥ. അവരുടെ ഭ്രാന്തിലേക്കുള്ള യാത്രയുടെ കഥ. കരീബിയനിലാണ് കഥ നടക്കുന്നത്. ഒരു സ്വർഗത്തിൽ അവർ അനുഭവിച്ച വേദനയും ഏകാന്തതയുമാണ് എന്നെ ആകർഷിച്ചത്. ലോകത്തിലെ ഏറ്റവും സുന്ദരമായ സ്ഥലത്തിൽ വിഷാദത്തിൽ മുങ്ങി ജീവിക്കുന്നത് സ്പെയിനിലെ എന്റെ അവസാന ആഴ്ചയോട് സമാനമായിരുന്നു.

പാരീസ്

അവൾ എന്നോട് എന്റെ പിറന്നാൾ സർപ്രൈസിനെപ്പറ്റി പറയുകയായിരുന്നു.

'നമ്മൾ നാളെ പാരീസിൽ പോകുന്നു. നമ്മൾ നാളെ പാരീസിൽ പോകുന്നു!'

'ഞാൻ നടുങ്ങിപ്പോയി. ഇതിലും ഭയാനകമായ ഒന്ന് ഇനി കേൾക്കാനില്ല. 'എനിക്ക് പറ്റില്ല. എനിക്ക് പാരീസിൽ പോകാൻ പറ്റില്ല.'

അതാ വരുന്നു. ഒരു പാനിക് അറ്റാക്ക്. എനിക്കത് എന്റെ നെഞ്ചിൽ അറിയാനായി. 2000-ത്തിലെപോലെതന്നെയാണ് വീണ്ടും തോന്നിയത്. ജാറിനുള്ളിൽ കുടുങ്ങിയ ഈച്ചയെപ്പോലെ എന്റെയുള്ളിൽ കുടുങ്ങിയ ഞാൻ.

'നമ്മൾ പോവുകയാണ്. ഇത് നല്ല രസമായിരിക്കും. നമ്മൾ ഓസ്കർ വൈൽഡ് മരിച്ച ഹോട്ടലിലാണ് താമസിക്കാൻ പോകുന്നത്. ലോട്ടൽ എന്നാണ് അതിന്റെ പേര്.'

ഓസ്കർ വൈൽഡ് മരിച്ച സ്ഥലത്താണ് പോകുന്നത് എന്ന അറിവ് കാര്യങ്ങളെ മോശമാക്കിയതേയുള്ളൂ. ഞാൻ അവിടെ പോയി മരിക്കും എന്നതിന്റെ ഉറപ്പായിരുന്നു അത്. ഓസ്കർ വൈൽഡിനെപ്പോലെ പാരീസിൽ പോയി മരിക്കുക. അവിടുത്തെ വായുതന്നെ എന്നെ കൊല്ലുമെന്ന് എനിക്ക് തോന്നി. ഞാൻ നാലുവർഷമായി രാജ്യം വിട്ട് പോയിട്ട്.

'എനിക്ക് അവിടെയുള്ള വായു പറ്റുമെന്ന് തോന്നുന്നില്ല.' ഇത് ഒരു മണ്ടത്തരമായി കേൾക്കുമ്പോൾ തോന്നുമെന്ന് എനിക്കറിയാം. എനിക്ക് ഭ്രാന്തൊന്നുമില്ല. എന്നാൽ അവിടെയുള്ള വായു എനിക്ക് ശ്വസിക്കാൻ പറ്റില്ലെന്നാണ് ഞാൻ വിശ്വസിക്കുന്നത്.

ഏതോ ഒരു സമയത്ത് കതകിനുപിറകിൽ ചുരുണ്ടുകിടന്ന് ഞാൻ ഉറങ്ങി. ഞാൻ വിറച്ചു. മേരി ആന്റൊയ്നെറ്റിനുശേഷം പാരീസിനെ ഇത്രത്തോളം പേടിച്ച മറ്റാരെങ്കിലും കാണുമോ? എന്നാൽ എന്ത് ചെയ്യണമെന്ന് ആൻഡ്രിയയ്ക്ക് നിശ്ചയമുണ്ടായിരുന്നു. ഇത്തരം അവസ്ഥകളിൽ അവൾക്ക് ഇപ്പോൾ ഒരു പി.എച്ച്ഡി തന്നെയുണ്ട്. അവൾ പറഞ്ഞു, 'ഓക്കേ, എന്നാൽ നമ്മൾ പോകുന്നില്ല. ഞാൻ ഹോട്ടൽ കാൻസൽ ചെയ്തേക്കാം. കുറച്ചു പൈസ പോകും. എന്നാലും ഇതൊരു പ്രശ്നമാണെങ്കിൽ...'

ഇതൊരു പ്രശ്നമാണെങ്കിൽ.

എനിക്ക് പാനിക് അറ്റാക്ക് വരാതെ ഇരുപത് മൈൽ യാത്ര ചെയ്യാൻ പാടാണ്. ഇത് വലിയ ഒരു പ്രശ്നം തന്നെയാണ്. ഒരു സാധാരണ മനുഷ്യനോട് ടെഹ്റാനിലൂടെ നഗ്നനായി നടക്കാൻ പറയുന്നത് പോലെയാണിത്. എങ്കിലും.

ഞാൻ നോ പറഞ്ഞാൽ പിന്നെ പേടിച്ചു യാത്ര ചെയ്യാതിരുന്ന ആളായി ഞാൻ മാറും. അപ്പോൾ ഞാൻ ഒരു ഭ്രാന്തനായി മാറും. മരണത്തേക്കാൾ ഞാൻ ഭയപ്പെടുന്നത് ഒരു ഭ്രാന്തനായി മാറുന്നതാണ്. എന്റെ ഉള്ളിലെ പിശാചുക്കൾക്ക് എന്നെ പൂർണ്ണമായി വിട്ടുകൊടുക്കൽ. അതുകൊണ്ടുതന്നെ എന്റെ ഒരു വലിയ പേടിയെ അതിലും വലിയൊരു പേടികൊണ്ടാണ് തോൽപ്പിച്ചിരുന്നത്.

ഒരു ഭീകരജീവിയെ തോൽപ്പിക്കാൻ പറ്റിയ ഏറ്റവും മികച്ച വഴി അതിലും പേടിപ്പിക്കുന്ന മറ്റൊന്നിനെ കണ്ടെത്തലാണ്.

അങ്ങനെ ഞാൻ പാരീസിലെത്തി. ചാനൽ ടണൽ കൃത്യമായി പ്രവർത്തിച്ചു, ആകാശം ഇടിഞ്ഞുവീണില്ല. പാരീസിലെ വായുവും എന്റെ ശ്വാസകോശത്തിന് താങ്ങാനായി. എന്നാൽ ടാക്സിയിൽ ഇരിക്കുമ്പോൾ എനിക്ക് സംസാരിക്കാൻ കഴിഞ്ഞില്ല. ഗാർ ദു നോർഡിൽ നിന്ന് ഹോട്ടൽ വരെയുള്ള യാത്ര അതിതീക്ഷ്ണമായിരുന്നു. സീൻ നദിയുടെ കരയിലൂടെ എന്തോ പ്രതിഷേധം നടന്നിരുന്നു, 'പാവങ്ങൾ' എന്ന കൃതിയിലെ ത്രിവർണപതാകപോലെ, ഒരു വലിയ ചുവന്ന കൊടി പാറിക്കളിക്കുന്നത് കാണാമായിരുന്നു.

അന്ന് രാത്രി കണ്ണടച്ചപ്പോഴൊന്നും എനിക്ക് ഉറങ്ങാനായില്ല. ടാക്സിയിൽ സഞ്ചരിച്ച വേഗത്തിൽ പാരീസ് ചലിക്കുന്നതുപോലെ തോന്നി. എങ്കിലും ഞാൻ ശാന്തനായി. അടുത്ത നാലുദിവസങ്ങളിൽ എനിക്ക് ശരിയായ പാനിക് അറ്റാക്ക് ഉണ്ടായതേയില്ല. ലെഫ്റ്റ് ബാങ്കിലൂടെ നടന്നപ്പോഴും റ്യോ ദേ റിവോളിയുടെ അടുത്ത് ചെന്നപ്പോഴും പോംപിഡോ സെന്ററിലെ റെസ്റ്ററന്റിന്റെ മട്ടുപ്പാവിൽ ഇരുന്നപ്പോഴും അൽപ്പം ഉൽക്കണ്ഠ തോന്നി. ഞാൻ പേടിക്കുന്ന ഒരു കാര്യം ചെയ്ത് അതിജീവിക്കുന്നതാണ് ഏറ്റവും നല്ല തെറാപ്പിയെന്ന് ഞാൻ സ്വയം തിരിച്ചറിയുകയായിരുന്നു. പുറത്തുപോകാൻ പേടിയുണ്ടെങ്കിൽ പുറത്തുപോവുക. അടഞ്ഞ സ്ഥലങ്ങളാണ് പേടിയെങ്കിൽ ലിഫ്റ്റിൽ കയറുക. നിങ്ങൾക്ക് ആളുകൾ വിട്ടുപോകുമെന്ന് പേടിയുണ്ടെങ്കിൽ അൽപ്പസമയം തനിച്ച് ചെലവിടുക. വിഷാദവും ഉൽക്കണ്ഠയും നിറയുമ്പോൾ നിങ്ങളുടെ കംഫർട്ട് സോണുകൾ ലോകത്തിന്റെ വിശാലതയിൽനിന്ന് നിങ്ങളുടെ ബെഡിന്റെ വലിപ്പത്തിലേക്ക് ചുരുങ്ങും. ചിലപ്പോൾ അത്രപോലും കാണില്ല.

മറ്റൊന്ന് പുതിയ സ്ഥലങ്ങളിൽ ഉള്ള ആവേശമാണ്. ചിലപ്പോൾ ഇത് പേടിപ്പിച്ചേക്കാം, എന്നാൽ ഇത് നമ്മെ വിമുക്തരാക്കുകയും ചെയ്യും. പരിചയമുള്ള ഒരിടത്ത് നിങ്ങളുടെ മനസ്സ് അതിൽതന്നെ ആശ്രയിക്കും. നിങ്ങളുടെ കിടപ്പുമുറിയെപ്പറ്റി അതിന് കൂടുതൽ ഒന്നും അറിയാനില്ല. അവിടെ ഉള്ളിലുള്ള ഭീഷണികളേയുള്ളൂ, പുറത്തുനിന്ന് ഭീഷണികൾ ഇല്ല. മറ്റൊരിടത്ത് മറ്റൊരു രാജ്യത്തെത്തിയാൽ നിങ്ങളുടെ മനസ്സ് നിങ്ങളുടെ തലയുടെ വെളിയിലുള്ള കാര്യങ്ങളെ ശ്രദ്ധിക്കാൻ തുടങ്ങും. അങ്ങനെയാണ് എന്റെ കാര്യം. പാരീസിലെ ആ കുറച്ചു ദിവസങ്ങൾ.

സത്യത്തിൽ വീട്ടിലേക്കാൾ ഞാൻ ഇവിടെ ആസ്വദിച്ചു. എന്റെ സ്വാഭാവത്തിന്റെ പ്രത്യേകതകൾ ബ്രിട്ടീഷുകാരുടെ പ്രത്യേകതകളായി മാറി.

വിഷാദം അനുഭവിക്കുന്ന പലരും യാത്രകളിലേക്ക് തിരിയുന്നത് കാണാറുണ്ട്. ജോർജിയ ഒകീഫ് എന്ന പ്രശസ്തയായ കലാകാരി ഇതിനൊരു ഉദാഹരണമാണ്. അവർ ജീവിതകാലം മുഴുവൻ വിഷാദത്തിന്റെ പിടിയിലായിരുന്നു. 1933-ൽ അനിയന്ത്രിതമായ കരച്ചിൽ കാരണം ആശുപത്രിയിലെത്തിയ അവർ കഴിക്കാനോ ഉറങ്ങാനോ കഴിയാതെ വിഷാദത്തിന്റെയും ഉൽക്കണ്ഠയുടെയും രോഗലക്ഷണങ്ങൾ കാണിച്ചു. ഒകീഫിന്റെ ജീവചരിത്രകാരിയായ റോക്സാന റോബിൻസൺ പറയുന്നത് ആശുപത്രിവാസം അവരെ സഹായിച്ചില്ല എന്നാണ്. അവരെ സഹായിച്ചത് യാത്രകളാണ്. അവർ ബർമുഡയിലേക്കും ലേക്ക് ജോർജിലേക്കും മെയിനിലെക്കും ഹവായിയിലേക്കും യാത്ര ചെയ്തു. 'ചൂട്, ആലസ്യം, ഏകാന്തത ഒക്കെയായിരുന്നു ജോർജിയയ്ക്ക് വേണ്ടിയിരുന്നത്' റോബിൻസൺ പറയുന്നു.

തീർച്ചയായും യാത്രകൾ എപ്പോഴും പറ്റുന്ന ഒരു പരിഹാരമല്ല. എന്നാൽ അതെന്നെ സഹായിച്ചു. അവസരം കിട്ടുമ്പോഴൊക്കെ ഞാൻ യാത്ര ചെയ്യും. എല്ലാത്തിലുമുപരി അതെനിക്ക് മറ്റൊരു വീക്ഷണം നേടിത്തന്നു. ചിലപ്പോൾ നമ്മുടെ ശരീരങ്ങളല്ല നമ്മുടെ മനസ്സുകളായിരിക്കും കുടുങ്ങിക്കിടക്കുക. ശരീരത്തെ എടുത്തുമാറ്റുമ്പോൾ നമ്മുടെ അസന്തുഷ്ടമായ മനസ്സും മാറും. കുടുങ്ങിപ്പോകലിന് പറ്റിയ പരിഹാരം ചലനമാണ്. ചിലപ്പോഴെങ്കിലുമൊക്കെ അത് സഹായകമാവുകയും ചെയ്യും.

'യാത്ര നമ്മെ എളിമപ്പെടുത്തും.' ഗുസ്താവ് ഫ്ലോബേർ പറയുന്നു. 'നിങ്ങൾ ലോകത്തിൽ എത്ര കുറച്ചുസ്ഥലമാണ് ഉൾക്കൊള്ളുന്നതെന്ന് തിരിച്ചറിയും.' അത്തരം കാഴ്ചപ്പാട് നമ്മെ മോചിപ്പിക്കും. പ്രത്യേകിച്ച് ധൈര്യക്കുറവ് പോലെ തോന്നുന്ന രോഗമുണ്ടെങ്കിൽ അത് മറ്റുള്ള പ്രശ്നങ്ങളെ ഊതിപ്പെരുപ്പിക്കും.

മാർട്ടിൻ സോർസസെയുടെ ഹൊവാഡ് ഹയൂസ് സിനിമ 'ദി ഏവിയേറ്റർ' കാണുന്നതിനിടെ ഒരു ചെറിയ വിഷാദ സീൻ ഞാൻ ഓർക്കുന്നു. കെയ്റ്റ് ബ്ലാഞ്ചറ്റ് അഭിനയിച്ച കാതറിൻ ഹെപ്ബേൺ ഹ്യൂവിനോട് ഒരു കാര്യം പറയുന്നുണ്ട്, 'ഹൊവാഡ് ഹയൂസിനുള്ളിൽ ഒരുപാട് ഹൊവാഡ് ഹയൂസ് ഉണ്ട്.' ഈ ഒരു തീവ്രതയാണ് സിനിമയിൽ ഒബ്സസീവ് കമ്പൽസീവ് ഡിസോർഡറായി കാണിക്കാൻ ശ്രമിച്ചതും ഒടുവിൽ ഹയൂസ് ലാസ് വേഗാസിലെ ഒരു ഹോട്ടലിൽ സ്വയം തടവിലാവുകയും ചെയ്തത്.

ആ സിനിമ കഴിഞ്ഞപ്പോൾ ആൻഡ്രിയ എന്നോട് പറഞ്ഞു, മാറ്റ് ഹെയ്ഗിനുള്ളിൽ ഒരുപാട് മാറ്റ് ഹെയ്ഗ് ഉണ്ടെന്ന്. അവൾ തമാശ പറഞ്ഞതാണെങ്കിലും അതിൽ കുറച്ചു കാര്യമുണ്ട്. എന്റെ സ്വത്വബോധം കുറയ്ക്കുന്ന എന്തും ഞാൻ രണ്ടുകയ്യും നീട്ടി സ്വീകരിക്കും. അന്നത്തെ ആ പാരീസ് യാത്രയുടെ യാത്രയും അതിലൊരു ഭാഗമാണ്.

ശക്തരായിരിക്കാനുള്ള കാരണങ്ങൾ

2002 കാലം. എനിക്ക് തുടർച്ചയായി ഭേദമുണ്ട് എന്ന് തോന്നിയിരുന്ന കാലമാണത്. പക്ഷേ ഇതിനുമുൻപ് സംഭവിച്ച മോശം അവസ്ഥകളോട് താരതമ്യം ചെയ്യുമ്പോഴാണ് ഭേദമുള്ളതായി തോന്നുന്നതെന്ന് മാത്രം. അപ്പോഴും ഞാൻ നടക്കുന്ന ഒരു വലിയ ഉത്കണ്ഠ മാത്രമായിരുന്നു. എന്തുതരം മരുന്ന് കഴിക്കാനും പേടി. ചെമ്മീനോ പീനട്ട് ബട്ടറോ മറ്റെന്തെങ്കിലും അലർജിയുള്ള ഭക്ഷണങ്ങളോ കഴിച്ചാൽ എന്റെ നാവ് വളരുന്നത് പോലെ തോന്നും. സദാ ആൻഡ്രിയ അടുത്തു വേണമെന്നും ഉണ്ടായിരുന്നു. അവൾ അരികിലുണ്ടെങ്കിൽ ഞാൻ ശാന്തനാകും. അല്ലെങ്കിൽ അങ്ങനെയല്ല. എങ്കിലും അതെനിക്ക് വിചിത്രമായൊന്നും തോന്നിയില്ല. ഞാനും ആൻഡ്രിയയും അതേ പഴയ ചെറിയ അപ്പാർട്ട്മെന്റിലാണ് താമസിക്കുകയും ജോലി ചെയ്യുകയും ചെയ്തിരുന്നത്. ഞങ്ങൾക്ക് അങ്ങനെ വേറെ ആരെയും പരിചയമുണ്ടായിരുന്നില്ല. ഞങ്ങളുടെ ഇടയിൽ എനിക്കാണ് പുറത്തുപോകണമെന്നും മറ്റുള്ളവരെ കാണണമെന്നും ഒക്കെ താൽപ്പര്യം ഉണ്ടായിരുന്നത്. എന്നാൽ ഇപ്പോൾ ആ താൽപ്പര്യം തീരെ ഇല്ലാതായിട്ടുണ്ട്.

എന്നാൽ 2002-ൽ ആൻഡ്രിയയുടെ അമ്മയ്ക്ക് ഒവേറിയൻ കാൻസർ ആണെന്ന് അറിഞ്ഞപ്പോൾ കാര്യങ്ങൾ സ്വാഭാവികമായി മാറി. ഫ്രേദയുടെ കീമോതെറാപ്പിയുടെ സമയത്തു ഞങ്ങൾ അവരുടെകൂടെ കൺട്രി ദർഹമിൽ പോയി താമസിച്ചു. കഴിഞ്ഞ മൂന്നുവർഷം വിഷാദരോഗിയായ ഒരു ബോയ് ഫ്രണ്ടിനെ പരിചരിച്ച ആൻഡ്രിയയ്ക്ക് ഇപ്പോൾ കാൻസറുള്ള ഒരു അമ്മ കൂടിയായി. അവൾ ഒരുപാട് കരഞ്ഞു. എന്റെ കയ്യിൽ നിന്ന് ബാറ്റൻ കൈമാറിയതുപോലെ എനിക്ക് തോന്നി. ഇതായിരുന്നു എനിക്ക് ശക്തനാകാനുള്ള അവസരം. അമ്മയ്ക്ക് വയ്യ എന്നറിഞ്ഞപ്പോൾ ഞാൻ അതേവരെ കണ്ടിട്ടില്ലാത്ത രീതിയിൽ അവൾ കട്ടിലിന്റെ അരികിലിരുന്നു കരഞ്ഞു. ഞാൻ അവളുടെ അരികിലിരുന്നു തോളിൽ കൈ പിടിച്ചു. അതേവരെ അറിയാത്ത തരത്തിൽ ഭാഷയുടെ പരിമിതികൾ ഞാൻ അറിഞ്ഞു. ഭാഗ്യവശാൽ അപ്പോഴും അവൾതന്നെ സഹായത്തിനെത്തി.

'എല്ലാം ശരിയാകുമെന്നു പറ!' അവൾ പറഞ്ഞു. 'എല്ലാം ശരിയാകും.'

രണ്ടുമാസം കഴിഞ്ഞു ഞാൻ അവരുടെ വീട്ടിൽ തനിച്ചിരുന്നു എന്നെയും കൂടി ആശുപത്രിയിലേക്ക് കൊണ്ടുപോകാൻ ആൻഡ്രിയയോട് കെഞ്ചുകയാണ്. 'എനിക്ക് അമ്മയെ ആശുപത്രിയിൽ കൊണ്ടുപോകണം.' അവൾ പറഞ്ഞു.

'എന്നാൽ ഞാനും വരാം.'

'ഡേവിഡ് വരുമ്പോൾ ഇവിടെ ആരെങ്കിലും വേണ്ടേ.' ഡേവിഡ് ആൻഡ്രിയയുടെ സഹോദരനാണ്. അവൻ ലണ്ടനിൽ നിന്നു വരികയാണ്.

'ഞാനും വരാം.'

'മാറ്റ്, പ്ലീസ്.'

'എനിക്ക് ഇത് പറ്റില്ല. നീ പോയാൽ എനിക്ക് പാനിക്ക് അറ്റാക്ക് വരും.'

'മാറ്റ്, പറയുന്നത് കേൾക്ക്. എന്റെ അമ്മയ്ക്ക് വയ്യ. എനിക്ക് അമ്മയ്ക്ക് സ്ട്രെസ് കൊടുക്കാൻ പറ്റില്ല. ഇങ്ങനെ സെൽഫിഷ് ആകരുത്.'

'നാശം. ഷിറ്റ്. സോറി. പക്ഷേ നിനക്ക് ഇത് മനസ്സിലാകില്ല.'

'നിനക്ക് പറ്റും.'

'ഞാൻ ഇത് താങ്ങുമെന്നു തോന്നുന്നില്ല. ഞാനും കൂടെ വരുന്നെന്നു നിന്റെ അച്ഛനോടും അമ്മയോടും പറഞ്ഞാൽ പോരെ. '

'ശരി. ഓക്കേ. പറയാം.'

പെട്ടെന്നാണ് ഒരു സ്വിച്ച് ഇട്ടതുപോലെ അതുണ്ടായത്.

'വേണ്ട.'

'എന്ത് വേണ്ട?'

'ഞാൻ വരുന്നില്ല. ഞാൻ വീട്ടിൽ ഇരിക്കാം.'

'ശരിക്കും?'

'ശരിക്കും.'

'ഞാൻ ആശുപത്രിയിലെ നമ്പർ വെച്ചിട്ട് പോകാം.'

'വേണ്ട, ഞാൻ കണ്ടുപിടിച്ചോളാം.' അവളോട് ഞാൻ പറയുന്ന അവസാന വാക്കുകളാകാം ഇതെന്ന് ഉറപ്പിച്ചുകൊണ്ടു ഞാൻ പറഞ്ഞു.

'എങ്കിലും ഞാൻ അത് ഇവിടെ വെച്ചേക്കാം.'

'ശരി.'

'കുഴപ്പമില്ല, നീ വേഗം പൊയ്ക്കോ.'

അവർ വരാൻ കാത്തിരിക്കുന്നതിനിടെ ഞാൻ റൂമിൽനിന്ന് റൂമിലേക്ക് നടന്നു. അവർക്ക് ഒരുപാട് പോർസലിൻ അലങ്കാരവസ്തുക്കൾ ഉണ്ടായിരുന്നു. ലിറ്റിൽ ബോ പീപ്പ്.

ജനാലയിൽ നിന്നു താഴേക്ക് കാൽ നീട്ടിയിരിക്കുന്ന ഒരു പിങ്ക് പാന്തർ. അവന്റെ മഞ്ഞ കണ്ണുകൾ എന്നെ പിന്തുടർന്നു.

ആദ്യത്തെ പത്തു മിനുട്ട് എന്റെ ഹൃദയം അതിശക്തമായി മിടിച്ചു. എനിക്ക് ശ്വാസമെടുക്കാൻ കഴിഞ്ഞില്ല. ആൻഡ്രിയ മരിച്ചു. അവളുടെ മാതാപിതാക്കൾ മരിച്ചു. ഞാൻ സങ്കൽപ്പിച്ച കാറപകടം യഥാർത്ഥമല്ലെന്ന് വിശ്വസിക്കാൻ പ്രയാസം. ഇരുപത് മിനുട്ട് കഴിഞ്ഞു. ഞാൻ മരിക്കാൻ പോവുകയാണ്. എന്റെ നെഞ്ചിൽ ഒരു വേദനയുണ്ട്. എനിക്ക് ഒരുപക്ഷേ ശ്വാസകോശ അർബുദം ആകാം. എനിക്ക് ഇരുപത്തിയേഴ് വയസ്സേയുള്ളൂ. എന്നാൽ ഞാൻ പുക വലിച്ചിരുന്നു. അര മണിക്കൂർ ആയപ്പോൾ ഫ്രേദയുടെ വിവരം തിരക്കാൻ ഒരു അയൽക്കാരി വന്നു. നാൽപ്പത് മിനുട്ടായപ്പോൾ അഡ്രിനാലിൻ ഒന്നടങ്ങി തുടങ്ങി. ഞാൻ നാൽപ്പത് മിനുട്ട് ഒറ്റയ്ക്കിരുന്നു. ഇപ്പോഴും ജീവനോടെയുണ്ട്. അൻപത് മിനുട്ട് ആയപ്പോൾ എനിക്ക് അവർ വൈകി വന്നാൽ മതിയെന്നായി. കൂടുതൽ ശക്തനാകാമല്ലോ.

അൻപത് മിനുട്ട്. മൂന്നുവർഷത്തെ സെപ്പറേഷൻ ഉത്കണ്ഠയെ ഞാൻ ജയിച്ചത് ഈ ഒരുമണിക്കൂറിൽ താഴെയുള്ള സമയം കൊണ്ടാണ്.

അവർ തിരിച്ചു വന്നു.

അതൊരു വല്ലാത്ത വേനലായിരുന്നെങ്കിലും കുറച്ചു നല്ല കാര്യങ്ങളും ഉണ്ടായി. ആൻഡ്രിയയുടെ 'അമ്മ രക്ഷപ്പെടുമോ' എന്ന സംശയമുണ്ടായിരുന്നെങ്കിലും അവർ വിജയിച്ചു. സ്ഥിരം ബ്രെയ്ക് ഫാസ്റ്റായ ഒരു ബിസ്ക്കറ്റിന് പകരം ഒരു കിവി പഴം കഴിപ്പിക്കാൻ ഞങ്ങൾക്ക് കഴിഞ്ഞു. എനിക്ക് ശക്തനാകാനുള്ള കാരണങ്ങൾ ഉണ്ടായി. ഞാൻ മുഖാമുഖം കാണാത്ത സാഹചര്യങ്ങളെ ഞാൻ നേരിടാൻ തയാറായി. നിങ്ങൾ അസ്വസ്ഥരാകണം. നിങ്ങൾക്ക് വേദനിക്കണം. പേർഷ്യൻ കവിയായ റൂമി പന്ത്രണ്ടാം നൂറ്റാണ്ടിൽ പറഞ്ഞതുപോലെ, 'മുറിവിലൂടെയാണ് നിങ്ങളുടെ ഉള്ളിൽ പ്രകാശം കടക്കുക.' (സുരക്ഷ മറന്നേക്കൂ. നിങ്ങൾ പേടിക്കുന്നിടത്ത് ജീവിക്കൂ എന്നും റൂമി പറഞ്ഞിട്ടുണ്ട്.) ഞാൻ എന്റെ മനസ്സിനെ എന്റെ ആദ്യനോവൽ എഴുതാൻ ഒരുക്കി. കരിയർ മുന്നിൽ കണ്ടിട്ടൊന്നുമല്ല. എന്റെ നോവൽ സംസാരിക്കുന്ന പട്ടികളുള്ള ഷേക്സ്പിയറിന്റെ ഹെൻറി ഫോർ പുനരാവർത്തനം ആയിരുന്നു. ഒരിക്കലും ഒരു ബെസ്റ്റ് സെല്ലർ അല്ല. എന്റെ മനസ്സ് ഒന്നു വേർതിരിക്കാനാണ് ഞാൻ ഇത് എഴുതാൻ തുടങ്ങിയത്. രണ്ടുവർഷത്തിനു ശേഷം ആൻഡ്രിയയുടെ പ്രോത്സാഹനത്തോടെ ഇത് ഒരു പുസ്തകമായി പ്രസിദ്ധീകരിക്കപ്പെട്ടു. ഞാൻ എന്റെ പുസ്തകം ആൻഡ്രിയയ്ക്കാണ് സമർപ്പിച്ചിരിക്കുന്നത്, സ്വാഭാവികമായും. പക്ഷേ, അവൾക്കായി ഞാൻ സമർപ്പിക്കുന്നത് വെറുമൊരു പുസ്തകമല്ല, എന്റെ ജീവിതം മുഴുവനുമാണ്.

ആയുധങ്ങൾ

എന്റെ ഏജന്റ്: 'നിങ്ങൾക്ക് ഒരു പബ്ലിഷറെ കിട്ടിയിട്ടുണ്ട്.'

'എന്താ?'

'ഇപ്പൊ ഫോൺ വന്നു. നിങ്ങൾ ഒരു പ്രസിദ്ധീകരിക്കപ്പെട്ട എഴുത്തുകാരൻ ആകാൻ പോകുന്നു.'

'എന്ത്? ശരിക്കും?'

'ശരിക്കും.'

ഈ വാർത്തയാണ് എന്നെ ആറുമാസം മുന്നോട്ടു കൊണ്ടു പോയത്.

ആറുമാസത്തോളം നഷ്ടപ്പെട്ടിരുന്ന എന്റെ ആത്മാഭിമാനം ഇങ്ങനെ ഉയർന്നു. ഞാൻ കട്ടിലിൽ കിടന്ന് ചിരിച്ചുകൊണ്ട് ചിന്തിക്കും, ഹോ ഞാൻ ഒരു സംഭവമാണ്. ഞാൻ പ്രസിദ്ധീകരിക്കപ്പെടാൻ പോകുന്നു. എന്നാൽ പ്രസിദ്ധീകരിക്കപ്പെടുന്നതോ നല്ല ജോലി കിട്ടുന്നതോ ഒന്നും നിങ്ങളുടെ തലച്ചോറിനെ മാറ്റാൻ പോകുന്നില്ല. ഒരു രാത്രി കിടന്നപ്പോൾ സന്തോഷത്തിലും കുറവ് എന്തോ തോന്നി. എനിക്ക് പേടിയായി. എന്റെ പേടികൾ കൂടി വന്നു. മൂന്നാഴ്ച ഞാൻ എന്റെ മനസ്സിന്റെ കെണിയിലായിരുന്നു. പക്ഷേ, ഇത്തവണ എന്റെ പക്കൽ ആയുധങ്ങൾ ഉണ്ടായിരുന്നു. അതിൽ ഏറ്റവും പ്രധാനം ഈ അറിവാണ്. എനിക്ക് അസുഖമായിരുന്നു, പിന്നെ ഞാൻ ഭേദപ്പെട്ടു. സൗഖ്യം സാധ്യമാണ്.

മറ്റൊരായുധം ഓട്ടമാണ്. എങ്ങനെയാണ് ശരീരം മനസ്സിനെ സ്വാധീനിക്കുക എന്നറിയുന്നതുകൊണ്ട് ഞാൻ കൂടുതൽ കൂടുതൽ ഓടാൻ തുടങ്ങി.

ഓട്ടം

വിഷാദവും ഉത്കണ്ഠയും മാറ്റാനുള്ള ഏറ്റവും നല്ല മരുന്നാണ് ഓട്ടം എന്ന് പലരും പറയാറുണ്ട്. എനിക്ക് അത് നന്നായി ഫലിച്ചു. ഞാൻ ഓടാൻ തുടങ്ങിയ സമയത്ത് എനിക്ക് വളരെ മോശം പാനിക്ക് അറ്റാക്കുകൾ വരാറുണ്ടായിരുന്നു. ഓട്ടത്തിലെ ഹൃദയമിടിപ്പ് ഏറുന്നതും ശ്വാസം മുട്ടുന്നതും വിയർപ്പും ഒക്കെ പാനിക്ക് അറ്റാക്കിലും സമാനമാണ്. അതുകൊണ്ടുതന്നെ ഓടുന്നതിനിടെ എന്റെ ഹൃദയം കൂടുതൽ മിടിച്ചാൽ അത് ഓടുന്നത് കൊണ്ടാണ് എന്നേ ഞാൻ ആദ്യം ചിന്തിക്കൂ. മാത്രമല്ല അതെനിക്ക് ചിന്തിക്കാൻ ഒരു വിഷയവും തന്നു. ഞാൻ ഫിറ്റ് ആയ ഒരാളായിരുന്നില്ല. അതുകൊണ്ടു തന്നെ ഓട്ടം എനിക്ക് ബുദ്ധിമുട്ടായിരുന്നു. എനിക്ക് വേദനിച്ചു. എന്നാൽ ആ വേദനയും പരിശ്രമവും എന്നെ സമാധാനിപ്പിച്ചു. ശരീരത്തിന് പരിശീലനം നൽകുന്നതിലൂടെ ഞാൻ എന്റെ മനസ്സിനും പരിശീലനം നല്കുകയാണെന്നു ഞാൻ വിശ്വസിച്ചു. അതൊരു തരം സജീവധ്യാനമായി മാറി. മാത്രമല്ല ആരോഗ്യവും നന്നാകും. ആരോഗ്യം നന്നാകുന്നത് എല്ലാത്തരത്തിലും നല്ലതാണ്. അസുഖമുണ്ടായിരുന്നപ്പോൾ ഞാൻ മദ്യപിച്ചിരുന്നു. പുകവലിച്ചിരുന്നു. എന്നാൽ ഇപ്പോൾ ഞാനത് തിരുത്താൻ ശ്രമിക്കുകയാണ്.

എല്ലാ ദിവസവും ഞാൻ ഓടാൻ പോകും. അല്ലെങ്കിൽ എന്തെങ്കിലും തരം കാർഡിയോ വ്യായാമം ചെയ്യും. മുറകാമി തന്റെ പുസ്തകമായ *വാട്ട് ഐ ടോക്ക് എബൗട്ട് വെൻ ഐ ടോക്ക് എബൗട്ട് റണ്ണിങ്ങിൽ* പറയുന്നത് പോലെ ഓട്ടം എന്റെ തലയിൽ പുകമഞ്ഞ് നീക്കി. (നിങ്ങളുടെ സ്വത്വത്തിനു കഴിയുന്ന അങ്ങേയറ്റം എത്താൻ ശ്രമിക്കുക: അതാണ് ഓട്ടത്തിലൂടെ സാധിക്കുന്നത്. മുറകാമി പറഞ്ഞ ഈ കാര്യം കൂടി ഞാൻ വിശ്വസിക്കുന്നു. ഇത് മാനസികാരോഗ്യത്തെയും സഹായിക്കും.)

ഞാൻ ഓടി തിരിച്ചുവന്നു കുളിച്ചു കഴിഞ്ഞാൽ വല്ലാത്ത ഒരു ആശ്വാസമാണ്. വിഷാദവും ഉത്കണ്ഠയും ആവിയായി മാറിയത് പോലെ. അതൊരു സുഖമുള്ള തോന്നലാണ്. മാത്രമല്ല ഓട്ടത്തിന്റെ ഒരു ഏകതാനത - ശ്വാസം എടുക്കലും കാലുകൾ വഴിയിൽ പതിക്കുന്ന ഒച്ചയും - എല്ലാം വിഷാദത്തിന്റെ രൂപകമാകും. എല്ലാ ദിവസവും ഓടാൻ പോവുക എന്നാൽ തന്നെ അവനവനുമായുള്ള യുദ്ധമാണ്.

തണുത്ത ഫെബ്രുവരി രാവിലെ പുറത്തിറങ്ങിയാൽ തന്നെ നിങ്ങൾ ജയിച്ചു. എന്നാൽ വിഷാദം നിങ്ങളോട് മല്ലിടാൻ നോക്കും. നിറുത്താമെന്നും അല്ല ഓട്ടം തുടരണമെന്നും മനസ്സ് പറയും. എനിക്ക് പറ്റില്ല, എനിക്ക് ശ്വാസം കിട്ടുന്നില്ലെന്നും ഒരു മൈൽ കൂടി ഓടാമെന്നും മനസ്സ് പറയും. ഇതാണ് വിഷാദം നടത്തുന്ന വാഗ്വാദം. അങ്ങനെ ഓരോ തവണ ഞാൻ നരച്ച തണുപ്പിൽ വെസ്റ്റ് യോർക്ക്ഷെയറിലേക്ക് ഇറങ്ങുമ്പോഴും ഞാൻ എന്റെ വിഷാദത്തെ ചെറുതായി ഒന്ന് തോല്പിക്കും. നീ ആരോടാണ് കളിക്കുന്നത് എന്നൊരു തോന്നൽ മനസ്സിൽ കയറിവരും. ചിലപ്പോഴൊക്കെ അത് സഹായിക്കും. എപ്പോഴുമല്ല. ഇതൊരു ഉറപ്പുള്ള മരുന്നല്ല. ഞാൻ സീയൂസ് അല്ല. എന്റെ മുന്നിൽ മാന്ത്രിക ഇടിമിന്നൽ ഉണ്ടായിരുന്നില്ല. എന്നാൽ വർഷങ്ങൾ കൊണ്ട് ഫലിക്കുന്ന ചിലത് കണ്ടെത്തുന്നത് നല്ലതാണ്. ഇപ്പോൾ ഒതുങ്ങിയാലും എപ്പോൾ വേണമെങ്കിലും തിരിച്ചു വരാവുന്ന യുദ്ധത്തിനുള്ള പടയൊരുക്കം. എഴുത്തും വായനയും സംഭാഷണങ്ങളും യാത്രയും യോഗയും ധ്യാനവും ഓട്ടവുമായിരുന്നു എന്റെ ആയുധങ്ങൾ.

തലച്ചോർ ശരീരമാണ്-ഭാഗം രണ്ട്

മനോരോഗം എന്ന വാക്ക് തെറ്റാണ് എന്നാണ് എന്റെ വിശ്വാസം. കഴുത്തിന് മുകളിൽ സംഭവിക്കാവുന്ന പ്രശ്നങ്ങളെയാണ് അത് സൂചിപ്പിക്കുന്നത്. വിഷാദവും ഉത്കണ്ഠയും ഉണ്ടാകുമ്പോൾ പല പ്രശ്നങ്ങളും മനസ്സിൽ ഉണ്ടാവുകയോ മനസ്സിനെ ബാധിക്കുകയോ ചെയ്യുമെങ്കിലും അത് ശരീരത്തെയും ബാധിക്കും.

ഉദാഹരണത്തിന് എൻ എച്ച് എസ് വെബ്സൈറ്റിൽ പറയുന്ന ഈ രോഗലക്ഷണങ്ങൾ കാണുക.

അടങ്ങിയിരിക്കാൻ കഴിയാതെ വരിക.

പേടി.

അസ്വസ്ഥത

ദേഷ്യം

ക്ഷമയില്ലായ്മ

ശ്രദ്ധക്കുറവ്

ഇവയ്ക്ക് പുറമെ എൻ എച്ച് എസ് പറയുന്ന ശാരീരികലക്ഷണങ്ങളുടെ നിരയുമുണ്ട്.

മന്ദത

ഉറക്കവും ക്ഷീണവും

ഹൃദയമിടിപ്പിലെ പ്രശ്നങ്ങൾ

മസിൽ വേദനകൾ

ഉണങ്ങിയ വായ

കൂടുതൽ വിയർപ്പ്

ശ്വാസം മുട്ടൽ

വയറുവേദന

തുടർച്ചയായി മൂത്രമൊഴിക്കാൻ തോന്നൽ

ഛർദ്ദി

തലവേദന

ദാഹം

പീരിയഡ്സ് ഇല്ലാതെയിരിക്കൽ

ഉറക്കക്കുറവ്

എൻ എച്ച് എസ് ലിസ്റ്റിൽ ഇല്ലാത്ത ഒരു രോഗലക്ഷണം അയഥാർത്ഥതയാണ്. നിങ്ങൾ യഥാർത്ഥമല്ല എന്ന് തോന്നിപ്പിക്കുന്ന ഒരു അവസ്ഥയാണത്. നിങ്ങൾ നിങ്ങളുടെ ഉള്ളിൽ ഇല്ലെന്നുതോന്നും. നിങ്ങളുടെ ശരീരത്തെ നിങ്ങൾ മറ്റെവിടെയോ നിന്ന് നിയന്ത്രിക്കുന്നത് പോലെ തോന്നും. ഒരു എഴുത്തുകാരനും അയാളുടെ സൃഷ്ടിയായ കഥപാത്രവും തമ്മിലുള്ള ബന്ധം പോലെയാണ് അത്. നിങ്ങൾ എന്ന കേന്ദ്രം നഷ്ടമായിരിക്കുന്നു. മനസ്സും ശരീരവും രണ്ടാണെന്നും നാം ചെയ്യുന്ന രീതിയിൽ അവയെ വേർതിരിക്കുന്നത് തെറ്റാണെന്നും ലളിതയുക്തിയാണെന്നും തോന്നലാണ് അത്. ഒരുപക്ഷേ, അത് പ്രശ്നത്തിന്റെ ഭാഗവുമാകാം.

പ്രശസ്തർ

വിഷാദം നിങ്ങളെ ഏകാകികളാക്കും. അതാണ് അതിന്റെ പ്രധാന രോഗലക്ഷണം. നിങ്ങൾ തനിച്ചല്ല എന്നറിയുന്നത് ഗുണം ചെയ്യും. നമ്മുടെ സമൂഹത്തിന്റെ ഒരു രീതിയും സെലിബ്രിറ്റി സംസ്കാരത്തിലെ കുമ്പസാരശൈലിയും ഒക്കെ തുറന്നുപറച്ചിലിന് സ്ഥാനം നേടിയിട്ടുണ്ട്. എന്നാൽ അത് സാരമില്ല. കൂടുതൽ ഇതേപ്പറ്റി കേൾക്കുന്തോറും നല്ലതാണ്. ഇതെപ്പോഴും നല്ലതല്ല. ഒരു എഴുത്തുകാരൻ എന്ന നിലയിൽ ഹെമിങ്വേ തന്റെ തോക്ക് കൊണ്ട് എന്ത് ചെയ്തെന്നോ സിൽവിയ പ്ലാത്തിന്റെ തല ഓവനിൽ എന്ത് ചെയ്തെന്നോ അറിയുന്നത് എനിക്ക് നല്ലതല്ല. എനിക്ക് വാൻഗോഗിനെയോ അയാളുടെ ചെവിയെപ്പറ്റിയോ ഓർക്കണമെന്നില്ല. 2008 ഡിസംബറിൽ എനിക്ക് പ്രശ്നമുണ്ടായിരുന്ന സമയത്ത് എനിക്ക് ഏറെ ഇഷ്ടമുണ്ടായിരുന്ന എഴുത്തുകാരൻ ഡേവിഡ് ഫോസ്റ്റർ വാലസ് തൂങ്ങിമരിച്ചപ്പോൾ ഞാനും വിഷാദത്തിലായി. ഇത് എഴുത്തുകാർ ആകണമെന്നില്ല. റോബിൻ വില്യംസിന്റെ മരണത്തിൽ വിഷാദം പിടിച്ചവരിൽ ഞാനും പെടും. ഞങ്ങളിൽ പലർക്കും അങ്ങനെ ജീവിതം അവസാനിക്കുമോ എന്ന പേടിയും കാണും.

എന്നാൽ വിഷാദമുള്ള പല ആളുകളും വിഷാദമുള്ള പ്രശസ്തർ അടക്കം ആത്മഹത്യ ചെയ്യണമെന്നില്ല. മാർക്ക് ട്വയിൻ വിഷാദരോഗിയായിരുന്നെങ്കിലും ഹൃദയാഘാതം വന്നാണ് മരിച്ചത്. ടെന്നസി വില്യംസ് സ്ഥിരം ഉപയോഗിക്കുന്ന മരുന്നിന്റെ അടപ്പ് തൊണ്ടയിൽ കുടുങ്ങിയാണ് മരിച്ചത്.

ചിലപ്പോഴൊക്കെ വിഷാദമുള്ള, എന്നാൽ വലിയ കാര്യങ്ങൾ ചെയ്ത, ആളുകളുടെ പേര് വായിക്കുന്നതുപോലും ആശ്വാസം നൽകും. ഇതാണ് എന്റെ ലിസ്റ്റ്.

ബസ് ആൽഡ്രിൻ

ഹാലി ബെറി

സാക്ക് ബ്രാഫ്

റസ്സൽ ബ്രാൻഡ്

ഫ്രാങ്ക് ബ്രൂണോ

അലാസ്റ്റിർ കാംപ്ബെൽ

ജിം കാരി

വിൻസ്റ്റൺ ചർച്ചിൽ

റിച്ചാർഡ് ഡ്രെഫസ്

കാരി ഫിഷർ

എഫ് സ്കോട്ട് ഫിറ്റസ്ജെറാൾഡ്

സ്റ്റീഫൻ ഫ്രൈ

ജൂഡി ഗാർലാൻഡ്

ജോണ് ഹാം

ആൻ ഹാത്തവേ

ബില്ലി ജോയൽ

ആഞ്ജലീന ജോളി

സ്റ്റീഫൻ കിംഗ്

എബ്രഹാം ലിങ്കൺ

വുൾഫ്ഗാങ് അമേഡിയസ് മൊസാർട്ട്

ഐസക്ക് ന്യൂട്ടൻ

അൽ പച്ചീനോ

ഗ്വേനത്ത് പാൾട്രോ

ഡോളി പാർട്ടൻ

പ്രിൻസസ് ഡയാന

ക്രിസ്റ്റിന റിക്കി

ടെഡി റൂസ്‌വെൽറ്റ്

വിനോന റൈഡർ

ബ്രൂക്ക് ഷീൽഡ്സ്

ചാൾസ് ഷുൾസ്

ബെൻ സ്റ്റില്ലർ

വില്യം സ്റ്റിറോൺ

എമ്മ തോംപ്സൺ

ഉമാ തുർമാൻ

മാർക്കസ് ട്രെസ്ക്കോട്ടിക്ക്

റൂബി വാക്സ്

റോബി വില്യംസ്

ടെന്നസി വില്യംസ്

കാതറിൻ സീറ്റ ജോൺസ്.

എന്താണ് ഇത് നമ്മെ പഠിപ്പിക്കുന്നത്? പ്രധാനമന്ത്രിമാർക്കും പ്രസിഡന്റുമാർക്കും ക്രിക്കറ്റർമാർക്കും നാടകകൃത്തുക്കൾക്കും ബോക്സർമാർക്കും ഹോളിവുഡിലെ ഹിറ്റ് കോമഡികൾ നിർമ്മിച്ച

വർക്കും വിഷാദമുണ്ട്. അത് നമുക്കറിയാം. വേറെന്താ? പ്രശസ്തിയും പണവും നിങ്ങളെ മാനസികപ്രശ്നങ്ങളിൽ നിന്ന് സംരക്ഷിക്കുന്നില്ല. അതും നമുക്കറിയാം. ജിം കാരിയുടെ പ്രൊസാക്ക് ദിനങ്ങളോ പ്രൈസസ് ലെയയുടെ ബൈപോളാർ ഡിസോർഡറോ ഒക്കെ നമ്മെ സഹായിക്കുന്നത് ഇങ്ങനെയാണ്. ഇതൊക്കെ ആർക്ക് വേണമെങ്കിലും സംഭവിക്കാം. ഇത് പറഞ്ഞാൽ കൂടുതലാകില്ല.

ഞാൻ ഒരു ഡെന്റിസ്റ്റിന്റെ ഓഫീസിൽ ഇരുന്ന് ഹാലി ബെറിയുടെ അഭിമുഖം വായിച്ചത് ഓർക്കുന്നു. കാറിൽ തനിച്ചിരുന്ന് കാർബൺ മോണോക്സൈഡ് ശ്വസിച്ച് മരിച്ചാലോ എന്നവർ ആലോചിച്ചതിനെപ്പറ്റി അവർ തുറന്ന് എഴുതിയിരിക്കുന്നു. 'അമ്മ തന്നെ കണ്ടെത്തുന്നതിനെപ്പറ്റി ചിന്തിച്ചതുകൊണ്ട് മാത്രമാണ്' അത് ചെയ്യാതിരുന്നത് എന്ന് അവർ പറയുന്നു.

അവരെ ആ മാസികയിൽ ചിരിച്ചുകൊണ്ട് ശക്തയായി കണ്ടത് എന്നെ സന്തോഷിപ്പിച്ചു. അതൊരു ഫോട്ടോഷോപ്പ് ചിത്രമാകാം. എന്നാൽ മറ്റൊരു മനുഷ്യജീവി അതാ എന്റെ മുന്നിൽ സന്തോഷത്തോടെ ജീവനോടെ നിൽക്കുന്നു. നമുക്ക് സൗഖ്യത്തിന്റെ കഥകൾ ഇഷ്ടമാണ്. ഉയർച്ചതാഴ്ചകളുടെ രചനാഘടന നമുക്ക് ഏറെ ഇഷ്ടമാണ്. സെലിബ്രിറ്റി മാസികകൾ അത്തരം കഥകൾ അവസാനമില്ലാതെ പ്രസിദ്ധീകരിക്കും. വിഷാദരോഗം ബാധിച്ച സെലിബ്രിറ്റികളെപ്പറ്റിയും ആളുകൾക്ക് മുൻധാരണകളുണ്ട്. പണവും വിജയവും വന്നാൽ പിന്നെ വിഷാദം ഒന്നുമില്ല എന്നാണ് പരക്കെ വിശ്വസിക്കുന്നത്. ഇത് വിഷാദത്തിന്റെ മാത്രം കാര്യമാണ്. ഒരു പനി വന്നാൽ ആളുകൾ ഇങ്ങനെ ചെയ്യില്ല.

ഒരു പുസ്തകമോ സിനിമയോ പോലെ വിഷാദത്തിന് ഒരു കഥ ഉണ്ടാകേണ്ട കാര്യമില്ല. വിഷാദം നിങ്ങളുടെ ഉള്ളിൽ കുറ്റബോധം നിറയ്ക്കും. പുറമെ എല്ലാം നന്നായിരിക്കുന്നത് കൊണ്ട് വിഷാദം കൂടാം. നിങ്ങളുടെ തോന്നലുകളും നിങ്ങൾക്ക് എന്താണ് തോന്നേണ്ടത് എന്ന ആശയവും തമ്മിലുള്ള അന്തരം കൂടുതലായിരിക്കും. നിങ്ങൾ ഒരു നല്ല വീട്ടിൽ സമാധാനമായി ജീവിക്കുമ്പോൾ നിങ്ങൾക്ക് ഒരു തടവറയിൽ പെട്ടുപോയത് പോലെ തോന്നാറുണ്ടോ? അപ്പോൾ നിങ്ങൾ ചിന്തിക്കും, 'ദൈവമേ എനിക്ക് വേണ്ടതെല്ലാം ഉണ്ടായിട്ടും സന്തോഷിക്കാൻ കഴിയാത്തത് എന്താണ്?'

ദിവസം മുഴുവൻ സ്വന്തം വീട്ടിൽ താമസിച്ച് സുന്ദരിയായ ഭാര്യയുടെകൂടെ ജീവിക്കുമ്പോൾ നിങ്ങൾ എങ്ങനെ ഇവിടെ എത്തി എന്ന് നിങ്ങൾ ചിന്തിക്കും. എന്നിട്ടും എന്താണ് നിങ്ങൾക്ക് ഇല്ലാത്തത് എന്നോർക്കും. നമ്മൾ വേണമെന്ന് ആശിച്ചതൊക്കെ തെറ്റായ കാര്യങ്ങ

ളായിരുന്നോ എന്ന് സന്ദേഹിക്കും. നമ്മൾ സമ്പാദിച്ച സ്മാർട്ട് ഫോണുകളും നല്ല കുളിമുറികളും ടിവിയും ഒക്കെത്തന്നെയാണോ നമ്മുടെ പ്രശ്നം എന്ന് ചിന്തിക്കും. ജീവിതമെന്ന കളിയിൽ നമ്മൾ കയറിയ ഗോവണികൾ എല്ലാം പാമ്പുകളായിരുന്നോ എന്ന് പേടിക്കും. വസ്തുക്കളോടുള്ള അമിതമായ താൽപ്പര്യം കൂടുതൽ വിഷമങ്ങളിലേക്ക് നയിക്കും എന്നത് ഏത് ബുദ്ധമതസ്ഥനും സംസാരിക്കും. ഭ്രാന്ത് പിടിച്ച ഒരു ലോകത്തോടുള്ള ഏറ്റവും പക്വമായ മറുപടിയാണ് ഭ്രാന്ത് എന്ന് പറയാം. നമുക്ക് മനസ്സിലാകാത്ത ജീവിതത്തോടുള്ള നമ്മുടെ പ്രതികരണമാണ് വിഷാദം. ഒന്നാലോചിച്ചാൽ ആരുംതന്നെ അവരുടെ ജീവിതത്തെ പൂർണ്ണമായി മനസ്സിലാക്കുന്നില്ല.

വിഷാദത്തിന്റെ ഏറ്റവും മോശം കാര്യം ജീവിതത്തെപ്പറ്റി ചിന്തിക്കൽ അനിവാര്യമാണ് എന്നതാണ്. വിഷാദം നമ്മെയെല്ലാം ചിന്തകരാക്കുന്നു. എബ്രഹാം ലിങ്കനോട് ചോദിച്ചു നോക്കൂ.

എബ്രഹാം ലിങ്കന്റെ ദുരന്ത അനുഗ്രഹം

എബ്രഹാം ലിങ്കൺ തന്റെ മുപ്പത്തിരണ്ടാം വയസ്സിൽ പ്രഖ്യാപിച്ചു, 'ഞാൻ ഇന്ന് ജീവിച്ചിരിക്കുന്ന ഏറ്റവും ദുഃഖിതനായ മനുഷ്യനാണ്.' ആ പ്രായത്തിനിടെ അദ്ദേഹം രണ്ടു വലിയ വിഷാദ അവസ്ഥകൾ കടന്നുപോയിരുന്നു.

'ഞാൻ അനുഭവിക്കുന്നത് എല്ലാ മനുഷ്യരുടേയും ഇടയിൽ തുല്യമായി വീതിച്ചാൽ ഭൂമിയിൽ സന്തോഷമുള്ളവർ ഉണ്ടാകില്ല. എനിക്ക് ഭേദമാകുമോ എന്നെനിക്കറിയില്ല. ഒരുപക്ഷേ ഭേദമാകില്ലായിരിക്കും. ഞാനായിരിക്കൽ അസാധ്യമാണ്. ഒന്നെങ്കിൽ ഞാൻ സുഖപ്പെടണം, അല്ലെങ്കിൽ മരിക്കണം.'

തീർച്ചയായും തനിക്ക് ആത്മഹത്യ പേടിയില്ലെന്നു പറഞ്ഞെങ്കിലും അദ്ദേഹം സ്വന്തം ജീവനെടുത്തില്ല. അദ്ദേഹം ജീവിതം തെരഞ്ഞെടുത്തു. അറ്റലാന്റിക്ക് മാസികയിൽ ജോഷാ വുൾഫ് ഷെങ്ക് എഴുതിയ 'ലിങ്കന്റെ ഗ്രേറ്റ് ഡിപ്രഷൻ' എന്ന ഒരു ലേഖനമുണ്ട്. വിഷാദം എങ്ങനെ ലിങ്കന്റെ മനുഷ്യജീവിതത്തെപ്പറ്റി ആഴത്തിൽ മനസ്സിലാക്കാൻ സഹായിച്ചുവെന്നു ഷെങ്ക് അതിൽ പറയുന്നുണ്ട്.

> തന്റെ പേടികളെ അംഗീകരിക്കണം എന്നദ്ദേഹത്തിന് നിർബ ന്ധമുണ്ടായിരുന്നു. തന്റെ ഇരുപതുകളിലും മുപ്പതുകളിലും അദ്ദേഹം അതിലേക്ക് ആഴത്തിൽ ഇറങ്ങി. ആൽബേർ കമ്യു പറയുന്നതുപോലെ, മനുഷ്യന്റെ ഏറ്റവും പ്രധാനപ്പെട്ട ചോദ്യത്തെ പഠിക്കാൻ ശ്രമിച്ചു. ജീവിക്കാനാകുമോ, ജീവിതത്തിന്റെ പീഡകൾ താങ്ങാനാകുമോ എന്നദ്ദേഹം തിരഞ്ഞു. ഒടുവിൽ ജീവിതത്തിൽനിന്ന് എന്തോ നേടാനുള്ള അടങ്ങാത്ത ത്വര തനിക്കുണ്ടെന്നു അദ്ദേഹം കണ്ടെത്തി. അദ്ദേഹം ഗൗരവക്കാരനായ ഒരു മനുഷ്യനായിരുന്നു. ചരിത്രത്തിലെ തന്നെ ഗൗരവക്കാരിൽ പ്രമുഖൻ. അദ്ദേഹം മാനസികവും ഭൗതികവുമായ യുദ്ധങ്ങളിൽ പൊരുതി. അദ്ദേഹത്തിന്റെ സഹനങ്ങളാകണം അടിമത്തത്തിനെതിരെയുള്ള നിയമം കൊണ്ടുവരാൻ അദ്ദേഹത്തെ പ്രേരിപ്പിച്ചത്.

(എപ്പോഴെങ്കിലും ആരെങ്കിലും അടിമത്തം വേണമെന്ന് വാദിക്കുമ്പോൾ അത് അയാളിൽ പരീക്ഷിച്ചു നോക്കാൻ എനിക്ക് എപ്പോഴും തോന്നാറുണ്ട്, അദ്ദേഹം പറഞ്ഞു.)

വിഷാദത്തോട് പൊരുതിയ വേറെയും പ്രശസ്ത നേതാക്കളുണ്ട്. വിൻസ്റ്റൻ ചർച്ചിലും തന്റെ ജീവിതത്തിന്റെ മുഖ്യഭാഗം വിഷാദത്തോട് പൊരുതിയാണ് ജീവിച്ചത്. തീ കത്തുന്നത് നോക്കിയിരിക്കെ അദ്ദേഹം തന്റെ ഒപ്പമുണ്ടായിരുന്ന ഒരു യുവഗവേഷകനോട് പറഞ്ഞു, 'വിറകു കൊള്ളി പൊട്ടിത്തെറിക്കുന്നത് എന്താണെന്ന് എനിക്കറിയാം. എരിഞ്ഞു തീരുക എന്നാൽ എന്താണെന്ന് എനിക്കറിയാം.'

അദ്ദേഹം അതറിഞ്ഞിരുന്നു. തന്റെ ജോലിയിൽ ഏറ്റവും ആവേശത്തോടെ ഇടപെട്ട ആളാണ് അദ്ദേഹം. എങ്കിലും ഉള്ളിൽ ഇരുൾ നിറഞ്ഞ് വിഷാദം പൊതിഞ്ഞിരുന്നു. രാഷ്ട്രീയ തത്ത്വചിന്തകനായ ജോൺ ഗ്രേ കരുതുന്നത് ചർച്ചിൽ വിഷാദത്തോട് പൊരുതി ഒരു നല്ല യുദ്ധനായകനായി എന്നല്ല, മറിച്ച് വിഷാദമെന്ന അനുഭവം അദ്ദേഹത്തെ നല്ല ഒരു യുദ്ധനായകനാക്കി എന്നാണ്. ബിബിസിക്കുവേണ്ടി എഴുതിയ ഒരു ലേഖനത്തിൽ ഗ്രേ വാദിക്കുന്നത് തീവ്രവികാരങ്ങൾ തിരിച്ചറിയാനുള്ള കഴിവ് കാരണമാണ് സാധാരണ മനുഷ്യർ കാണാതെ പോകുന്ന അപകടങ്ങൾ ചർച്ചിലിന് മനസ്സിലാക്കാൻ കഴിഞ്ഞത് എന്നാണ്.

'ഹിറ്റ്ലറെ പ്രീതിപ്പെടുത്താൻ ആഗ്രഹിച്ച രാഷ്ട്രീയക്കാർക്കൊക്കെ നാസികൾ ജർമൻ ദേശീയതയുടെ ഒരു രൂപം മാത്രമായാണ് തോന്നിയത്.' ഗ്രേ പറയുന്നു. ഒരു അസ്വാഭാവികമായ മനസ്സിന് മാത്രമേ അസ്വാഭാവികമായ ഈ ഭീഷണി മനസ്സിലാക്കാൻ കഴിഞ്ഞുള്ളൂ. 'വരാൻ പോകുന്ന ഭീകരതയെ വിഷാദത്തിന്റെ കറുത്ത പട്ടിയുടെ വരവു പോലെയാണ് ചർച്ചിൽ അറിഞ്ഞത്.'

നേരാണ്, വിഷാദം ഒരു പേടിസ്വപ്നമാണ്. എന്നാൽ അത് ഉപയോഗപ്പെടുത്തിക്കൂടേ? ഒരുപക്ഷേ അത് ലോകത്തെ പലതരത്തിൽ മികച്ചതാക്കിയാലോ? വിഷാദവും ഉൽക്കണ്ഠയും ജോലിയിലെ മികവും തമ്മിലുള്ള ബന്ധം വളരെ വലുതാണ്. എഡ്വേർഡ് മഞ്ചിന്റെ പ്രശസ്തമായ 'സ്ക്രീം' എന്ന ചിത്രം ഓർക്കുക. ഒരു പാനിക്ക് അറ്റാക്കിന്റെ ഏറ്റവും കൃത്യമായ ചിത്രീകരണമാണ് അതെന്ന് മാത്രമല്ല ചിത്രകാരന്റെ തന്നെ അഭിപ്രായത്തിൽ അയാൾ കടന്നുപോയ അസ്തിത്വ പ്രതിസന്ധിയുടെ ഒരു നേർക്കാഴ്ച കൂടിയാണ് അത്. ഇതാ അയാളുടെ ഡയറിക്കുറിപ്പ്:

> ഞാൻ നടക്കുന്നതിനിടെ സൂര്യൻ അസ്തമിച്ചു. പൊടുന്നനെ ആകാശം രക്തച്ചുവപ്പായി മാറി. ഞാൻ അങ്ങേയറ്റം തളർന്ന് അരികിലുള്ള ഒരു വേലിയിൽ പിടിച്ചുനിന്നു. തീ നാവുകളും രക്തവും കരിനീല ആകാശത്ത് പടർന്നു. എന്റെ സുഹൃത്തുക്കൾ നടന്നുപോയപ്പോൾ ഞാൻ പിറകിലായി. പേടിച്ച് വിറച്ചവിടെ ഞാൻ നിന്നു. പെട്ടെന്ന് ഞാൻ പ്രകൃതിയുടെ അസഹ്യമായ അലർച്ച കേട്ടു.

മികച്ച ഒരു കലാസൃഷ്ടിയെ സ്വാധീനിച്ച വിഷാദ അനുഭവത്തെപ്പറ്റി ഇങ്ങനെ വായിച്ചറിയാൻ എപ്പോഴും കഴിഞ്ഞെന്നുവരില്ല. എങ്കിലും വിഷാദത്തോട് മല്ലിട്ട പ്രഗത്ഭരുടെ എണ്ണം അവഗണിക്കാനാകില്ല. സ്വന്തം ജീവനെടുത്ത പ്ലാത്തിനെയോ ഹെമിംഗ്‌വേയെയോ വൂൾഫി നെയോ മാറ്റി നിറുത്തിയാലും വിഷാദരോഗികളായ പ്രഗത്ഭരുടെ എണ്ണം കൂടുതലാണ്. പലപ്പോഴും അവരുടെ രോഗവും അവരുടെ കലയും തമ്മിൽ അടുത്ത ബന്ധമുണ്ട്.

ഫ്രോയിഡിന്റെ പഠനങ്ങളും അദ്ദേഹത്തിന്റെ വിഷാദ അനുഭവ ങ്ങളും തമ്മിൽ വലിയ ബന്ധമുണ്ട്. അദ്ദേഹത്തിന്റെ പഠനങ്ങൾ പരിഹാര അന്വേഷണങ്ങൾ കൂടിയാണ്. അദ്ദേഹത്തിന് ആശ്വാസം നൽകിയത് കൊക്കെയ്ൻ ആണ്. എന്നാൽ മറ്റുള്ള രോഗികൾക്ക് അത് നൽകി കഴിഞ്ഞാണ് അത് അടിമപ്പെടുത്തുന്ന ഒരു വസ്തുവാണെന്നു അദ്ദേഹം മനസ്സിലാക്കിയത്.

വിഷാദ നിരയിലെ പ്രമുഖരിൽ ഒരാളാണ് ഫ്രാൻസ് കാഫ്ക. തന്റെ ജീവിതകാലം മുഴുവൻ അദ്ദേഹം സാമൂഹിക ഉത്കണ്ഠകളിലൂ ടെയും ഇന്നത്തെ അർത്ഥത്തിലുള്ള ക്ലിനിക്കൽ വിഷാദം അനുഭവി ക്കുകയും ചെയ്തു. കാഫ്ക രോഗങ്ങളെയും ശാരീരികമാനസിക മാറ്റങ്ങളെയും പേടിച്ചു. എന്നാൽ രോഗങ്ങളെ പേടിക്കുന്നത് കൊണ്ടു നിങ്ങൾക്ക് രോഗം വരാതെ ഇരിക്കില്ല. മുപ്പതിനാലാം വയസ്സിൽ കാഫ്കക്ക് ക്ഷയം പിടിപെട്ടു. കാഫ്കയുടെ വിഷാദത്തെ മാറ്റാൻ സഹായിച്ച നീന്തൽ, കുതിരസവാരി, നടത്തം എന്നിവയെല്ലാം അദ്ദേഹ ത്തിന്റെ ആരോഗ്യത്തെയും സംരക്ഷിച്ചു. അദ്ദേഹത്തിന്റെ കൃതികളിൽ കാണാൻ കഴിയുന്ന ക്ലോസ്ട്രോഫോബിയയും അധികാരമില്ലായ്മയും ഒക്കെ പലപ്പോഴും രാഷ്ട്രീയമായാണ് വിലയിരുത്തിയതെങ്കിലും ക്ലോസ്ട്രോഫോബിയയിൽ നിന്നുണ്ടായതാണോ ആ കൃതികൾ എന്നു അന്വേഷിക്കേണ്ടിയിരിക്കുന്നു. കാഫ്കയുടെ ഏറ്റവും പ്രശസ്തമായ കൃതി മേറ്റമോർഫോസിസ് ആണ്. ഒരു സെയിൽസ്മാൻ ഒരു ദിവസം ഉണർന്നപ്പോൾ താൻ ഒരു പ്രാണിയായി മാറിയെന്ന് തിരിച്ചറിയുന്നു. കിടന്നുറങ്ങിപോവുകയും ജോലിയിൽ എത്താൻ വൈകുകയും ചെയ്തു. മുതലാളിത്തം മനുഷ്യരുടെ മനുഷ്യത്വം എടുത്തുകളയുന്നതിന്റെ കഥ യാണെന്നത് ശരി. എന്നാൽ കാഫ്കയുടെ രോഗങ്ങളിൽ ഒന്നായ വിഷാദത്തിന്റെ ഒരു രൂപകമാണ് ഇതെന്നും പറയാം. ഗ്രിഗർ സാംസയെ പോലെ പലപ്പോഴും ഉറക്കമുണരുമ്പോൾ നിങ്ങൾ മുറിയിൽ വിഷാ ദത്തെ കാണുകയും മറ്റൊരു വ്യക്തിയായി മാറുകയും ചെയ്യുന്നു. നിങ്ങൾ നിങ്ങൾക്കുതന്നെ അപരിചിതരായി മാറുന്നു. ഒരു ദുഃസ്വപ്നത്തിൽ കുടുങ്ങിപ്പോകുന്നു. അങ്ങേയറ്റം തീവ്രമായ മാനസിക പിരിമുറുക്കത്തിൽ

അല്ലാതെ എമിലി ഡിക്കിൻസണ് 'എന്റെ തലച്ചോറിൽ ഒരു ശവമടക്കു നടക്കുന്നു' എന്നു എഴുതാൻ കഴിയുമോ?

വിഷാദമുള്ള എല്ലാവരും ലിങ്കനോ ഡിക്കിൻസനോ മഞ്ചോ ഫ്രോയിഡോ കാഫ്കയോ സിൽവിയാ പ്ലാത്തോമാർക്ക് റ്റൈനോ ജോർജിയ ഒകീഫോ ഇയാൻ കർട്ടിസോ ആയി മാറുന്നില്ല. അസുഖമില്ലാത്തവരുടെ കാര്യത്തിലും ഇത് ബാധകമാണ്. എന്നാൽ മാനസികപ്രശ്നങ്ങളുടെ കാര്യത്തിൽ മാത്രം ആളുകൾ 'എന്നിട്ടും' എന്ന വാക്ക് ഉപയോഗിക്കാറില്ല. വിഷാദരോഗമുണ്ടായിട്ടും ഈ ആളുകൾ ഇതൊക്കെ ചെയ്തു എന്നാരും പറയാറില്ല. എന്നാൽ പലപ്പോഴും ഈ 'എന്നിട്ടും' ഒരു 'കാരണം' ആയി മാറാറുണ്ട്. ഉദാഹരണത്തിന്, ഞാൻ എഴുതുന്നത് എന്റെ വിഷാദം കാരണമാണ്. ഞാൻ ഇതിനുമുൻപ് ഒരു എഴുത്തുകാരനായിരുന്നില്ല. ചില കാര്യങ്ങളെ സൂക്ഷ്മമായി പഠിക്കാനുള്ള ആകാംക്ഷയും ആവേശവും ഊർജവും ഇതിനുമുൻപ് എനിക്ക് ഉണ്ടായിരുന്നില്ല. ഭയമാണ് നമ്മെ കുതുകികളാക്കുന്നത്. ദുഃഖമാണ് നമ്മെ തത്ത്വചിന്തകരാക്കുന്നത്. വേണോ വേണ്ടയോ എന്നത് വിഷാദരോഗികൾ സ്ഥിരം ചോദിക്കുന്ന ഒരു ചോദ്യമാണ്. അബ്രാഹം ലിങ്കൻ ഒരിക്കലും വിഷാദത്തിൽനിന്ന് പുറത്തുവരാത്ത ഒരു പ്രസിഡന്റ് ആണ്. അദ്ദേഹം ഒരിക്കലും അതിനെ മറികടന്നില്ല, ആ രോഗത്തോടൊപ്പം അദ്ദേഹം വലിയ കാര്യങ്ങൾ ചെയ്തു. 'ലിങ്കൺ നേടിയ കാര്യങ്ങൾ നമുക്ക് അദ്ദേഹത്തിന്റെ സ്വകാര്യപീഡകളെ ജയിച്ചുകൊണ്ട് നേടിയെന്ന് പറയാനാകില്ല.' ജോഷ്വാ വുൾഫ് ഷെങ്ക് പറയുന്നു. 'അദ്ദേഹത്തിന്റെ പീഡ തീർത്ത അതേ അവസ്ഥയിൽനിന്നാണ് അദ്ദേഹം വിജയങ്ങളും കണ്ടെത്തിയത്... അദ്ദേഹത്തിന്റെ ദുഃഖം പരിഹരിച്ചതുകൊണ്ടല്ല അദ്ദേഹത്തിന് ഇത്രയും പ്രധാനപ്പെട്ട കർത്തവ്യങ്ങൾ നിർവഹിക്കാൻ കഴിഞ്ഞത്. അദ്ദേഹത്തിന്റെ ദുഃഖമാണ് അദ്ദേഹത്തിന്റെ പ്രധാനപ്പെട്ട ജോലികൾക്ക് ഇന്ധനമായി മാറിയത്.'

അതുകൊണ്ട്, നിങ്ങൾ നിങ്ങളുടെ വിഷാദത്തെ പൂർണ്ണമായി മറികടന്നില്ലെങ്കിലും കവി ബൈറൺ പറയുന്നതുപോലെ വിഷാദത്തെ നമുക്ക് ഒരു 'ദുരന്ത അനുഗ്രഹമായി' കാണാം. ചർച്ചിലിനെയോ ലിങ്കനെയോപോലെ ഒരു രാജ്യം ഭരിക്കാനൊന്നും നമ്മൾ ഇത് ഉപയോഗിക്കണമെന്നില്ല. ഒരു നല്ല ചിത്രംപോലും നമ്മൾ സൃഷ്ടിക്കണമെന്നില്ല. പക്ഷേ നമുക്കിത് ജീവിതത്തിൽ ഉപയോഗിക്കാം. ഉദാഹരണത്തിന്, മരണത്തെപ്പറ്റി പൂർണ്ണമായ ബോധ്യമുള്ളത് ഇപ്പോഴുള്ള ജീവിതത്തെ നന്നായി ആസ്വദിക്കാൻ എന്നെ പ്രോത്സാഹിപ്പിച്ചു. എന്റെ കുട്ടികളുടെ കൂടെയും ഞാൻ സ്നേഹിക്കുന്ന സ്ത്രീയുടെ കൂടെയുമുള്ള സമയത്തിന്റെ വില ഞാൻ മനസ്സിലാക്കി. മോശം രീതിയിൽ തീക്ഷ്ണത

സൃഷ്ടിക്കുന്ന അതേ വിഷാദംകൊണ്ട് നല്ല രീതിയും തീക്ഷ്ണമായി കാണാനാകും.

കലയും രാഷ്ട്രീയവും ഒക്കെ ആ തീക്ഷ്ണതയുടെ ഫലങ്ങളാണ്. എന്നാൽ മറ്റു പല രീതിയിലും അത് നമുക്ക് ഉപയോഗിക്കാം. ഒരുപക്ഷേ നിങ്ങൾ പ്രശസ്തനായെന്നുവരില്ല. പക്ഷേ ജീവിതത്തിലേക്ക് എന്തൊക്കെ നമുക്ക് ചേർത്തുവയ്ക്കാനാകും എന്നത് നമുക്ക് ബോധ്യമാകും.

എന്താണ് ഡിപ്രഷൻ

ഒരു ആന്തരിക യുദ്ധം.

ഒരു കറുത്ത പട്ടിയാണ് (വിൻസ്റ്റൻ ചർച്ചിലിന്റെയും ഡോക്ടർ ജോൺസണിന്റെയും വാക്കുകളിൽ).

ഒരു തമോഗർത്തമാണ്.

അദൃശ്യമായ ഒരു തീയാണ്.

ഒരു പ്രഷർ കുക്കർ.

ഉള്ളിലുള്ള ഒരു പിശാച്.

ഒരു തടവറ.

ഒരു ശൂന്യത.

ഒരു ബെൽ ജാർ (പ്ലാത്ത് പറഞ്ഞതുപോലെ, എന്റെ പഴയ ശ്വാസത്തിൽ കുതിർന്ന് ഞാൻ ഒരു ഗ്ലാസ് ജാറിനടിയിൽ ഇരിപ്പുണ്ടാകും.)

നിങ്ങളുടെ മനസ്സിലെ ഓപ്പറേറ്റിങ് സിസ്റ്റത്തിൽ കടന്നുകൂടിയ ഒരു കേടുവന്ന കോഡ്.

ഒരു സമാന്തരലോകം.

ഒരു ആജീവനാന്ത യുദ്ധം.

മരണത്തിന്റെ ഉപോല്പന്നം.

ജീവിക്കുന്ന പേടിസ്വപ്നം.

ഒരു എക്കോ ചേമ്പർ.

ഇരുണ്ട, പ്രതീക്ഷയറ്റ, ഏകാന്തമായ അവസ്ഥ.

ഒരു പുരാതനമനസ്സും ആധുനിക ലോകവും തമ്മിലുള്ള കൂട്ടിമുട്ടൽ.

ഒരു നാശം പിടിച്ച വേദന.

വിഷാദം അത് മാത്രമല്ല...

അത് നിങ്ങളെക്കാൾ ചെറുതാണ്.

എപ്പോഴും അത് നിങ്ങളെക്കാൾ ചെറുതാണ്, വലുതായി തോന്നിയാലും.

അത് നിങ്ങളുടെ ഉള്ളിലാണ് പ്രവർത്തിക്കുന്നത്. നിങ്ങൾ അതിന്റെയുള്ളിലല്ല.

അത് ആകാശത്തിലൂടെ കടന്നുപോകുന്ന ഒരു ഇരുണ്ട മേഘമാകാം പക്ഷേ അതൊരു രൂപകമാണെങ്കിൽ അതിനർത്ഥം നിങ്ങൾ ആകാശമാണെന്നാണ്. ആ കാർമേഘം എത്തുന്നതിനുംമുൻപ് നിങ്ങളുണ്ടായിരുന്നു. ആകാശമില്ലാതെ മേഘമില്ല. എന്നാൽ മേഘമില്ലാതെയും ആകാശം ഉണ്ടാകാം.

സമയത്തിനപ്പുറമുള്ള സംഭാഷണം-മൂന്നാം ഭാഗം

അന്നത്തെ ഞാൻ : പേടിയാകുന്നു.

ഇന്നത്തെ ഞാൻ : എന്താണ് പേടിപ്പിക്കുന്നത്?

അന്നത്തെ ഞാൻ : ജീവിതം. എന്റെ മനസ്സ്. അതിന്റെ ഭാരം.

ഇന്നത്തെ ഞാൻ : ശ് ശ് ശ്... അങ്ങനെ പറയരുത്. നിങ്ങൾ ഈ നിമിഷത്തിൽ കുടുങ്ങിക്കിടക്കുന്നുവെന്ന് മാത്രം. ഈ നിമിഷം മാറും.

അന്നത്തെ ഞാൻ : ആൻഡ്രിയ എന്നെ വിട്ടുപോകും.

ഇന്നത്തെ ഞാൻ : ഇല്ലില്ല. അവൾ പോകില്ല. അവൾ നിന്നെ വിവാഹം കഴിക്കും.

അന്നത്തെ ഞാൻ : ഹ! എന്നെപ്പോലെ ഒരു ഭ്രാന്തന്റെകൂടെ ആരെങ്കിലും അവരെ കൂട്ടിക്കെട്ടുമോ?

ഇന്നത്തെ ഞാൻ : ഉവ്വ്. നീ പുരോഗമിക്കുന്നുമുണ്ടല്ലോ. ഇപ്പോൾ നീ ഷോപ്പിങ്ങിന് പോകുമ്പോൾ പാനിക്ക് അറ്റാക്ക് ഉണ്ടാകുന്നില്ലല്ലോ.

അങ്ങനെ ഒരു ഭാരം നിന്റെമേൽ ഇപ്പോൾ ഇല്ലല്ലോ.

അന്നത്തെ ഞാൻ : ഉണ്ട്.

ഇന്നത്തെ ഞാൻ : ഇല്ല. കഴിഞ്ഞയാഴ്ച ഞാൻ-അല്ല നീ പാർക്കിലെ സൂര്യപ്രകാശത്തിലൂടെ നടന്നപ്പോൾ നിനക്ക് ഭാരം നീങ്ങിയതുപോലെ തോന്നിയില്ലേ. നീ ഒന്നും ചിന്തിക്കാതെ ചെലവിട്ട ഒരു നിമിഷമില്ലേ.

അന്നത്തെ ഞാൻ : അത് ശരിയാണ്. ശരിയാണ്. ഇന്നും അങ്ങനെ ഒരു നിമിഷമുണ്ടായി. ഞാൻ കട്ടിലിൽ കിടന്നുകൊണ്ട് കഴിക്കാനുള്ള ധാന്യങ്ങൾ ബാക്കിയുണ്ടോ എന്നാണ് ആലോചിച്ചത്. അതാണ്, ഒരു നോർമൽ ചിന്ത, ഒരു മിനുട്ടോളം നീണ്ടുനിന്ന ചിന്ത. വെറുതെ കിടന്ന് പ്രാതലിനെപ്പറ്റി ചിന്തിച്ചു.

ഇന്നത്തെ ഞാൻ : നോക്ക്. കണ്ടില്ലേ. കാര്യങ്ങൾ ഒരിക്കലും ഒരേപോലെ തുടരില്ല. ഇന്നത്തെ കാര്യങ്ങൾ എപ്പോഴും അങ്ങനെയായിരുന്നില്ല.

അന്നത്തെ ഞാൻ : എങ്കിലും ഇത് തീവ്രമാണ്.

ഇന്നത്തെ ഞാൻ : എപ്പോഴും അങ്ങനെ ആയിരിക്കുകയും ചെയ്യും. നീ എപ്പോഴും തീക്ഷ്ണമായാവും ജീവിക്കുക. വിഷാദം എപ്പോഴും

കൂടെയുണ്ടാകും, എന്റെ അടുത്ത വീഴ്ച കാത്തിരിക്കും. എന്നാൽ ജീവിതം നിങ്ങളെ കാത്തിരിക്കുന്നുണ്ട്. വിഷാദം നിങ്ങളെ പഠിപ്പിച്ച ഒരു കാര്യം എങ്ങനെ ഒരു ദിവസം ഒരു നീണ്ട തീക്ഷ്ണമായ സമയമായി തോന്നാം എന്നതാണ്.

അന്നത്തെ ഞാൻ : ദൈവമേ, നേര്.

ഇന്നത്തെ ഞാൻ : അപ്പോൾ പിന്നെ സമയത്തെപ്പറ്റി ഓർത്ത് വേവലാതിപ്പെടേണ്ട. ഒരു ദിവസത്തിനുള്ളിൽ ഒരു അനന്തത ഉണ്ടായേക്കാം.

അന്നത്തെ ഞാൻ : എനിക്ക് ഒരു ചെറിയ കണികയിൽ ഒതുങ്ങി എന്നെ ഒരു അനന്തലോകത്തിന്റെ രാജാവാക്കി മാറ്റാം.

ഇന്നത്തെ ഞാൻ : ഹാംലറ്റിനെ പോലെയോ? കൊള്ളാം. ഞാൻ ആ വരികളൊക്കെ മറന്നിരിക്കുകയായിരുന്നു. പഠിത്തം കഴിഞ്ഞിട്ട് കുറെ ആയില്ലേ.

അന്നത്തെ ഞാൻ : ഞാൻ നിന്നെ വിശ്വസിക്കാൻ പോവുകയാണ്.

ഇന്നത്തെ ഞാൻ : നന്ദി

അന്നത്തെ ഞാൻ : നീയാകാനുള്ള സാധ്യത ഉണ്ടല്ലോ. ഒരു ദശാബ്ദം കഴിഞ്ഞും നീയുണ്ട് എന്ന സാധ്യത. അത് ഓർക്കുമ്പോൾ തന്നെ എനിക്ക് ഭേദമുണ്ട്.

ഇന്നത്തെ ഞാൻ : സത്യമാണ്. നീയുണ്ട്. നിനക്കൊരു കുടുംബമുണ്ട്. ജീവിതമുണ്ട്. അത് പരിപൂർണ്ണമല്ല. ഒരാളുടെയും ജീവിതം പൂർണമല്ല. പക്ഷേ അത് നിന്റേതാണ്.

അന്നത്തെ ഞാൻ : എനിക്ക് തെളിവ് വേണം.

ഇന്നത്തെ ഞാൻ : എനിക്ക് തെളിയിക്കാൻ കഴിയില്ല. ഇവിടെ ടൈം മെഷീൻ ഇല്ല.

അന്നത്തെ ഞാൻ : ഇല്ല. അപ്പോൾ ഞാൻ പ്രതീക്ഷ തുടരാം.

ഇന്നത്തെ ഞാൻ : ഉവ്വ്. എനിക്ക് വിശ്വാസമുണ്ട്.

അന്നത്തെ ഞാൻ : ഞാൻ ശ്രമിക്കാം.

ഇന്നത്തെ ഞാൻ : നീ അത് ചെയ്തുകഴിഞ്ഞു.

4

ജീവിതം

‘ഹൃദയമിങ്ങനെ നുറുങ്ങിയാലും ജീവിതം തുടരും.’

-ലോർഡ് ബൈറൺ,

ചൈൽഡ് ഹാരോൾഡ്സ് പിൽഗ്രിമേജ്

ലോകം

ലോകം കൂടുതൽ കൂടുതൽ നമ്മെ വിഷാദത്തിൽ ആഴ്ത്തുന്ന രീതിയിലേക്ക് മാറിയിരിക്കുകയാണ്. സന്തോഷം സമ്പദ്വ്യവസ്ഥയ്ക്ക് നല്ലതല്ല. ഉള്ളതുകൊണ്ട് നാം സംതൃപ്തരായിരുന്നെങ്കിൽ എന്തിനാണ് കൂടുതൽ വസ്തുക്കൾ? എങ്ങനെയാണ് നിങ്ങൾ പ്രായം മറയ്ക്കാനുള്ള ഒരു ലേപനം വിൽക്കുക? ഒരാളെ നിങ്ങൾ പ്രായമാകുന്നതിനെപ്പറ്റി വേവലാതിപ്പെടുത്തുക. എങ്ങനെയാണ് ആളുകളെക്കൊണ്ട് ഒരു രാഷ്ട്രീയപ്പാർട്ടിക്ക് വോട്ടുചെയ്യിക്കുക? എമിഗ്രേഷനെപ്പറ്റി അവരുടെയുള്ളിൽ പേടി ജനിപ്പിക്കുക. എങ്ങനെയാണ് ഇൻഷുറൻസ് വിൽക്കുക? സകലതിനെപ്പറ്റിയും പേടിപ്പിക്കുക. എങ്ങനെ പ്ലാസ്റ്റിക് സർജറി ചെയ്യിക്കും? അവരുടെ ശാരീരിക പിഴവുകൾ ഊതിപ്പെരുപ്പിച്ച്.

എങ്ങനെ ഒരു ടിവി ഷോ കാണിക്കും? കണ്ടില്ലെങ്കിൽ എന്തോ നഷ്ടപ്പെടും എന്ന തോന്നൽ ജനിപ്പിച്ച്. എങ്ങനെ പുതിയ സ്മാർട്ട് ഫോൺ വാങ്ങിപ്പിക്കും? അവർ പിറകിലാണെന്ന തോന്നൽ കൊടുത്ത്.

സമാധാനമായിരിക്കുക ഒരു വിപ്ലവപ്രവൃത്തിയാണ്. നിങ്ങളുടെ ഇപ്പോഴുള്ള അപ്ഗ്രേഡ് ചെയ്യാത്ത അവസ്ഥയിൽ സന്തുഷ്ടരാവുക. നാം നമ്മുടെ കുഴഞ്ഞുമറിഞ്ഞ മനുഷ്യജീവിതത്തിൽ സന്തുഷ്ടരായാൽ അത് വിപണിക്ക് നല്ലതല്ല.

എങ്കിലും നമുക്ക് ജീവിക്കാൻ മറ്റൊരു ലോകമില്ല. സത്യത്തിൽ നാം ഒന്നു സൂക്ഷിച്ചു നോക്കിയാൽ ഈ വസ്തുക്കളുടെയും പരസ്യങ്ങളുടെയും ലോകം യഥാർത്ഥമല്ലെന്ന് നാം തിരിച്ചറിയും. ഇതിനൊക്കെ വെളിയിലാണ് ജീവിതം. ഇതെല്ലാം എടുത്തുമാറ്റുകയോ അവഗണിക്കുകയോ ചെയ്യുമ്പോൾ ബാക്കി വരുന്നതാണ് ജീവിതം. നിങ്ങളെ സ്നേഹിക്കുന്നവരുടെ ആകെത്തുകയാണ് ജീവിതം. ഒരു ഐ ഫോണിനു വേണ്ടി ആരും ജീവിക്കാൻ തയ്യാറാകില്ല. ഐ ഫോണിലൂടെ നാം എത്തുന്ന ആളുകളാണ് പ്രധാനം.

സൗഖ്യപ്പെട്ട് നാം ജീവിതം തുടരുമ്പോൾ ലോകത്തെ നമ്മൾ പുതിയ കണ്ണുകൾകൊണ്ടാണ് കാണുക. കാര്യങ്ങൾക്ക് പുതിയ തെളിച്ചം വരും, മുൻപ് ഇല്ലാതിരുന്ന തെളിച്ചം.

കൂൺമേഘങ്ങൾ

ഇരുപത്തിനാലാം വയസ്സിൽ വിഷാദവും ഉത്കണ്ഠയും ഒന്നിച്ച് ആക്രമിക്കുന്നതുവരെ ഞാൻ അതേപ്പറ്റി ചിന്തിച്ചിരുന്നില്ല. എന്നാൽ ചിന്തിക്കേണ്ടതായിരുന്നു. എല്ലാ മുന്നറിയിപ്പ് സൂചനകളും ഉണ്ടായിരുന്നു. ടീനേജ് പ്രായത്തിലെ സങ്കടം. എല്ലാത്തിനെപ്പറ്റിയുമുള്ള വേവലാതി. ഹൽ സർവകലാശാലയിൽ പഠിച്ച കാലത്ത് പ്രത്യേകിച്ച് കൂടുതൽ ലക്ഷണങ്ങൾ ഉണ്ടായിരുന്നു. മുന്നറിയിപ്പുകളുടെ ഒരു പ്രശ്നം, അവയെ മുൻനിറുത്തി തീരുമാനമെടുക്കാൻ, നമുക്ക് ഭാവി അറിയില്ല, നമ്മുടെ പക്കൽ ഭൂതകാല അനുഭവങ്ങൾ മാത്രമേയുള്ളൂ. വിഷാദത്തിന്റെ രോഗലക്ഷണങ്ങൾ ഒരുപാട് കാണാം. എന്നാൽ സർവകലാശാലാ കാലത്ത് ഞാനത് ശ്രദ്ധിച്ചില്ല. ഞാൻ ലൈബ്രറിയുടെ അഞ്ചാം നിലയിൽ പോയി വെറുതെ ആകാശത്തു നോക്കി കൂണുപോലെയുള്ള മേഘങ്ങൾ കണ്ടു ഓരോന്നാലോചിച്ച് പേടിക്കുമായിരുന്നു. ഇടയ്ക്കൊക്കെ എനിക്ക് വിചിത്രമായി തോന്നുമായിരുന്നു. വശങ്ങൾ പടർന്ന് ഒരു ജലച്ചായചിത്രത്തിനുള്ളിൽ ജീവിക്കുന്നത് പോലെ തോന്നിയിരുന്നു. ഇപ്പോൾ ഓർക്കുമ്പോൾ അന്നൊക്കെ എനിക്ക് ഒരുപാട് മദ്യം വേണ്ടിയിരുന്നു. ഇന്നത്തെപ്പോലെ അല്ലെങ്കിലും അന്നും പാനിക്ക് അറ്റാക്കുകൾ ഉണ്ടായിരുന്നു.

സംഭവിച്ചത് ഇങ്ങനെയാണ്. എന്റെ ഇംഗ്ലീഷ് ഹിസ്റ്ററി ഡിഗ്രിയുടെ കൂടെ ഞാൻ ആർട്ട് ഹിസ്റ്ററി കൂടി പഠിക്കാൻ തെരഞ്ഞെടുത്തു. അപ്പോൾ എനിക്കത് അറിയില്ലായിരുന്നെങ്കിലും അതിനർത്ഥം അത്തവണ ഞാൻ മോഡേൺ ആർട്ടിനെപ്പറ്റി ഒരു പ്രസന്റേഷൻ ചെയ്യണം എന്നാണ്. (ഞാൻ ക്യൂബിസമാണ് തെരഞ്ഞെടുത്തത്.)

ഇപ്പോൾ ഇത് വലിയ കാര്യമായി തോന്നില്ലെങ്കിലും അന്ന് ഞാൻ വല്ലാതെ പേടിച്ചു. എനിക്ക് പൊതുവേദിയിൽ സംസാരിക്കുന്നത് എപ്പോഴും പേടിയായിരുന്നു. എന്നാൽ ഇത് മറ്റൊന്നാണ്. ഒരു സെമിനാർ ഹാളിൽ പത്തോ പന്ത്രണ്ടോ പേരുടെ മുൻപിൽ നിന്ന് ഇരുപത് മിനുട്ട് അവരോട് സംസാരിക്കുന്നത് എനിക്ക് ആലോചിക്കാൻ കഴിയില്ലായിരുന്നു. ആളുകൾ എന്നെപ്പറ്റി ചിന്തിക്കും, എന്റെ വായിൽനിന്ന് വരുന്ന വാക്കുകൾ ശ്രദ്ധിക്കും. 'എല്ലാവർക്കും പേടി കാണും' എന്റെ

അമ്മ ഫോണിൽ പറഞ്ഞു. 'പേടിക്കേണ്ട, സമയം ആകുംതോറും കഴിയാറായല്ലോ എന്ന് ഓർത്താൽ മതി.'

പക്ഷേ അമ്മയ്ക്ക് എന്തറിയാം? എന്റെ മൂക്കിൽനിന്ന് ചോര വന്നാലോ? എനിക്ക് സംസാരിക്കാൻ പറ്റിയില്ലെങ്കിലോ? എനിക്ക് എന്നോടുതന്നെ ദേഷ്യം വന്നാലോ? മറ്റ് സംശയങ്ങളും ഉണ്ടായിരുന്നു. പിക്കാബിയ എന്ന് എങ്ങനെയാണ് ഉച്ചരിക്കുക? ജോർജ് ബ്രാക്കിന്റെ നേച്ചർ മോർട്ട് എന്ന ചിത്രത്തെപ്പറ്റി പറയുമ്പോൾ ഞാൻ ഫ്രഞ്ച് രീതിയിലാണോ പറയേണ്ടത്? ഇതിനെപ്പറ്റി ഓർത്തുകൊണ്ട് അഞ്ചാഴ്ച എനിക്ക് ഒന്നും ചെയ്യാനായില്ല. കോഴ്സ്വർക്കിന്റെ ഭാഗമായത് കൊണ്ടു പോകാതിരിക്കാനും പറ്റില്ല. എന്റെ വായനയും സ്ലൈഡുകളും ചേർക്കലായിരുന്നു മറ്റൊരു പ്രശ്നം. ഞാൻ സ്ലൈഡ് തലതിരിച്ച് ഇടുമോ? ജുവാൻ ഗ്രിസിന്റെ പിക്കാസോ ചിത്രത്തിനുപകരം ഞാൻ പിക്കാസോയുടെ ചിത്രം ഇടുമോ? അനന്തമായ പേടിസ്വപ്നങ്ങളായിരുന്നു ഉണ്ടായിരുന്നത്. ഒരു കേന്ദ്രബിന്ദുവില്ലാത്ത കലാസങ്കേതത്തെപ്പറ്റി ചർച്ച ചെയ്യുമ്പോൾ എനിക്ക് കേന്ദ്രബിന്ദു ഇല്ലാതെയായി. ആ ദിവസം വന്നെത്തി. 1997 മാർച്ച് 17, ചൊവ്വാഴ്ച. മറ്റേതൊരു വിരസമായ ദിവസവുംപോലെ തോന്നിച്ചു. പക്ഷേ അങ്ങനെ ആയിരുന്നില്ല. അന്തരീക്ഷത്തിൽ ഒരു ഭീഷണി ഉണ്ടായിരുന്നു. എല്ലാം, ഞങ്ങളുടെ വീട്ടിലെ ഫർണിച്ചർപോലും, ഞാനുമായി ഒരു രഹസ്യയുദ്ധത്തിന് ഒരുങ്ങുകയാണെന്നുതോന്നി. എന്റെ ഗോഥിക്ക് സാഹിത്യ ക്ലാസ്സിനുവേണ്ടി ഡ്രാക്കുള വായിച്ചത് ഒട്ടും സഹായകമായില്ല.

എന്റെ അന്നത്തെ കാമുകിയും ഇന്നത്തെ ഭാര്യയുമായ ആൻഡ്രിയ ചോദിച്ചു, 'വയ്യെന്ന് പറഞ്ഞാലോ?'

'പറ്റില്ല. ഇതിന് മാർക്കുള്ളതാണ്! പറ്റില്ല!'

'ജീസസ്, മാറ്റ്! ഒന്ന് സമാധാനിക്ക്. ഇത് ഇത്ര വലിയ സംഭവം ഒന്നുമല്ലല്ലോ.'

പിന്നീട് ഞാൻ കെമിസ്റ്റിന്റെ അടുത്ത് പോയി നാട്രാകാം എന്ന മരുന്ന് വാങ്ങി കഴിച്ചു. ഏകദേശം പതിനാറു ഗുളിക കഴിച്ചെന്നാണ് എന്റെ ഓർമ്മ. ആ ഗുളിക വാഗ്ദാനം ചെയ്യുന്ന സമാധാനം എത്താൻ ഞാൻ കാത്തിരുന്നു. എന്നാൽ അത് സംഭവിച്ചില്ല. ചൊറിച്ചിൽ വന്നു. പിന്നെ ചൊറിഞ്ഞു തടിക്കാൻ തുടങ്ങി. ക്രുദ്ധരായ ചുവന്ന പാടുകൾ. എന്റെ തൊലിപ്പുറം ചൊറിയുന്നതിനൊപ്പം ചുട്ടുപൊള്ളാൻ തുടങ്ങി. രണ്ടുമണിക്കാണ് സെമിനാർ. ഇതൊരുപക്ഷേ പിരിമുറുക്കത്തിന്റെ റിയാക്ഷൻ ആയിരിക്കും. വേറെ എന്തോ ആണ് സമാധാനത്തിന് വേണ്ടത്. ഞാൻ യൂണിയൻ ബാറിൽ പോയി ബിയറും വോഡ്കയും കഴിച്ചു. ഒരു സിഗരറ്റ് വലിച്ചു. സെമിനാറിന്റെ പത്തുനിമിഷംമുൻപ്

ഞാൻ ഹിസ്റ്ററി വിഭാഗത്തിന്റെ കക്കൂസിൽ ഏതോ ഒരാൾ ഭിത്തിയിൽ കോറിയിട്ട സ്വസ്തിക നോക്കിയിരിക്കുകയാണ്. എന്റെ കഴുത്ത് വേദനിക്കുന്നുണ്ട്. ഞാൻ അവിടെത്തന്നെ ഇരുന്നു. എന്നോടുതന്നെ മെല്ലെ സംസാരിച്ചു. സമയത്തിന്റെ ശക്തി ഞാനറിഞ്ഞു. മാറ്റാൻ പറ്റാത്ത ഒന്നാണല്ലോ അത്. നിറുത്താൻ ഞാൻ പറഞ്ഞുനോക്കി. സമയം നിന്നില്ല. ഞാൻ എന്റെ പ്രസന്റേഷൻ ചെയ്തു. തപ്പിത്തടഞ്ഞു, ശിശിരത്തിൽ കൊഴിഞ്ഞ ഒരു ഇലപോലെ. സ്ലൈഡ് ഒക്കെ കുഴഞ്ഞുമറിഞ്ഞു. എന്റെ മുന്നിൽ ഞാൻ മികച്ച കയ്യക്ഷരത്തിൽ എഴുതിവെച്ചതെല്ലാം ഞാൻ വായിച്ചില്ല. ആളുകൾ എന്റെ തൊലി കണ്ട് ചിരിച്ചില്ല. അവർ അസ്വസ്ഥരായി. എന്നാൽ പകുതിയെത്തിയപ്പോൾ ഞാൻ എന്നിൽ നിന്ന് മുക്തനായി. എന്നെ ഞാനാക്കി നിറുത്തുന്ന ആത്മബോധത്തിന്റെ ചരട് പൊട്ടിയപ്പോൾ ഞാൻ ഒരു ഹീലിയം ബലൂൺപോലെ പറന്നു നടന്നു. ഒരുതരം അതീന്ദ്രിയ അനുഭവം. ഞാൻ അവിടെ ഉണ്ട്, എന്നാൽ ഞാൻ എല്ലായിടത്തും ഒരേ സമയം എന്നെത്തന്നെ കണ്ടും കേട്ടും നിൽക്കുന്നു. ഞാൻ പൊട്ടിത്തെറിക്കുമെന്നു തോന്നി. അതൊരു പാനിക്ക് അറ്റാക്ക് ആയിരുന്നു. ആദ്യത്തേത്. ഇബിസയിൽവെച്ച് ഉണ്ടായതുപോലെയെയല്ല അത്. അതൊരു അപായസൂചന ആകേണ്ടതായിരുന്നു. പക്ഷേ, ഞാൻ പേടിച്ചത് ഒരു കാരണം കൊണ്ടാണല്ലോ. വലിയ കാരണമൊന്നും അല്ലെങ്കിലും എന്റെയുള്ളിൽ അങ്ങനെയാണല്ലോ.

നിങ്ങൾക്ക് പാനിക്ക് അറ്റാക്ക് ഉണ്ടാകുന്നതിന് ഒരു കാരണമുണ്ടെങ്കിൽ-ഒരു സിംഹം നിങ്ങളെ പിന്തുടർന്നാൽ, ലിഫ്റ്റിന്റെ കതക് തുറന്നില്ലെങ്കിൽ, ചിയാരോസ്കുരോ എന്ന വാക്ക് നിങ്ങൾക്ക് ഉച്ചരിക്കാൻ അറിയില്ലെങ്കിൽ അതൊരു പാനിക്ക് അറ്റാക്ക് അല്ല. അത് പേടിപ്പെടുത്തുന്ന ഒരു സന്ദർഭത്തോടുള്ള നിങ്ങളുടെ പ്രതികരണമാണ്. ഒരു കാരണവുമില്ലാതെ പേടിക്കുന്നത് ഭ്രാന്താണ്. എന്നാൽ കാരണത്തോട് പേടിക്കുന്നത് സുബോധമാണ്. എനിക്കപ്പോഴും ഒരു കാരണമുണ്ടായിരുന്നു. പേരിന് ഒരു കാരണം. എന്നാൽ വർത്തമാനകാലത്തിൽ ഭാവി കാണാൻ നമുക്ക് ബുദ്ധിമുട്ടാണല്ലോ. അത് നമ്മുടെ കണ്മുന്നിൽ തന്നെ ഉണ്ടെങ്കിൽ കൂടി.

ഉത്കണ്ഠ എന്ന വന്മരം

ഉത്കണ്ഠ വിഷാദത്തിന്റെ സന്തതസഹചാരിയാണ്. ചിലപ്പോൾ ഉത്കണ്ഠയാണ് വിഷാദത്തിനു കാരണമാവുക. ചിലപ്പോൾ തിരിച്ചും. ചിലപ്പോൾ ഒരു പേടിസ്വപ്നംപോലെ ഇവ രണ്ടും ഒരുമിച്ചെത്തും. എന്നാൽ വിഷാദമില്ലാതെയും ഉത്കണ്ഠയുണ്ടാകാം, ഉത്കണ്ഠയില്ലാതെ വിഷാദവും. ഉത്കണ്ഠയും വിഷാദവും വല്ലാത്തൊരു കൂട്ടാണ്. അവ നേർവിപരീത അനുഭവങ്ങളാണ് പലപ്പോഴും. എന്നാൽ അവ തമ്മിൽ കലർന്നാൽ ഒന്നും നന്നാവില്ല. ഉത്കണ്ഠ തിളച്ചുപൊന്തി ഭീതിയായി മാറും. വളരെ വേഗം ഒരു പേടിസ്വപ്നത്തിൽ നിങ്ങൾ എത്തിച്ചേരും. ഇരുപത്തൊന്നാം നൂറ്റാണ്ടിൽ ജീവിച്ചാൽ തന്നെ ഉത്കണ്ഠ ഉണ്ടാകാം. നമുക്ക് ചുറ്റുമുള്ള സാധനങ്ങൾ മതി, സ്മാർട്ട് ഫോണുകൾ, പരസ്യങ്ങൾ, ടിറ്റർ ഫോളോവർമാർ, ഫേസ്ബുക്ക് ലൈക്കുകൾ, ഇൻസ്റ്റഗ്രാം. വിവരങ്ങളുടെ ഒരു പെരുമഴ. മറുപടി നൽകാത്ത ഇമെയിലുകൾ, ഡേറ്റിങ് ആപ്പുകൾ. യുദ്ധം. സാങ്കേതിക വിദ്യയുടെ അതിവേഗവളർച്ച. നഗര വികസനം. കാലാവസ്ഥാവ്യതിയാനം. തിരക്ക് പിടിച്ച പൊതു യാത്രാസംവിധാനങ്ങൾ. പോസ്റ്റ് ആന്റിബയോട്ടിക്ക് യുഗത്തെപ്പറ്റിയുള്ള ലേഖനങ്ങൾ. ഫോട്ടോഷോപ്പ് ചെയ്ത കവർ മോഡലുകൾ. ഗൂഗിൾ തരുന്ന രോഗഭീതി. തെരഞ്ഞെടുപ്പുകളുടെ നീണ്ട നിര. (സ്വാതന്ത്ര്യത്തിന്റെ മത്തുപിടിക്കലാണ് ഉത്കണ്ഠ എന്നു സൊറൻ കിർക്കഗർഡ് പറയുന്നു.) ഓൺലൈൻ ഷോപ്പിങ്. ബട്ടർ ആരോഗ്യത്തിനു നല്ലതോ ചീത്തയോ എന്ന വാദം. അണുക്കളിൽ ഉള്ള ജീവിതം. കണ്ടുതീർക്കാനുള്ള അമേരിക്കൻ സീരിയലുകൾ. വായിച്ചു തീർക്കേണ്ട പുരസ്കാരങ്ങൾ നേടിയ പുസ്തകങ്ങൾ. നമ്മൾ കേട്ടിട്ടേയില്ലാത്ത പോപ്പ് താരങ്ങൾ. നമ്മുടെ കുറവുകളെപ്പറ്റിയുള്ള ബോധ്യം. നൈമിഷിക നിർവൃതികൾ. ജോലി. ജോലി. ജോലി. ഇരുപത്തിനാല് മണിക്കൂർ നീണ്ട എന്തെല്ലാം. ആധുനിക ലോകവുമായി ചേർന്നു പോകുമ്പോൾ ഉത്കണ്ഠ ഒഴിവാക്കാനാകില്ല. എന്നാൽ ആ ഉത്കണ്ഠയും, 'ഉത്കണ്ഠ'യും തമ്മിൽ മാറ്റമുണ്ട്. ഉദാഹരണത്തിന്, ഞാൻ സദാ ഉത്കണ്ഠാകുലനായ ഒരു വ്യക്തിയായിരുന്നു. കുട്ടിക്കാലത്ത് ഞാൻ മരണത്തെ വല്ലാതെ പേടിച്ചിരുന്നു. ഒരുപക്ഷേ ഒരു കുട്ടിക്ക് തോന്നേണ്ടതിൽ കൂടുതൽ പേടി ഞാൻ അനുഭവിച്ചു. പത്തുവയസ്സിൽ

ഞാൻ എപ്പോഴും എന്റെ മാതാപിതാക്കളുടെകൂടെ പോയി ഉറങ്ങുമായിരുന്നു. ഒറ്റയ്ക്ക് കിടക്കുമ്പോൾ എന്റെ കാഴ്ചയും കേൾവിയും നഷ്ടപ്പെടുന്നതുപോലെ എനിക്ക് തോന്നിയിരുന്നു. പുതിയ ആളുകളെ കാണാൻ എനിക്ക് പേടിയായിരുന്നു. തിങ്കളാഴ്ച രാവിലെകളെപ്പറ്റി ഓർത്ത് ഞായറാഴ്ച എനിക്ക് വയറുവേദന വരുമായിരുന്നു. കുട്ടിയായിരുന്നപ്പോൾ ഉണ്ടായിരുന്ന സംഗീതം മോശമായിരുന്നു എന്നുപറഞ്ഞ് ഞാൻ പതിനാലാം വയസ്സിൽ കരഞ്ഞിട്ടുണ്ട്. ഞാൻ ഒരു ലോലഹൃദയനായിരുന്നുവെന്നു പറയാം. ഉത്കണ്ഠയെ ജയിക്കൽ ഒരു മുഴുവൻ സമയ ജോലിയായി മാറാം. എന്നാൽ എന്റെ അനുഭവത്തിൽ വിഷാദവും ഉത്കണ്ഠയും ചികിത്സയുള്ള അസുഖങ്ങളാണ്.

മെല്ലെപ്പോക്ക്

നിങ്ങൾക്ക് ഉത്കണ്ഠയോ വിഷാദമോ ഉണ്ടെങ്കിൽ ചെയ്യാവുന്ന കാര്യങ്ങൾ ഇതൊക്കെയാണ്. ചിലർ മരുന്നുകൾ കഴിക്കും. ചിലർക്ക് മരുന്നുകൾ ഒരു വലിയ അനുഗ്രഹമാണ്. എന്നാൽ ശരിയായ മരുന്ന് കണ്ടുപിടിക്കലും ബുദ്ധിമുട്ടാണ്, കാരണം തലച്ചോറിനെപ്പറ്റിയുള്ള പഠനങ്ങൾ വികസിച്ചുവരുന്നതേയുള്ളൂ. CAT (Computed Axial Tomography), MRI(Magnetic Resonance Imaging) എന്നിങ്ങനെയുള്ള സ്കാനുകൾ നിലവിൽ വന്നത് ഏതാനും ദശാബ്ദങ്ങളായി മാത്രമാണ്. തീർച്ചയായും ഇവയെല്ലാം തലച്ചോറിലെ ഏത് ഭാഗമാണ് ഏറ്റവും അധികം പ്രവർത്തിക്കുന്നത് എന്ന കൃത്യമായ രൂപം നമുക്ക് നൽകുന്നുണ്ട്. ചോക്കലേറ്റ് തിന്നുമ്പോൾ തലച്ചോറിൽ ആനന്ദം എവിടെയാണ് നാം അറിയുക എന്നോ ഒരു കുട്ടി കരയുമ്പോൾ തോന്നുന്ന വിഷമം എവിടെയാണ് അറിയുക എന്നോ നമുക്കിപ്പോൾ മനസ്സിലാകും. വളരെ വലിയ കാര്യങ്ങളാണ് ഇവയൊക്കെ. എന്നാൽ അതിൽ പോരായ്മകളും ഉണ്ട്.

'തലച്ചോറിലെ പല ഭാഗങ്ങളും പല സമയത്ത് പല കാര്യങ്ങളാണ് ചെയ്യുക.' *ദി മാൻ ഹൂ കുഡ്ന്റ് സ്റ്റോപ്പ്* എന്ന പുസ്തകത്തിന്റെ രചയിതാവായ ഡോക്ടർ ഡേവിഡ് ആദം പറയുന്നു. 'പേടി വന്നാലും ആസക്തി വന്നാലും അമിഗ്ദല ഉണരും. എന്നാൽ ഒരു എം ആർ ഐ സ്കാനിന് ആനന്ദമാണോ ഭീതിയാണോ കാരണം എന്ന് പറയാനാകില്ല. കാമറൂൺ ഡിയാസിന്റെയോ ബ്രാഡ് പിറ്റിന്റെയോ ചിത്രം കാണുമ്പോൾ നമ്മുടെ അമിഗ്ദല പ്രകാശിക്കുന്നതായി എം ആർ ഐ സ്കാനിൽ കണ്ടാൽ അതിനർത്ഥം നമുക്ക് അവരെ പേടിയാണ് എന്നാണോ?

അതുകൊണ്ട് പഠിക്കാനുള്ള ഉപകരണങ്ങൾ കുറ്റമറ്റതല്ല എന്ന് പറയാം. ന്യൂറോസയൻസും കുറ്റമറ്റതല്ല. നമുക്ക് അറിയുന്നതിലും കൂടുതൽ അറിയാത്ത കാര്യങ്ങളാണ്. ഈ അറിവില്ലായ്മ കൊണ്ടാകാം മാനസികരോഗ്യത്തെപ്പറ്റി ഇപ്പോഴും ആളുകൾക്ക് ചർച്ച ചെയ്യാൻ മടി. അറിവില്ലായ്മയിൽനിന്നാണ് ഭയം ഉണ്ടാകുന്നത്.

ചിലപ്പോൾ എല്ലാ മരുന്നുകളും ഫലിച്ചെന്നുവരില്ല. ഗുളികകൾ ഉണ്ട്, പക്ഷേ അത് ഉറപ്പായും ഫലിക്കുമെന്നു പറഞ്ഞാൽ അത് നുണയാകും. മരുന്നിന്റെകൂടെ മറ്റുതരം പരിചരണങ്ങളും ഉണ്ടെങ്കിലാണ്

നിങ്ങളുടെ രോഗം മാറുക. എന്നാൽ ഉത്കണ്ഠയുടെ കാര്യത്തിൽ ഏറിയും കുറഞ്ഞും സഹായകമാകുന്ന ഒരു സംഗതിയുണ്ട്. മെല്ലെപ്പോവുക. ഉത്കണ്ഠയുള്ളപ്പോൾ നിങ്ങളുടെ മനസ്സ് സാധാരണയിലും കൂടുതൽ വേഗത്തിലാണ് സഞ്ചരിക്കുക. എന്നാൽ ഒന്നു മെല്ലെപ്പോകുന്നത് വലിയ ഗുണം ചെയ്യും.

കാര്യങ്ങൾ മനസ്സിലാക്കാനായി നാം ഉപയോഗിക്കുന്ന എല്ലാ കോമയും കുത്തും ഉത്കണ്ഠ എടുത്തുമാറ്റും. ആ മാനസികമായ ചിഹ്നങ്ങൾ തിരികെ ചേർക്കാൻ ചില വഴികളുണ്ട്. ഒന്ന്, യോഗ. പണ്ടെനിക്ക് യോഗ പേടിയായിരുന്നു, ഇപ്പോൾ ഞാൻ ഒരു ആരാധകനാണ്. മറ്റു തെറാപ്പികളിൽനിന്ന് വ്യത്യസ്തമായി യോഗ മനസ്സിനെയും ശരീരത്തെയും ഒന്നായാണ് കാണുന്നത്. ശ്വാസം നിയന്ത്രിക്കുക. ഭ്രാന്തുപിടിച്ച് ദീർഘശ്വാസം എടുക്കാതിരിക്കുക. ശാന്തമായി ശ്വസിക്കുക. ഇത് പാലിക്കാൻ ബുദ്ധിമുട്ടാണ്, എന്നാൽ നിങ്ങളുടെ ശ്വാസം മെല്ലെയാണെങ്കിൽ നിങ്ങൾക്ക് പാനിക്ക് ഉണ്ടാകില്ല.

ഉത്കണ്ഠയുടെ പല ലക്ഷണങ്ങളും ശ്വാസവുമായി ബന്ധമുള്ളതാണ്. ധ്യാനിക്കുക. ഒന്നും ഉരുവിടണമെന്നില്ല. അഞ്ചുമിനിറ്റ് ശാന്തമായിരുന്നു സമാധാനം തരുന്ന കാര്യങ്ങളെപ്പറ്റി ചിന്തിക്കുക. ശാന്തമായ കടലിലൂടെ ഒഴുകുന്ന ഒരു ബോട്ട്. നിങ്ങൾ സ്നേഹിക്കുന്ന ഒരാളുടെ മുഖം. അതുമല്ലെങ്കിൽ നിങ്ങളുടെ ശ്വാസത്തിൽ ശ്രദ്ധിക്കുക. അവസ്ഥകളെ അംഗീകരിക്കുക. അനുഭവിക്കുക. എതിർക്കുമ്പോഴാണ് ടെൻഷൻ ഉണ്ടാവുക. വിട്ടുകളയലിൽ ഒരു ആശ്വാസമുണ്ട്.

വർത്തമാനകാലത്തിൽ ജീവിക്കുക. ധ്യാന ഗുരുവായ അമിത് റേ പറയുന്നത് ഇങ്ങനെയാണ്: 'നിങ്ങൾക്ക് ജീവിതത്തിന്റെ ഉത്കണ്ഠകൾ മറികടക്കണമെങ്കിൽ ആ നിമിഷത്തിൽ ജീവിക്കുക.'

സ്നേഹം. അനൈസ് നിൻ സ്നേഹത്തിന്റെ ഏറ്റവും വലിയ എതിരാളിയായി വിശേഷിപ്പിച്ചത് ഉത്കണ്ഠയെയാണ്. ഭാഗ്യവശാൽ തിരിച്ചുള്ളതും സത്യമാണ്. സ്നേഹമാണ് ഉത്കണ്ഠയുടെ ഏറ്റവും വലിയ എതിരാളി. സ്നേഹം പുറത്തുനിന്നുള്ള ഒരു ശക്തിയാണ്. നമ്മുടെ ഭീതികളിൽനിന്ന് പുറത്തുകടക്കാനുള്ള ഒരു വഴിയാണ്. കാരണം ഉത്കണ്ഠ നമ്മുടെ പേടിസ്വപ്നങ്ങളെ പൊതിയുന്ന ഇരുട്ടാണ്. ഇത് സ്വാർത്ഥതയല്ല. നിങ്ങളുടെ കാൽ പൊള്ളിയാൽ നിങ്ങൾ ആ വേദനയെപ്പറ്റി ചിന്തിക്കുന്നത് സ്വാർത്ഥതയല്ല. ഉത്കണ്ഠയുടെ കാര്യത്തിലും അത് ബാധകമാണ്. മാനസിക പ്രശ്നങ്ങൾ ഉള്ളവർ അവരെപ്പറ്റി മാത്രം ചിന്തിക്കുന്നത് അവർ സ്വാർത്ഥരായത് കൊണ്ടല്ല. അവരുടെ ചിന്തകളെ അവർക്ക് അവഗണിക്കാൻ കഴിയാത്തത് കൊണ്ടാണ്. ഉള്ളിലേക്ക് വിരൽചൂണ്ടുന്ന അവഗണിക്കാനാകാത്ത

തോന്നലുകൾ ഉള്ളതുകൊണ്ടാണ്. എന്നാൽ നിങ്ങൾ സ്നേഹിക്കുകയും നിങ്ങളെ സ്നേഹിക്കുകയും ചെയ്യുന്ന ആളുകൾ ഉള്ളത് ഏറെ സഹായകമാണ്. ഇത് പ്രേമമോ കുടുംബസ്നേഹമോപോലും ആകണമെന്നില്ല. സ്നേഹത്തിന്റെ കണ്ണിലൂടെ ലോകത്തെ കാണുന്നത് സഹായകമാകും. സ്നേഹം ജീവിത ശൈലിയാണ്. അത് നമ്മെ സഹായിക്കും.

ഉയർച്ച താഴ്ചകൾ

എനിക്ക് പാനിക്ക് അറ്റാക്ക് ഉണ്ടായപ്പോഴെല്ലാം യഥാർത്ഥമായ ഒരു അപകടം ഉണ്ടായിരുന്നെങ്കിൽ എന്നു ഞാൻ ആഗ്രഹിച്ചു. നിങ്ങളുടെ പേടി ഒരു കാരണത്തിന്റെ ഫലമാണെങ്കിൽ അത് പാനിക്ക് അറ്റാക്കല്ല, അപകടത്തോടുള്ള സ്വാഭാവിക പ്രതികരണമാണ്. അതേപോലെ അനന്തമായ ദുഃഖത്തിലേക്ക് ഞാൻ കൊത്തിവലിക്കപ്പെടുമ്പോൾ ഒരു കാരണം ഞാൻ ആഗ്രഹിച്ചിരുന്നു. സമയം കടന്നുപോയതോടെ, മുൻപ് അറിയാത്ത ചിലതൊക്കെ എനിക്ക് മനസ്സിലായിത്തുടങ്ങി. താഴേക്ക് മാത്രമല്ല പോകാൻ കഴിയുക എന്നെനിക്ക് മനസ്സിലായി. ഒന്ന് പിടിച്ചു നിന്നാൽ കാര്യങ്ങൾ ഭേദപ്പെടും. ഇടയ്ക്ക് മോശമാകും, വീണ്ടും ഭേദപ്പെടും. എന്റെ മാതാപിതാക്കളുടെ അടുത്തുള്ള ഒരു ഹോമിയോ ഡോക്ടർ പറഞ്ഞതുപോലെ, ഉയർച്ച താഴ്ചകൾ ആണ് ഉണ്ടാവുക. (ആ ഡോക്ടറുടെ മരുന്നിലും നന്നായി ഫലിച്ചത് വാക്കുകൾ ആയിരുന്നു.)

ബ്രാക്കറ്റിലിട്ട വചനം

(വിഷാദം വിചിത്രമായ ഒരു സംഗതിയാണ്. പതിനാലുവർഷം മുൻപുള്ള എന്റെ ഏറ്റവും മോശം അവസ്ഥയെപ്പറ്റി പറയുമ്പോഴും ഞാൻ പൂർണ്ണമായി മുക്തനായിട്ടില്ല. നിങ്ങൾ അതിനെ അതിജീവിക്കും, പക്ഷേ ആ അനുഭവം മറക്കില്ല. തളർന്നിരിക്കുമ്പോഴൊക്കെ പഴയ അനുഭവങ്ങൾ ഒരു മിന്നായംപോലെ വന്നെത്താം. കുറച്ചു ദിവസംമുൻപ് ഞാൻ അങ്ങനെയാണ് ഉണർന്നത്. തലയ്ക്കുചുറ്റും ഇരുണ്ട മേഘങ്ങൾപോലെ ഒരു പേടിയുമായാണ് ഞാൻ ഉണർന്നത്. എന്നാൽ ലോകത്തിലെ ഏറ്റവും മികച്ച രണ്ടു കുട്ടികൾ അഞ്ചും ആറും വയസ്സുകാർ അവരുടെ കൂടെ ചെലവഴിച്ച സമയംകൊണ്ട് ആ തോന്നൽ മാറി. ചിലത് ബ്രാക്കറ്റ് ഇട്ട് മാറ്റി വയ്ക്കുക. ജീവിതപാഠം: പുറത്തേക്കുള്ള വഴി പലപ്പോഴും നിങ്ങളിലൂടെ ആയിരിക്കില്ല.)

പാർട്ടികൾ

പത്തുവർഷത്തോളം പേടിച്ചല്ലാതെ എനിക്കൊരു പാർട്ടിക്ക് പോകാൻ കഴിഞ്ഞിരുന്നില്ല. ഇബിസയിൽ ഞാൻ യൂറോപ്പിലെ ഏറ്റവും വലിയ, ആവേശം നിറഞ്ഞ പാർട്ടികൾ പ്ലാൻ ചെയ്യുന്ന കമ്പനിക്കുവേണ്ടി ജോലി ചെയ്തെങ്കിലും വൈൻ ഗ്ലാസുമായി നിൽക്കുന്ന സന്തോഷ ഭരിതരായ മനുഷ്യരെക്കൊണ്ടു നിറഞ്ഞ ഒരു മുറിയിലേക്ക് പ്രവേശിക്കുക എനിക്ക് പേടിയായിരുന്നു.

എന്റെ പുസ്തകം പ്രസിദ്ധീകരിച്ച് ഏറെ കഴിയുന്നതിനുമുൻപ് എനിക്ക് എഴുത്തുകാരുടെ ഒരു ക്രിസ്മസ് പാർട്ടിയിൽ സംബന്ധിക്കേണ്ടിവന്നു. ഞാൻ മദ്യപിച്ചിരുന്നില്ല. ഒരു മുറി നിറയെ പ്രശസ്തരായ ബുദ്ധിജീവികളുടെ ഇടയിലേക്കാണ് ഞാൻ എത്തിപ്പെട്ടത്. സെയ്ദി സ്മിത്ത്, ഡേവിഡ് ബാദിയേൽ, ഗ്രഹാം സ്വിഫ്റ്റ് തുടങ്ങിയവരൊക്കെയാണ് അവിടെ ഉണ്ടായിരുന്നത്. ഒരു മുറി നിറയെ ആളുകളുടെ ഇടയിലേക്ക് നടന്നുചെല്ലുന്നത് എളുപ്പമല്ല. ഒറ്റപ്പെട്ട ഒരു കണികപോലെ അവിടെ തങ്ങിനിൽക്കുന്നത് ഒരു ബുദ്ധിമുട്ടാണ്. ചുറ്റുമുള്ളവർ എല്ലാവരും അവരവരുടെ സംഭാഷണത്തിന്റെയും ചിരിയുടെയും തിരക്കിലായിരിക്കും. പ്രശസ്തരായതുകൊണ്ടല്ലാതെ എനിക്ക് പരിചയമുള്ള ആരെങ്കിലുമുണ്ടോ എന്നു തിരക്കി ഞാൻ ആ മുറിയുടെ നടുവിൽ നിന്നു പരതി. ആരെയും ഞാൻ കണ്ടില്ല. ഞാൻ എന്റെ മിനറൽ വാട്ടർ ഗ്ലാസുമായി, എന്റെ അസ്വസ്ഥത എന്നെ ഒരു ജീനിയസാക്കി ചിത്രീകരിക്കുമോ എന്നോർത്ത് നിന്നു. പഞ്ചസാരയുള്ളതോ കഫീൻ ഉള്ളതോ ആയ എന്തെങ്കിലും എടുക്കാൻ എനിക്ക് പേടിയായിരുന്നു. കീറ്റ്സിനും ബീഥോവനും ഷാർലറ്റ് ബ്രോണ്ടെയ്ക്കും ഒക്കെ പാർട്ടികൾ വെറുപ്പായിരുന്നല്ലോ. പിന്നെ ഞാൻ ഓർത്തു, ജീനിയസുകൾ അല്ലാത്ത കോടിക്കണക്കിനു ആളുകൾക്കും പാർട്ടികൾ വെറുപ്പാണല്ലോ എന്ന്. കുറച്ചു സെക്കന്റുകൾ ഞാൻ സെയ്ദി സ്മിത്തിന്റെ കണ്ണുകളിലേക്ക് നോക്കി. അവർ തിരിഞ്ഞു നിന്നു. ഞാൻ ഒരു വിചിത്ര ജീവിയാണെന്ന് അവർ കരുതിയിരിക്കും. സാഹിത്യ റാണി കരുതുന്നത് ഞാൻ ഒരു വിചിത്ര ജീവിയാണെന്നാണ്!

ഈ പാർട്ടിക്ക് നൂറ്റിതൊണ്ണൂറ്റിയൊന്നു വർഷം മുൻപ്, ഇവിടുന്ന് അധികം അകലെയല്ലാതെ ഒരിടത്തിരുന്നു കീറ്റ്സ് തന്റെ സുഹൃത്ത്

റിച്ചാർഡ് വുഡ് ഹോസ്സിന് എഴുതി. 'ഞാൻ ഒരു മുറി നിറയെ ആളുകളുടെകൂടെ ആയിരിക്കുമ്പോൾ എന്റെ ചിന്തകളിൽ നിന്നു ഞാൻ മുക്തനായാൽ തിരികെ വീട്ടിൽ പോകുന്നത് ഞാനായിരിക്കില്ല. മുറിയിലെ ഓരോ ആളുടെയും വ്യക്തിത്വം എന്നെ വീർപ്പുമുട്ടിക്കും. അല്പനേരത്തേക്ക് ഞാൻ തകർന്നിരിക്കും.'

ആ മുറിയിൽ അങ്ങനെ നിന്നപ്പോൾ അത്തരമൊരു തകർച്ചയാണ് എനിക്ക് തോന്നിയത്. ഞാൻ അവിടെയുണ്ടോ ഇല്ലയോ എന്നെനിക്ക് സംശയം തോന്നി. ഞാൻ ഒഴുകി നടക്കുന്നത് പോലെ തോന്നി. ഇതാണ് ഒരു നിമിഷം. ആഴ്ചകളും മാസങ്ങളും നീളുന്ന വിഷാദം എന്നെ കാത്തിരിക്കുന്നത് ഞാൻ അറിഞ്ഞു. ശ്വസിക്കൂ. ഞാൻ എന്നോട് തന്നെ പറഞ്ഞു. ശ്വസിക്കൂ. എനിക്ക് ആൻഡ്രിയ അടുത്ത് വേണമെന്ന് തോന്നി. അന്തരീക്ഷത്തിന് കനം കുറഞ്ഞു. ഞാൻ ആ ഇടത്ത് നിന്നു മാനസികമായി അകന്നുകഴിഞ്ഞു. എന്റേതായ ഒരു തമോഗർത്തത്തിലേക്ക് ഞാൻ നീങ്ങി. ഞാൻ എന്റെ ഗ്ലാസ് ഒരു മേശപ്പുറത്ത് വെച്ച് അവിടെനിന്ന് ഇറങ്ങി. എന്റെ കോട്ട് ഞാൻ അവിടെ വെച്ചിരുന്നു. അതൊരുപക്ഷേ ഇപ്പോഴും അവിടെ കാണും. ലണ്ടൻ രാത്രിയിലേക്ക് ഇറങ്ങി തൊട്ടടുത്തുള്ള കഫേയിൽ എന്നെ കാത്തിരിക്കുന്ന ആൻഡ്രിയയുടെ അടുത്തേക്ക് നടന്നു. അവളാണ് എന്റെ കാവൽമാലാഖ. 'എന്തു പറ്റി?' അവൾ ചോദിച്ചു. 'ഒരു മണിക്കൂർ എന്നല്ലേ പറഞ്ഞത്?'

'എനിക്ക് പറ്റിയില്ല. അവിടെ നിന്ന് ഇറങ്ങാൻ തോന്നി.'

'ഇറങ്ങിയല്ലോ. ഇപ്പോൾ എന്ത് തോന്നുന്നു?'

ഞാൻ അതേപ്പറ്റി ആലോചിച്ചു. എനിക്ക് ഇപ്പോൾ എന്ത് തോന്നുന്നു? ഒരു മണ്ടനെപ്പോലെ തോന്നുന്നു എന്നതാണ് സത്യം. എന്നാൽ എന്റെ പാനിക്ക് അറ്റാക്ക് മാറിയിരുന്നു. പണ്ടൊക്കെ പാനിക്ക് അറ്റാക്ക് വന്നാൽ അത് മാറിയിരുന്നില്ല. അവ പുതിയ ഭീതികളായി രൂപാന്തരപ്പെട്ടു, ഒരു സൈന്യം പോലെ എന്നെ നുറുക്കി. ഒടുവിൽ വിഷാദം എന്റെ തലച്ചോറിനെ കീഴ്പ്പെടുത്തുമായിരുന്നു. പക്ഷേ ഇപ്പോൾ അങ്ങനെയില്ല. ഞാൻ വീണ്ടും പഴയപടി ആയി. പാർട്ടികൾ ഇഷ്ടമില്ലാത്ത ഒരു സാധാരണ മനുഷ്യൻ. ആ പാർട്ടിയിൽ നിന്നപ്പോൾ എനിക്ക് മരിക്കണമെന്നു തോന്നി. പക്ഷേ സത്യത്തിൽ ആ മുറിയിൽനിന്ന് രക്ഷപെടാനുള്ള ആഗ്രഹമായിരുന്നു അത്. എന്തായാലും ആ മുറിയിലേക്ക് കടന്നുചെല്ലാൻ എനിക്ക് ധൈര്യമുണ്ടായല്ലോ. അതുതന്നെ പുരോഗതിയാണ്. ഒരുകൊല്ലം കൂടി കഴിഞ്ഞാൽ ആ പാർട്ടിയിൽ സംബന്ധിക്കുക മാത്രമല്ല അവിടേക്ക് തനിച്ച് പോകാനും എനിക്ക് കഴിഞ്ഞെന്നുവരും. സൗഖ്യത്തിന്റെ വഴിയിലേക്കുള്ള ദുർഘടപാതയിൽ തോൽവിയായി തോന്നുന്നതും ഒരു വിജയമായിരിക്കും.

#ജീവിച്ചിരിക്കാനുള്ള കാരണങ്ങൾ

വിഷാദവും ഉത്കണ്ഠയും ആത്മഹത്യാ ചിന്തകളും ഉള്ള കുറച്ചാളുകളോട് അവരെ മുന്നോട്ടു നയിക്കുന്നത് എന്താണെന്ന് ഞാൻ ചോദിച്ചു. ഇതൊക്കെയാണ് ജീവിച്ചിരിക്കാനുള്ള അവരുടെ കാരണങ്ങൾ.

@Matineegirl
സുഹൃത്തുക്കൾ, കുടുംബം, ആളുകളുടെ നന്മ, അംഗീകാരം, പങ്കുവയ്പ്പ്, ഈ കറുത്ത പട്ടി ഒടുവിൽ പിൻവാങ്ങുമെന്ന അറിവ്. #reasonstostayalive

@mannyliz
ലളിതമായി പറഞ്ഞാൽ എന്റെ കുട്ടികൾ. ജീവിക്കാൻ കഷ്ടപ്പെടുന്ന ഒരു അമ്മയാണ് തങ്ങളുടേത് എന്നത് അവർ തെരഞ്ഞെടുത്തതല്ലല്ലോ.

@groznez
#reasonstostayalive യോഗ. അതില്ലാതെ പറ്റില്ല.

@ Ginny_ Bradwell
#reasonstostayalive അസുഖം വന്നത് സാരമില്ല എന്ന തിരിച്ചറിവ്. കുറുക്കുവഴികൾ ഇല്ലെന്ന ബോധ്യം.

@ AlRedboots
നിങ്ങളുടെ വേദനയെക്കാൾ വലുതാണ് നിങ്ങളുടെ അസാന്നിധ്യം തീർക്കുന്ന വേദന. #reasonstostayalive

@LeeJames Harrison
ഹൈ ഡെഫനിഷനിൽ ഉള്ള മനോഹര നിമിഷങ്ങൾക്കുവേണ്ടി.

@ H3llln High H33ls
മൂടൽ മഞ്ഞ് മാറുന്ന മനോഹര നിമിഷങ്ങൾക്കും ദിവസങ്ങൾക്കും വേണ്ടി. #reasonstostayalive

@simone_mc
എന്റെ #reasonstostayalive? ഭാവി. ഇതുവരെ കാണാത്ത സ്ഥലങ്ങൾ. സ്റ്റാർ ട്രെക്ക് സിനിമ ഇഷ്ടപ്പെടുന്ന പുതിയ ആളുകൾ. സൗഹൃദം.

@Erastes
#reasonstostayalive ഡിസംബർ ഇരുപത്തൊന്നു കഴിഞ്ഞുള്ള നീണ്ട ദിവസങ്ങൾ. ഇരുണ്ട കാലത്ത് ആശ്വസിക്കാനുള്ള ചിലത്.

@PixleTVPi
ജീവിച്ചിരിക്കാനുള്ള ഒരേയൊരു കാരണം എന്റെ ഉറ്റ സുഹൃത്താണ്. #reasonstostayalive

@paperbookmarks
ഞാൻ എപ്പോഴും വിഷാദത്തിലാണെങ്കിലും എന്റെ ചുറ്റും എന്നെ സ്നേഹിക്കുന്ന മനുഷ്യരും നിറയെ പുസ്തകങ്ങളുമുണ്ട്. #reasonstostayalive

@ameliasnelling
#reasonstostayalive ഞാൻ ഇതേവരെ ഐസ് ലാൻഡ് കണ്ടിട്ടില്ല. മരണശേഷം എന്റെ ചിതാഭസ്മം അവിടെയാണ് വിതറുക.

@debecca
#reasonstostayalive എന്നെ ചെറുപ്പത്തിലേ അവസാനിപ്പിക്കാൻ തുനിഞ്ഞിറങ്ങിയ കാൻസറിനെയും ബൈ പോളാറിനേയും ദേഷ്യം പിടിപ്പിക്കാൻ.

@vivatrampv
ഞാൻ അർഹിക്കുന്ന ഒരു ഭാവി എനിക്ക് തരാൻ സർജന്മാർ ഒരുപാട് പണിയെടുത്തുകൊണ്ട്. #reasonstostayalive

@lillianharpl
#reasonstostayalive ജീവിക്കുക അല്ലാതെയുള്ള ഓപ്ഷൻ അത്ര ഫ്ലെക്സിബിൾ അല്ലാത്തതുകൊണ്ട്.

@Nicki Davies
ഞാൻ കുറച്ച് വിചിത്രസ്വഭാവിയാണ്. ശുഭാപ്തിവിശ്വാസമുള്ള ഒരു വിഷാദരോഗിയാണ്. കാര്യങ്ങൾ വളരെ മോശമായിരിക്കുമ്പോഴും അത് നന്നാവുമെന്നു ഞാൻ വിശ്വസിക്കും. #reasonstostayalive

@Leilah_Makes
എനിക്ക് ശീലങ്ങൾ പാലിക്കാൻ ഇഷ്ടമാണ്. അതെനിക്ക് എന്റെ മേൽ കുറച്ച് ഉറപ്പ് തരുന്നു. #reasonstostayalive

@ Doc_Megz_to_be
ഭാവി അനിശ്ചിതമായതുകൊണ്ട്. അതിനെപ്പറ്റി ഉത്കണ്ഠ ഉണ്ടാകാം. എന്നാൽ അവസാനം പ്രവചിക്കാൻ കഴിയാത്ത ഒരു പുസ്തകം പോലെയാണത്. #reasonstostayalive

@ilonacatherine
വിഷാദത്തിന്റെ പടുകുഴിയിൽ കിടക്കുമ്പോൾ നിങ്ങൾ ഭൂമിക്ക് ഭാരമാണെന്നു നിങ്ങൾക്ക് തോന്നും. എന്നാൽ മറ്റുള്ളവർക്ക് തോന്നില്ല. മറ്റുള്ളവരെ വിശ്വസിക്കുക. #reasonstostayalive

@stueygod
സംഗീതം. #reasonstostayalive

@ameliasward
സൂര്യപ്രകാശമുള്ള പ്രഭാതങ്ങൾ. #reasonstostayalive

@ DolinaMunro
ബേക്കൺ റോൾസ്. #reasonstostayalive

@mirandafay
ശുദ്ധവായു. ഒരു പട്ടിയുടെ പരിധികളില്ലാത്ത സ്നേഹം. #reasonstostayalive

@jeebreslin
കാരണം നിങ്ങളുടെ ഉള്ളിൽ നിങ്ങൾ വിജയിക്കണമെന്നും സന്തോഷമായിരിക്കണമെന്നും ആഗ്രഹിക്കുന്ന ഒരു സുവർണ്ണ വ്യക്തിത്വമുണ്ട്. #reasonstostayalive

@ylovesgok
എന്നെ സഹായിക്കാൻ ആളുകളുണ്ട് എന്ന തിരിച്ചറിവ്. #reasonstostayalive

@wilsonxox
അസ്തമനങ്ങൾ. നട്ടെല്ല് കുളിർക്കുന്ന സംഗീതം. #reasonstostayalive

@MagsTheObscure
ഞാൻ പരിപാലിക്കുന്ന എന്റെ സഹോദരൻ. അവനാണ് ഈ കൊടു ങ്കാറ്റിൽ എന്റെ ലൈറ്റ് ഹൗസ്. #reasonstostayalive

@jaras76
സാധ്യതകൾ. അടുത്ത പ്രതിബന്ധം മറികടക്കൽ. ഫുട്ബോൾ. #reasonstostayalive

@ H H DreamWolf
എന്റെ ആത്മഹത്യ എന്റെ സുഹൃത്തുക്കളെയും കുടുംബത്തെയും വിഷാദത്തിലാഴ്ത്തും. വിഷാദം ആർക്കും വരാൻ ഞാൻ ആഗ്രഹിക്കു ന്നില്ല. #reasonstostayalive

@ DebWonda
എല്ലാം കടന്നുപോകും സന്തോഷത്തിനു പിറകെ വേദന വരും. ചൂട് മഞ്ഞുരുക്കും. #reasonstostayalive

@legallyogi
പ്രസവശേഷമാണ് എനിക്ക് മുൻപ് വിഷാദം ഉണ്ടായത്. അതൊരു വല്ലാത്ത സമയമായിരുന്നു. എന്റെ #reasonstostayalive എന്റെ കുടും ബവും ഇതും കടന്നുപോകും എന്ന ചിന്തയുമാണ്.

@ayaanidilsays
#reasonstostayalive ഉറ്റ സുഹൃത്തുക്കളാണ്.

@lordof1
പട്ടികളെ രാവിലെ നടത്താൻ പോകണം. #reasonstostayalive

@UT Bookblog
നാളെ ഒരു മികച്ച ദിവസമാണ് എന്ന തിരിച്ചറിവ്. എന്റെ കുടുംബം, ബോയ് ഫ്രണ്ട്, സുഹൃത്തുക്കൾ... വായിക്കാനുള്ള പുസ്തകങ്ങൾ. #reasonstostayalive

@ GoodWithout Gods
#reasonstostayalive കാരണം 7 x 10 ^ 49 ആറ്റങ്ങൾ അതേ രീതിയിൽ വീണ്ടും വരില്ല.

@ Book_ Geek_Says
എന്റെ അമ്മയുടെ പിന്തുണ. പിന്നെ മൂന്നുകൊല്ലം മുൻപ് ഏറ്റവും മോശപ്പെട്ട സമയത്തും എന്റെ കൂടെയുള്ള ബോയ് ഫ്രണ്ട് ഇപ്പോളും കൂടെ #reasonstostayalive

@Teens22
#reasonstostayalive. ജീവിച്ചിരിക്കാനുള്ള ഏറ്റവും വലിയ കാരണം സ്നേഹം. സ്വയം സ്നേഹം, മറ്റുള്ളവരോടുള്ള സ്നേഹം, ജീവിതത്തോടുള്ള സ്നേഹം, നന്മ കാണുന്ന സ്വഭാവം#reasonstostayalive

@ZODIDOG
#reasonstostayalive ചില ദിവസങ്ങളിൽ നീലാകാശവും സൂര്യപ്രകാശവും. എന്റെ പെറ്റ് ചിഞ്ചില്ലയുടെ സ്നേഹവും.

@ Halftongue
ചിലപ്പോൾ എന്റെ #reasonstostayalive ഞാൻ മരിച്ചാൽ ആളുകൾക്ക് ദേഷ്യവും സങ്കടവും വരും എന്നതാണ്.

@tara818
#reasonstostayalive എനിക്ക് എന്റെ കുഞ്ഞിന് പാലൂട്ടണമായിരുന്നു. അതുകൊണ്ട് മാത്രമാണ് ഞാൻ ജീവനോടെ ഇരിക്കുന്നത്.

@ Beverly Bambury
എന്തുകൊണ്ടെന്ന് അറിയില്ല. ജീവിക്കുക അല്ലാതെ വേറെ വഴിയുണ്ടെന്ന് തോന്നിയില്ല. #reasonstostayalive

@wolri
#reasonstostayalive ലളിതമായ ചില കാര്യങ്ങൾ. ഭർത്താവിന്റെ പിന്തുണ. എന്റെ കുടുംബം. ഞങ്ങളുടെ പട്ടിക്കുട്ടി.

@Lyssa_1234
എന്റെ മാതാപിതാക്കളെയും സഹോദരങ്ങളെയും പങ്കാളിയെയും വിഷമിപ്പിച്ചുകൂട എന്ന ചിന്ത. എന്റെ അവസ്ഥ എത്ര മോശമായാലും ഞാൻ പോയാൽ ഈ മനുഷ്യർ എന്നെ മിസ് ചെയ്യുമെന്ന തോന്നൽ. #reasonstostayalive

@ BlondeBookGirl
എന്റെ #reasonstostayalive പ്രധാനമായും എന്നെ കാണാതെയായാൽ എന്റെ പൂച്ചയുടെ മുഖമാണ്. പിന്നെ എന്റെ അമ്മ, സഹോദരി, വായിച്ചു തീർക്കാത്ത പുസ്തകങ്ങൾ.

@gourenina
എന്റെ വിഷാദം അധികനാൾ നീണ്ടില്ല എന്ന അറിവും ഒരു വഴി പുറത്തേക്ക് ഉണ്ടെന്ന ബോധ്യവും. #reasonstostayalive

@ Despard
മുൻപ് ഭേദപ്പെട്ടിട്ടുണ്ട്. ഇനിയും ഭേദപ്പെടും. #reasonstostayalive

എന്റെ അവസ്ഥ മോശമാക്കുന്ന കാര്യങ്ങൾ

കാപ്പി
ഉറക്കക്കുറവ്
ഇരുട്ട്
തണുപ്പ്
സെപ്റ്റംബർ
ഒക്ടോബർ
നട്ടുച്ചകൾ
മസിൽ പിടുത്തം.
സാധാരണ ജീവിതത്തിന്റെ വേഗം.
മോശം ഇരിപ്പ്.
ഞാൻ സ്നേഹിക്കുന്ന ആളുകളിൽ നിന്നുള്ള അകലം.
അധികനേരം ഇരിക്കുന്നത്.
പരസ്യങ്ങൾ.
ആളുകൾ അവഗണിക്കുന്നത്.
വെളുപ്പിന് മൂന്നുമണിക്ക് എഴുന്നേൽക്കുന്നത്.
വാഴപ്പഴം. (ഇത് എനിക്ക് ഉറപ്പില്ല, ഒരുപക്ഷേ ഒരു ആകസ്മികത ആകാം).
മദ്യം.
ഫേസ്ബുക്ക് (ചിലപ്പോൾ).
ടിറ്റർ (ചിലപ്പോൾ).
ഡെഡ് ലൈനുകൾ.
എഡിറ്റിങ്.
ബുദ്ധിമുട്ടുള്ള തീരുമാനങ്ങൾ (ഏത് സോക്സ് ഇടണം എന്നൊക്കെയുള്ള തരം.)
ആരോഗ്യ പ്രശ്നങ്ങൾ.
എനിക്ക് വിഷാദമാണ് എന്ന തോന്നൽ.
ആവശ്യത്തിനു വെള്ളം കുടിക്കാതെ ഇരിക്കൽ.
എന്റെ ആമസോൺ റാങ്കിങ് നോക്കൽ.
മറ്റുള്ള എഴുത്തുകാരുടെ ആമസോൺ റാങ്കിങ് നോക്കൽ.
തനിച്ച് ഒരു സാമൂഹ്യ ചടങ്ങിലേക്ക് കയറിച്ചെല്ലൽ.
ട്രയിൻ യാത്ര.
ഹോട്ടൽ മുറികൾ.
തനിച്ചിരിക്കൽ.

ചിലപ്പോഴെങ്കിലും എന്റെ അവസ്ഥ നന്നാക്കുന്ന കാര്യങ്ങൾ

മൈൻഡ്ഫുൾനെസ്

ഓട്ടം.

യോഗ.

വേനൽ.

ഉറക്കം.

മെല്ലെയുള്ള ശ്വാസം.

സ്നേഹിക്കുന്ന ആളുകളുടെ സാമീപ്യം.

എമിലി ഡിക്കിൻസന്റെ കവിതകൾ.

ഗ്രഹാം ഗ്രീനിന്റെ പവർ ആൻഡ് ഗ്ലോറി വായിക്കുന്നത്.

എഴുത്ത്.

നല്ല ഭക്ഷണം.

നീണ്ട കുളി.

എൺപതുകളിലെ സിനിമകൾ.

പാട്ട്.

ഫേസ്ബുക്ക് (ചിലപ്പോൾ)

ട്വിറ്റർ (ചിലപ്പോൾ)

നീണ്ട നടത്തം.

'നന്മകളും ചൂടുവെള്ളത്തിലെ കുളിയും' (ഡോഡി സ്മിത്ത്)

ബുറൈറ്റോ ഉണ്ടാക്കുന്നത്.

ഇളം നിറമുള്ള ആകാശം, ചുമരുകൾ.

കീറ്റ്സിന്റെ കത്തുകൾ. (ബുദ്ധിയെ ആത്മാവാക്കി മാറ്റാൻ വേദനയുടെ ലോകം എത്ര പ്രയോജനം ചെയ്യുമെന്ന് അറിയില്ലേ?)

മോശം ദിവസങ്ങളുടെ നിക്ഷേപം.

വലിയ മുറികൾ.

അവനവനെപ്പറ്റി ഓർക്കാതെ എന്തെങ്കിലും ചെയ്യുന്നത്.

ബ്രെഡിന്റെ മണം.

വൃത്തിയുള്ള ഉടുപ്പുകൾ. (ഞാനൊരു എഴുത്തുകാരനായതുകൊണ്ട് ഇതൊരു വിശേഷ അവസരമാണ്.)

എന്റെ രീതിയ്ക്ക് നടക്കുന്ന കുറെ കാര്യങ്ങൾ ഉള്ളത്.

മറ്റുള്ളവർക്ക് നന്നായി പ്രവർത്തിക്കുന്ന കാര്യങ്ങൾ ഉണ്ടെന്ന് അറിയുന്നത്.

എന്നെ സ്വയമെന്തിലേക്കെങ്കിലും ഇടുന്നത്.

ഈ വാക്കുകൾ ആരെങ്കിലും വായിക്കുമെന്നും ഞാൻ അനുഭവിച്ച വേദന വെറുതെയല്ല എന്നറിയുന്നതും നിറഞ്ഞ പ്രതീക്ഷ.

5
സ്വത്വം

'ആത്മാവിനരികിൽ ചെവിയോർത്ത് ശ്രദ്ധിച്ച് കേൾക്കുക.'

-ആൻ സെക്സ്റ്റൻ

തൊലിക്കട്ടി കുറഞ്ഞവർക്ക് സ്തുതി

എന്റെ തൊലിക്ക് കട്ടി കുറവാണ്. വിഷാദത്തിന്റെയും ഉത്കണ്ഠയുടെയും ഒരു സഹചാരിയാണ് ഈ അവസ്ഥ. പതിനാലുവർഷം മുൻപ് എന്റെ മനസ്സ് പിടിവിട്ടുപോയത് ഞാൻ മറക്കുമെന്നും തോന്നുന്നില്ല. കല്ലുവന്ന് വീഴുന്നത് ശക്തിയിലാണെങ്കിൽ അതിന്റെ അലകൾ ഏറെനാൾ നിലനിൽക്കും. എന്നാൽ ഒരിക്കലും സന്തോഷം തോന്നാത്ത അവസ്ഥയിൽ നിന്ന് ഇടയ്ക്കിടെ ഉണ്ടാകുന്ന സന്തോഷങ്ങളിലേക്ക് ഞാൻ മാറിയിട്ടുണ്ട്. അതൊരു ഭാഗ്യമാണ്. എനിക്ക് ചില ശ്രദ്ധ മാറലുകൾ ഉണ്ട്. കഠിന വിഷാദത്തിനിടയിലോ വിഷാദം തുടങ്ങുമ്പോൾ ചെയ്യുന്ന എന്തെങ്കിലും മണ്ടത്തരങ്ങളായോ ഒക്കെ അതുവരാം. (ഒരിക്കൽ അമിതമായി മദ്യപിച്ച് പേഴ്സ് കളഞ്ഞശേഷം എന്നെ വീട്ടിൽ ആക്കാൻ ഞാൻ ടാക്സി ഡ്രൈവർമാരോട് കെഞ്ചിയിട്ടുണ്ട്.)

എന്നാൽ പൊതുവെ കാര്യങ്ങൾ ഭേദമാണ്. എന്റെ അവസ്ഥ ഞാൻ ഉൾക്കൊള്ളാറാണ് പതിവ്. ഇതാണ് ഞാൻ.

മാത്രമല്ല ഈ അവസ്ഥയോട് പട പൊരുതുന്നത് കാര്യങ്ങളെ കൂടുതൽ വഷളാക്കുകയാണ് ചെയ്യുക. വിഷാദത്തോടും ഉത്കണ്ഠയോടും കൂട്ടാവുകയാണ് ചെയ്യേണ്ടത്. അവയോട് നന്ദി പറയുക, ആ അവസ്ഥ കൈകാര്യം ചെയ്യാൻ ഇപ്പോൾ നിങ്ങൾക്ക് അറിയാമല്ലോ. എന്റെ കട്ടികുറഞ്ഞ തൊലിക്ക് നന്ദി പറഞ്ഞുകൊണ്ടാണ് ഞാൻ അവയോട് ചങ്ങാത്തം കൂടുന്നത്.

കട്ടി കുറഞ്ഞ തൊലിയില്ലായിരുന്നെങ്കിൽ ആ ദിവസങ്ങളിലെ ശൂന്യത ഞാൻ അറിയാതെ പോകുമായിരുന്നു. പേടിയുടെയും ക്ഷീണത്തിന്റെയും ഭീകരദിനങ്ങൾ. സ്വയംവെറുപ്പിന്റെ അലകളിൽ മുങ്ങിനിവർന്ന ദിവസങ്ങൾ. എന്റെ ആത്മനിന്ദയുടെ ദിവസങ്ങളിൽ വേഗതയുള്ള ഒരു ലോകവും ശബ്ദങ്ങളും എല്ലാം ഞാൻ വെറുത്തു. എന്നാൽ എവിടെയെങ്കിലും പോയി കട്ടിയുള്ള തൊലി വാങ്ങാൻ പറ്റുമോ? ഇല്ല. ജീവിതത്തിന്റെ ഭീകരത അറിഞ്ഞാലേ അതിന്റെ അത്ഭുതം അനുഭവിക്കാനാകൂ.

എന്നാൽ ഇന്ന് മൂടൽ നിറഞ്ഞ ഈ ഉച്ച കഴിഞ്ഞ് എനിക്ക് അതറിയാൻ കഴിയുന്നുണ്ട്. ഈ ലോകത്തിന്റെ അത്ഭുതങ്ങൾ അറിയാൻ,

ഏഴുകോടി മനുഷ്യർ തിങ്ങിനിറഞ്ഞ ഈ ചെറിയ ഗ്രഹത്തിന്റെ വ്യാപ്തി അറിയാൻ, നമുക്ക് അനുവദിച്ചുകിട്ടിയ മുപ്പതിനായിരം ദിവസങ്ങൾ അനുഭവിച്ചറിയാൻ, നമ്മുടെ ഒന്നുമല്ലായ്മ തിരിച്ചറിയാൻ നമുക്ക് കഴിയും. എനിക്ക് ആ അത്ഭുതത്തിന്റെ ശക്തി അറിയാനാകുന്നുണ്ട്. എനിക്ക് ഈ ജീവിതത്തിലേക്ക് ആഴ്ന്നിറങ്ങി അതിലെ വാക്കുകളുടെയും മനുഷ്യരുടെയും മായാജാലം അറിയാനാകുന്നുണ്ട്.

നാഷണൽ ഗാലറിയിലെ വലിയ മുറികളിൽ കയറിച്ചെല്ലുമ്പോഴൊക്കെ എന്റെ തൊലി തരിക്കും, ഹൃദയം വേഗത്തിൽ മിടിക്കും. എമിലി ഡിക്കിൻസനോ മാർക്ക് ട്വയിനോ വായിക്കുമ്പോൾ എന്റെ ശരീരം ചൂടാകും. വികാരങ്ങളാണ് അത്. ആളുകൾ ചിന്തയ്ക്കാണ് ഏറെ പ്രാധാന്യം കൊടുക്കുന്നത്, എന്നാൽ വികാരങ്ങൾ എത്രയോ ഏറെ പ്രധാനമാണ്.

എനിക്ക് എന്നെ ചിരിപ്പിക്കുകയോ കരയിക്കുകയോ ആവേശം കൊണ്ട് മുഷ്ടി ചുരുട്ടിക്കുകയോ ചെയ്യുന്ന പുസ്തകങ്ങൾ വായിക്കാൻ ഇഷ്ടമാണ്. ഒരു പുസ്തകം എന്നെ ചേർത്തുപിടിച്ചെങ്കിൽ എന്നാണ് എന്റെ ആഗ്രഹം. അത് എന്നെ ഇടിച്ചുചതച്ചാലും എനിക്ക് പ്രശ്നമല്ല. കാരണം ഞാൻ ഇവിടെ വികാരങ്ങൾ അനുഭവിക്കാനാണ് വന്നിരിക്കുന്നത്. എനിക്ക് ജീവിതം വേണം. അത് വായിക്കുകയും എഴുതുകയും ജീവിക്കുകയും വേണം. ജീവിതത്തിൽ ഉള്ള സമയം മുഴുവൻ അനുഭവിക്കാവുന്ന വികാരങ്ങൾ എല്ലാം അറിയണം. എനിക്ക് വിഷാദം ഇഷ്ടമല്ല. പേടിയുമാണ്. എന്നാൽ അതാണ് എന്നെ ഞാൻ ആക്കിയത്. ജീവിതത്തെ അനുഭവിച്ചറിയാൻ അതാണ് ഞാൻ കൊടുക്കേണ്ടിവന്ന വിലയെങ്കിൽ അത് എനിക്ക് പ്രശ്നമല്ല.

എങ്ങനെ ഷോപ്പനോവറെക്കാൾ സന്തുഷ്ടനാകാം

വിഷാദരോഗികളുടെ പ്രിയപ്പെട്ട തത്ത്വചിന്തകനായ ഷോപ്പനോവർ പറയുന്നത് ജീവിതം വിഫലമായ കാര്യങ്ങളുടെ ഒരു അന്വേഷണമാണ് എന്നാണ്. പലതരത്തിൽ നീഷേ, ഫ്രോയിഡ്, ഐൻസ്റ്റൈൻ എന്നിവരെ സ്വാധീനിച്ച ആളാണ് അദ്ദേഹം. 'പൊട്ടിപ്പോകുമെന്ന് ഉറപ്പാണെങ്കിലും നാം ജീവിതത്തെ സോപ്പുകുമിളപോലെ ഊതി വിടുന്നു.' ഈ കാഴ്ചപ്പാടിൽ സന്തോഷം അസാധ്യമാണ്. ലക്ഷ്യങ്ങളാണ് ദുഃഖത്തിന്റെ കാരണം. സാധിക്കാതെ പോകുന്ന ലക്ഷ്യങ്ങൾ വേദനയുളവാക്കും, എന്നാൽ അത് സാധിച്ചാലോ, ചെറിയൊരു സംതൃപ്തിയേ ലഭിക്കൂ.

സത്യത്തിൽ ഒന്നാലോചിച്ചാൽ ലക്ഷ്യങ്ങൾ നിറഞ്ഞ ഒരു ജീവിതം അതൃപ്തി നിറഞ്ഞതാകാം. എങ്കിലും അത് നിങ്ങളെ മുന്നോട്ട് നയിക്കും. നിങ്ങളുടെ സ്വത്വത്തിന്റെ താളുകൾ മറിക്കാൻ സഹായിക്കും. എന്നാൽ ഒരു ശൂന്യത അവശേഷിപ്പിക്കും. കാരണം എല്ലാ ലക്ഷ്യങ്ങളും സാധിച്ചാലും പിന്നെയെന്ത് എന്ന ചോദ്യം അവശേഷിക്കും. നിങ്ങൾക്ക് ഇല്ലാത്തത് നിങ്ങൾ നേടിയിരിക്കും, എന്നാൽ പിന്നെ എന്ത്?

നിങ്ങൾ മറ്റൊരു ലക്ഷ്യം തുടങ്ങും, അല്ലെങ്കിൽ നിങ്ങളുടെ ലക്ഷ്യത്തെപ്പറ്റി ചിന്തിക്കും. അങ്ങനെ ചിന്തിക്കുന്ന ധാരാളം ആളുകളുണ്ട് ഞാൻ എന്റെ ലക്ഷ്യം നേടി, പിന്നെയെന്താണ് ഞാൻ സന്തോഷം നേടാത്തത്? എന്തായിരുന്നു ഷോപ്പനോവറുടെ ഉത്തരം?

ലക്ഷ്യങ്ങൾ ആണ് പ്രശ്നമെങ്കിൽ എല്ലാം വേണ്ടെന്നുവയ്ക്കൽ ആവണം ഉത്തരം. അദ്ദേഹത്തിന്റെ ഭാഷയിൽ വിഷമതകളുടെ കാരണം ആഗ്രഹത്തിന്റെ തീവ്രതയാണ്. ഷോപ്പനോവർ വിശ്വസിക്കുന്നത് മാനവികതയെ ഒന്നായി കാണുകയും അതിന്റെ പീഡകളെ ഒന്നായി കാണുകയും ചെയ്യുന്നത് ഒരാളെ ജീവിതത്തിൽനിന്ന് തിരിഞ്ഞുപോകാൻ പ്രേരിപ്പിക്കുമെന്നാണ്. മറ്റൊരു അർത്ഥത്തിൽ ഷോപ്പനോവറുടെ പദ്ധതിപ്രകാരം ലൈംഗികത പാടില്ല, വളരെ കുറച്ച് പണം, ഭക്ഷണനിയന്ത്രണം, നല്ല അളവിൽ സ്വയം പീഡ. അങ്ങനെ മാനുഷികമായ ആഗ്രഹങ്ങളെ എല്ലാം ജയിച്ചാൽ നമുക്ക് മുന്നിലുള്ള യാഥാർഥ്യം കാണാനാകും. ആകെ മുന്നിലുള്ളത് ശൂന്യത മാത്രമാണ് എന്ന സത്യം.

ശോകം, അല്ലേ?

അതേ. ഷോപ്പനോവർ ആത്മഹത്യ പ്രോത്സാഹിപ്പിച്ചില്ലെങ്കിലും ജീവിക്കുന്ന ഒരു ആത്മഹത്യയാണ് അദ്ദേഹം നിർദേശിക്കുന്നത്. ആനന്ദകരമായ എല്ലാം ഉപേക്ഷിക്കണം.

എന്നാൽ ഷോപ്പനോവർ ഒരു വലിയ കപടതയാണ് ജീവിതത്തിൽ ചെയ്തത്. പ്രസംഗിച്ചതൊന്നും പാലിക്കാൻ അദ്ദേഹത്തിന് സാധിച്ചില്ല. ബെർട്രാൻഡ് റസൽ തന്റെ 'ഹിസ്റ്ററി ഓഫ് വെസ്റ്റേൺ ഫിലോസഫി' യിൽ പറയുന്നത് ഷോപ്പനോവർ നല്ല ഭക്ഷണശാലകളിൽ മികച്ച ഭക്ഷണം കഴിക്കുകയും പല പ്രേമബന്ധങ്ങളിൽ ഏർപ്പെടുകയും ചെയ്തു വെന്നാണ്. ആളുകളുമായി സ്ഥിരം വഴക്കുകൂടുകയും ചെയ്തിരുന്നു അദ്ദേഹം.

ഒരിക്കൽ ഒരു വയസ്സായ തുന്നൽക്കാരി തന്റെ കതകിന് വെളിയിൽ സംസാരിച്ചുകൊണ്ട് നിന്നത് അദ്ദേഹത്തിന് ഇഷ്ടപ്പെട്ടില്ല. അവരെ അദ്ദേഹം തള്ളിമറിച്ചിട്ടു. അവർക്ക് സാരമായ പരിക്ക് പറ്റി... മൃഗങ്ങ ളോടല്ലാതെ അദ്ദേഹം ജീവിതത്തിൽ ആരോടും അനുകമ്പ കാണി ച്ചിട്ടില്ല. പരിപൂർണ്ണനായ സ്വാർത്ഥനായിരുന്നു അദ്ദേഹം.

ഏറ്റവും വലിയ പെസിമിസ്റ്റ് ആയ ഷോപ്പനോവർ ദുഃഖം എങ്ങനെ യാണ് പ്രവർത്തിക്കുന്നത് എന്ന് കൃത്യമായി കാണിച്ചുതരും. വൃദ്ധകളെ തള്ളിയിടുന്നത് ഞാൻ അംഗീകരിക്കുന്നില്ലെങ്കിലും എനിക്ക് ഷോപ്പനോ വറിനെ മനസ്സിലാകും. അദ്ദേഹം പ്രശ്നം തിരിച്ചറിഞ്ഞിരുന്നു. ആഗ്രഹം, ലക്ഷ്യപൂർത്തി അതാണ് ദുഃഖത്തിന്റെ കാരണം.

ഇതിൽനിന്ന് രക്ഷപ്പെടാൻ എന്താണ് വഴി? അനന്തമായ ആഗ്രഹ ങ്ങളെ, വേവലാതികളെ എങ്ങനെ അവസാനിപ്പിക്കാം? സമയത്തെ എങ്ങനെ തടഞ്ഞുനിറുത്താം? ഭാവിയെപ്പറ്റി അനന്തമായി വേവലാതിപ്പെ ടുന്നത് എങ്ങനെ തടയാം?

മികച്ച ഉത്തരങ്ങൾ കാലങ്ങളായി എഴുതപ്പെട്ട ഉത്തരങ്ങൾ എല്ലാം അംഗീകരിക്കലുമായി ബന്ധപ്പെട്ടതാണ്. പ്രാചീന പൗരസ്ത്യ തത്ത്വ ചിന്ത ഷോപ്പനോവറെ ഏറെ സ്വാധീനിച്ചിരുന്നു. ഇൻഡ്യയിലെ മഹർഷി മാർ സത്യം തിരിച്ചറിഞ്ഞു എന്നദ്ദേഹം പറഞ്ഞു. ലൗകികസുഖങ്ങൾ ത്യജിക്കുക എന്ന ആശയം അദ്ദേഹം കണ്ടെത്തിയത് ബുദ്ധചിന്തകരിൽ നിന്നാണ്. എന്നാൽ ഷോപ്പൻഹോവർ പറയുന്നതുപോലെ അത്ര ദുരിതപൂർണ്ണമല്ല ബുദ്ധിസ്റ്റ് ചിന്ത. ഷോപ്പനോവറുടെ കാഴ്ചപ്പാടിലുള്ള സന്യാസം സ്വയം പീഡയും വെറുപ്പും നിറഞ്ഞ, ആരോഗ്യകരമല്ലാത്ത ഒരു ആശയമാണ്. സ്വയം വെറുക്കുന്ന ആളുകളുടെ ഒരു കൂട്ടം ഒരിക്കലും സന്തോഷം നിറഞ്ഞതല്ല. എന്നാൽ ബുദ്ധിസം ഒരിക്കലും സ്വയംപീഡ യുടെ തത്ത്വചിന്തയല്ല.

താമരയാണ് ബുദ്ധമതത്തിലെ പ്രധാനപ്പെട്ട ഒരു ചിഹ്നം. ചെളി നിറഞ്ഞ ഒരു കുളത്തിലാണ് താമര വളരുന്നതെങ്കിലും വാടി വീഴും മുൻപ് തെളിഞ്ഞ വായുവിലാണ് മനോഹരമായി, ശുദ്ധമായി, ആ പൂവ് വിടർന്നുനിൽക്കുന്നത്. ആത്മീയ നവോത്ഥാനത്തിന്റെ ഈ രൂപകം പ്രതീക്ഷയുടെയും മാറ്റത്തിന്റെയും ചിഹ്നമായി മാറുന്നുണ്ട്. നിങ്ങൾ കാണുന്ന ചെളി വിഷാദമോ ഉത്കണ്ഠയോ ആകാം. തെളിഞ്ഞ വായുവിൽ പരിലസിക്കുന്ന പൂക്കൾ വിഷാദത്തിന്റെ നിഴൽ തട്ടാത്ത സ്വത്വമാകാം. ബുദ്ധമതത്തിലെ പ്രധാനപുസ്തകമായ ധമ്മപാദവും ഒരു ആദ്യകാല സ്വയംസഹായ പുസ്തകംപോലെയാണ് വായിക്കാനാവുക. 'നമ്മെ രക്ഷിക്കാൻ നമുക്കേ കഴിയൂ, വേറെ ആരും നമ്മെ രക്ഷിക്കില്ല.'

ബുദ്ധമതത്തിൽ മോക്ഷം പുറത്തുനിന്നുള്ള ഒരു സംഗതിയല്ല. സന്തോഷമായും സമാധാനമായും ഇരിക്കണമെങ്കിൽ അവനവനെപ്പറ്റി ബോധ്യം വേണം.

'നന്നായി മേയാത്ത ഒരു വീടിനുള്ളിൽ മഴവെള്ളം കയറുന്നത് പോലെയാണ് ചിന്തിക്കാത്ത ഒരു മനസ്സിനുള്ളിൽ വികാരം കയറിക്കൂടുന്നത്.' രണ്ടായിരം വർഷങ്ങൾക്കുമുൻപുള്ള ഹിമാലയൻ ഇന്ത്യയിലേതിനെക്കാൾ കൂടുതൽ കാര്യങ്ങൾ നമ്മുടെ ശ്രദ്ധ തെറ്റിക്കാൻ ഉള്ള ഇന്നത്തെക്കാലത്ത് നമ്മുടെ മനസ്സിന്റെ മേൽക്കൂരകൾ മേയാൻ അന്നത്തേതിലും ഏറെ ബുദ്ധിമുട്ടായിരിക്കും. നമ്മുടെ മനസ്സുകൾ ഇപ്പോൾ മേൽക്കൂരകൾപോലെയല്ല, കമ്പ്യൂട്ടറുകൾപോലെയാണ്. എനിക്ക് എന്റെ കമ്പ്യൂട്ടർ തുറന്ന് ഒരു വേഡ് ഡോക്യുമെന്റിൽ എഴുതാൻ തുടങ്ങാം. എന്നാൽ അതിനിടെ ഞാൻ ഫേസ്ബുക്ക് നോക്കും, ടിറ്റർ നോക്കും, ഇൻസ്റ്റാഗ്രാം നോക്കും, വാർത്ത വായിക്കും. ചിലപ്പോൾ ഞാൻ എന്റെ പുസ്തകങ്ങളുടെ ആമസോൺ റിവ്യൂകളോ ഗുഡ്റീഡ്സ് റിവ്യൂകളോ നോക്കി എന്റെ ഈഗോയെ സന്തോഷിപ്പിക്കാൻ ശ്രമിക്കും. എനിക്കുള്ള രോഗലക്ഷണങ്ങൾ ടൈപ്പ് ചെയ്ത് സ്വന്തം രോഗം നിർണ്ണയിക്കാൻ ശ്രമിക്കും. ഇന്നത്തെ ലോകത്ത് ബുദ്ധൻപോലും ധ്യാനിക്കാൻ ബുദ്ധിമുട്ടും. വൈഫൈ ഇല്ലാത്ത ഹിമാലയത്തിൽ നാല്പത്തൊമ്പത് ദിവസം ധ്യാനിക്കുക അത്ര ബുദ്ധിമുട്ടുള്ള കാര്യമാകില്ല.

കൂടുതൽ ഉള്ളത് ഒരിക്കലും നല്ലതല്ല എന്നതാണ് ഞാൻ മനസ്സിലാക്കുന്ന ഒരു കാര്യം. ഞാൻ ഒരു ബുദ്ധമതവിശ്വാസിയല്ല. എല്ലാത്തരം നിഷ്കർഷകളും എന്നെ പേടിപ്പിക്കാറുണ്ട്. ജീവിതം അതിന്റെ കുഴഞ്ഞുമറിയലിലാണ് സുന്ദരം. എന്നാൽ അവനവനെപ്പറ്റി ബോധ്യമുണ്ടാകൽ, പ്രപഞ്ചവുമായി ബന്ധം സ്ഥാപിക്കൽ എന്നിവയൊക്കെ പേടിയുടെയും പ്രതീക്ഷയുടെയും ഞാണിൽ കഴിയുന്നതിലും നല്ലതായി എനിക്ക് തോന്നാറുണ്ട്. സന്തോഷം ലൗകികകാര്യങ്ങൾ

ഉപേക്ഷിച്ചുകളയലല്ല മറിച്ച്, അവയെ അവയായി അംഗീകരിക്കലാണ് എന്നെനിക്ക് തോന്നാറുണ്ട്. ഒരു ഐഫോൺ വാങ്ങിയതുകൊണ്ട് നമ്മുടെ പീഡകൾ അവസാനിക്കുന്നില്ല. എന്നാൽ നാം അത് വാങ്ങരുത് എന്നല്ല അർഥം. ഐഫോൺ വാങ്ങൽ ഒന്നിനും ഒരു പരിഹാരം ആകുന്നില്ല എന്ന് നാം തിരിച്ചറിയുകയാണ് വേണ്ടത്. അനുകമ്പയുള്ളവരാവുക എന്നതാണ് ബുദ്ധമതത്തിൽ എനിക്ക് ഇഷ്ടമുള്ള മറ്റൊരു ആശയം. സ്വാർത്ഥതയെക്കാൾ നമ്മെ സന്തോഷിപ്പിക്കുന്ന ആശയമാണ് അനുകമ്പ. സ്വത്വത്തെ പൊഴിച്ചുകളയാൻ കഴിയുന്നത് അനുകമ്പയിലൂടെയാണ്. ഷോപ്പനോവരുടെ അഭിപ്രായത്തിൽ നമ്മുടെതന്നെ ആഗ്രഹങ്ങളിൽനിന്നും കെട്ടുകളിൽനിന്നും നാം മുക്തരാകുന്നത് നമ്മുടെ ദൃഢനിശ്ചയത്തിലൂടെയാണ്. സ്വത്വം നമ്മുടെ പീഡയ്ക്ക് കാരണമാകുമ്പോൾ അതിനുമീതെ ഉയരാനാകണം. നമ്മുടെ ഉള്ളിലെ നന്മ നമ്മൾ മാത്രമല്ല ഈ ലോകത്തിന്റെ കേന്ദ്രം എന്ന് നമ്മെ ഓർമ്മപ്പെടുത്തും. നാമെല്ലാം ജീവിച്ചിരിക്കുന്നിടത്തോളം നമുക്കെല്ലാം മൂല്യമുണ്ട്. അനുകമ്പയിലൂടെ നമുക്ക് ആ വലിയ ചിത്രം കാണാനാകും. നാമെല്ലാവരും തുല്യരാണ്. നാം ജീവിതമാണ്. ബോധ്യമാണ്. മാനവികതയുടെ ഭാഗമാണ്. നാം ഒറ്റയല്ല എന്ന ബോധ്യം നമ്മെ സന്തോഷിപ്പിക്കും. നമ്മുടെ ശരീരം ഇല്ലാതായാലും നമ്മുടെ ജീവിതം തുടരും. ജീവിതം ഒരു പങ്കിട്ട അനുഭവമായിരിക്കുന്നിടത്തോളം നാം നിലനിൽക്കും.

സ്വയം സഹായം

സമയത്തെ നിറുത്തുന്നതെങ്ങനെ: ചുംബിക്കൂ
സമയത്തിൽ സഞ്ചരിക്കുന്നതെങ്ങനെ: വായിക്കൂ
സമയത്തിൽനിന്ന് രക്ഷപെടുന്നതെങ്ങനെ: സംഗീതം കേൾക്കൂ
സമയത്തെ അറിയുന്നതെങ്ങനെ: എഴുതൂ
സമയത്തെ വിട്ടുകളയുന്നതെങ്ങനെ: ശ്വസിക്കൂ

സമയത്തെപ്പറ്റിയുള്ള ചില ചിന്തകൾ

സമയം ഒരു ബുദ്ധിമുട്ടാണ്. സമയം നിമിത്തമാണ് നമുക്ക് പ്രായമാകുന്നത്, സമയം നിമിത്തമാണ് നാം മരിക്കുന്നത്. ഇതെല്ലാം ബുദ്ധിമുട്ടുള്ള കാര്യങ്ങളാണ്. അരിസ്റ്റോട്ടിൽ പറയുന്നതുപോലെ, 'സമയം എല്ലാത്തിനെയും തകർത്തുകളയും'. നമ്മുടെ തകർച്ചയും മറ്റുള്ളവരുടെ തകർച്ചയും നമുക്ക് പേടിയാണ്.

സമയം അധികമില്ലാത്തതുകൊണ്ട് നമുക്ക് ധൃതിയുണ്ട്. നൈക്കിയുടെ പരസ്യം പറയുന്നതുപോലെ 'ജസ്റ്റ് ഡു ഇറ്റ്'. എന്നാൽ അതാണോ ഉത്തരം? എന്തെങ്കിലും ചെയ്താൽ സമയം വേഗം നീങ്ങുമോ? സമയം നീങ്ങാതെ നിൽക്കുന്നതല്ലേ നല്ലത്?

സമയം പല വേഗത്തിലാണ് ചലിക്കുക. 1999-ലും 2000-ലും ചില മാസങ്ങൾ എനിക്ക് വർഷങ്ങൾപോലെയാണ് തോന്നിയത്. ദശാബ്ദങ്ങൾപോലെ. വേദന സമയം നീളത്തിലാക്കും. വേദനകൾ സമയത്തെപ്പറ്റിയുള്ള നമ്മുടെ ബോധ്യം കൂട്ടുന്നതുകൊണ്ടാകാം ഇത്. മറ്റു കാര്യങ്ങളെപ്പറ്റിയുള്ള ബോധ്യവും സമയത്തിന്റെ ദൈർഘ്യം വർധിപ്പിക്കും. ഇതാണ് ധ്യാനം. നമ്മെപ്പറ്റിയുള്ള ബോധ്യമാണ് ഓരോ നിമിഷത്തിലെയും 'കനൽ' എന്നാണല്ലോ കുർട്ട് വോണിഗെറ്റ് പറയുന്നത്. കേൾക്കുമ്പോൾ എളുപ്പമെന്നുതോന്നാം. എന്നാൽ നമ്മുടെ ജീവിതത്തിലെ എത്ര സമയമാണ് നാം വർത്തമാനകാലത്തിൽ കഴിയുന്നത്? എത്ര സമയമാണ് നാം ഭൂതകാലത്തെ പഴിച്ചും ഭാവിയെപ്പറ്റി പേടിച്ചും ചെലവിടുന്നത്?

സമയത്തെപ്പറ്റിയുള്ള നമ്മുടെ ഈ ആശങ്കകൾക്കുള്ള നമ്മുടെ മറുപടി വൈകുന്നതിനുമുൻപ് എല്ലാം നേടാനുള്ള ഓട്ടമാണ്. പണം നേടണം, പദവി നേടണം, വിവാഹം വേണം, കുട്ടികൾ വേണം, പ്രൊമോഷൻ, കൂടുതൽ പണം... അങ്ങനെ അങ്ങനെ. ജീവിതത്തെ ഇങ്ങനെ എല്ലാം നേടാനുള്ള ഭ്രാന്തുപിടിച്ച ഒരോട്ടമായി മാറ്റിയാൽ ജീവിതത്തിന്റെ ദൈർഘ്യം കുറയുകയേയുള്ളൂ. നമ്മുടെ സമയത്തെ വീഞ്ഞാക്കി കുപ്പിയിലാക്കി ആരെങ്കിലും നമുക്ക് തന്നുവെന്ന് കരുതുക. എങ്ങനെ ആ കുപ്പി തീരാതെ നോക്കും? മെല്ലെ നുണഞ്ഞു രുചിച്ച് കഴിക്കുമോ അതോ ഒറ്റ ഇറക്കിന് തീർക്കുമോ?

ഫോർമെൻടെറാ

ഇബിസയുടെ തെക്ക് ഫോർമെൻടെറാ എന്നൊരു ചെറിയ ദ്വീപുണ്ട്. ബാലേരിക് ദ്വീപിലെ നാലാമത്തെ വലിയ ദ്വീപ്. ഞാനും ആൻഡ്രിയയും അവധിയുള്ള ദിവസങ്ങളിൽ അവിടെ പോകാറുണ്ടായിരുന്നു. വെളുത്ത കടൽത്തീരം, തെളിഞ്ഞ വെള്ളം. യുനെസ്കോ സംരക്ഷിക്കുന്ന കടൽ പുല്ലുകൾ വെള്ളത്തിലുള്ളതുകൊണ്ട് മെഡിറ്ററേനിയനിലെ ഏറ്റവും വൃത്തിയുള്ള കടൽ അവിടെയായിരുന്നു. ഇബിസയുടെ ബഹളത്തിന് നേർവിപരീതമായ ഒരു ശാന്തതയായിരുന്നു അവിടെ. രണ്ടായിരത്തോളം ആളുകളുള്ള ആ ദ്വീപിൽ ധാരാളം കലാപ്രവർത്തകരും ഹിപ്പികളും യോഗഅധ്യാപകരും ഉണ്ടായിരുന്നു. അപ്പോഴും അറുപതുകളുടെ ജീവിതശൈലി നിലനിർത്തിയിരുന്ന ഒരിടം. ആ ദ്വീപിന്റെ തെക്കേയറ്റത്ത് ബോബ് ഡിലൻ കുറച്ചുകാലം ജീവിച്ചിരുന്നു. ജോണി മിച്ചൽ തന്റെ ബ്ലൂ ആൽബം എഴുതിയതും ഇവിടെ താമസിക്കുമ്പോഴാണ്. എനിക്ക് ബാലേരിക്ക് ദ്വീപ് പേടിയായിരുന്നു. ഇബിസയിൽ വെച്ചാണല്ലോ എന്റെ മനസ്സിന്റെ താളം തെറ്റിയത്. എന്നാൽ ഇപ്പോൾ സമാധാനമുള്ള ഒരു സ്ഥലം ഓർക്കൂ എന്ന് പറഞ്ഞാൽ ഞാൻ ആദ്യം ഓർക്കുക ഇവിടമാണ്. ജൂണിപ്പർ മരങ്ങളും ആൽമണ്ട് മരങ്ങളും ഉള്ള ആ നാട് ഞാൻ ഓർക്കാറുണ്ട്. തെളിഞ്ഞ നീലക്കടലും. അവിടെയുള്ള ചെറിയ ഗ്രാമങ്ങളുടെയും അഴിമുഖത്തിന്റെയും ബീച്ചുകളുടെയും പേര് ഞാൻ ഓർക്കാറുണ്ട്. എസ് പുജോൾ, എൽ പിലാർ ഡി ലാ മോളാ, ല സവീന, കാപ്പ് ഡി ബാർബേറിയ, പ്ലെയ ഇല്ലെറ്റ്സ്. ഉള്ളിൽ ടെൻഷൻ ഉണ്ടാകുമ്പോൾ ഞാൻ കണ്ണുകൾ അടച്ച് ഈ ദ്വീപിനെ ഓർക്കും, ആ വാക്ക് മണലിൽ തെളിഞ്ഞ ഉപ്പുവെള്ളംപോലെ മനസ്സിൽ നിറയും. ഫോർമെൻടെറാ, ഫോർമെൻടെറാ, ഫോർമെൻടെറാ....

തിരശ്ശീലയിലെ ചിത്രങ്ങൾ

പണ്ട്, മനസ്സ് കൈവിട്ടുപോകുന്നതിനുമുൻപ്, ഉത്കണ്ഠയുണ്ടാകുമ്പോൾ ഞാൻ എന്റെ ശ്രദ്ധ തിരിച്ചിരുന്നു. ക്ലബുകളിൽ പോവുക, നന്നായി മദ്യപിക്കുക, ഇബിസയിൽ വേനൽക്കാലം ചെലവിടുക, എരിവുള്ള ഭക്ഷണം കഴിക്കുക, തമാശ സിനിമകൾ കാണുക, ഉദ്വേഗം നിറഞ്ഞ നോവലുകൾ വായിക്കുക, ഉച്ചത്തിലുള്ള സംഗീതം കേൾക്കുക, വൈകി ഉറങ്ങുക അങ്ങനെ എന്തെല്ലാം. മെല്ലെ നടന്നാൽ ശബ്ദം കുറച്ചാൽ എന്താകുമെന്നോർത്ത് എനിക്ക് പേടിയായിരുന്നു. എന്റെ മനസ്സിനെ മാത്രം കേൾക്കേണ്ടിവരുമോ എന്ന് എനിക്ക് പേടിയായിരുന്നു.

എന്നാൽ അസുഖം വന്നുകഴിഞ്ഞപ്പോൾ പെട്ടെന്ന് ഇതെല്ലാം പറ്റാതെയായി. ഒരു ദിവസം റേഡിയോയിൽ ഉച്ചത്തിലുള്ള പാട്ട് കേട്ടപ്പോൾ എനിക്ക് പാനിക്ക് അറ്റാക്ക് ഉണ്ടായി. എരിവുള്ള ഭക്ഷണം കഴിച്ച് ഞാൻ കട്ടിലിൽ വിറച്ചും വിയർത്തും കിടന്നു. ആളുകൾ മദ്യവും മയക്കുമരുന്നും ഉപയോഗിക്കുന്നതിനെപ്പറ്റി പറയുമ്പോൾ എന്തെങ്കിലും ഉപയോഗിച്ച് എന്റെ ചിന്തകളെ നിയന്ത്രിക്കാൻ കഴിഞ്ഞിരുന്നെങ്കിൽ എന്ന് ഞാൻ ചിന്തിച്ചു. എന്റെ തലയിലെ ചുഴലിക്കാറ്റ് ഒന്ന് ശമിക്കാനായി ഞാൻ കൊക്കെയ്ൻ ഉപയോഗിക്കാൻ തയ്യാറായേനെ. എന്നാൽ ഇരുപത്തിനാലുവയസ്സിനും മുപ്പത്തിരണ്ട് വയസ്സിനുമിടയിൽ ഞാൻ ഒരു ഗ്ലാസ് വൈൻപോലും കഴിച്ചില്ല. ഞാൻ ശക്തനായതുകൊണ്ടല്ല, എന്തെങ്കിലും കഴിച്ചാൽ എന്റെ മനസ്സ് എന്റെ പിടിവിട്ട് പോയാലോ എന്ന് പേടിച്ചിട്ട്. ഒരു വേദനാസംഹാരിപോലും ഞാൻ അക്കാലത്ത് കഴിച്ചില്ല.

ആദ്യം എനിക്ക് അസുഖം വന്നപ്പോൾ ഞാൻ അമിതമായി മദ്യപിച്ചിരുന്നൊന്നും ഇല്ല. എനിക്ക് അസുഖം വന്ന ദിവസം ഞാൻ ഒരു തുള്ളി പോലും മദ്യപിച്ചിരുന്നില്ല. എന്റെ കേടുവന്ന മനസ്സ് ഒരു ത്രാസിലെന്ന പോലെ തോന്നിയിരുന്നു. മദ്യത്തിലേക്കൊരു കൈയ്യെത്തിപ്പിടിക്കൽ ഒരു വഴുതിവീഴൽ ആയെങ്കിലോ എന്ന് ഞാൻ പേടിച്ചു. ഇതായിരുന്നു പ്രശ്നം. എന്റെ മനസ്സ് വേറെ എന്തിലേക്കെങ്കിലും മാറ്റണമെന്ന് ഞാൻ കരുതുമ്പോൾ പക്ഷേ എനിക്കത് സാധിച്ചിരുന്നില്ല. ആൻഡ്രിയയുടെ ഗ്ലാസ്സിൽനിന്ന് വരുന്ന റെഡ് വൈനിന്റെ മണംപോലും എന്റെ തലച്ചോറിൽ ചെന്ന് എനിക്കെതിരെ പ്രവർത്തിക്കുമെന്ന് ഞാൻ പേടിച്ചു. എന്നാൽ അതൊരു നല്ല കാര്യമായി മാറി. എനിക്ക് എന്റെ മനസ്സിൽ

ശ്രദ്ധ കൊടുക്കാൻ കഴിഞ്ഞു. ഒരു പഴയ പേടിസിനിമയിലേതുപോലെ ഞാൻ കർട്ടൻ നീക്കിമാറ്റി പിറകിലെ സത്വത്തെ മുഖാമുഖം കാണുകയായിരുന്നു.

വർഷങ്ങൾക്കുശേഷം ധ്യാനത്തെപ്പറ്റിയൊക്കെ വായിച്ചറിഞ്ഞപ്പോൾ ഞാൻ തിരിച്ചറിഞ്ഞത് സന്തോഷത്തിന്റെ താക്കോൽ എപ്പോഴും സന്തോഷമുള്ള കാര്യങ്ങൾ ചിന്തിക്കുന്നതിലല്ല എന്നാണ്. അത് അസാധ്യമാണ്. സന്തോഷം മാത്രം അനുഭവിച്ചുകൊണ്ട് ബുദ്ധിയുള്ള ആർക്കും ജീവിക്കാൻ കഴിയില്ല. നിങ്ങളുടെ ചിന്തകളെ, നല്ലതും ചീത്തയുമായ എല്ലാ ചിന്തകളെയും അംഗീകരിക്കുന്നതിൽനിന്നാണ് നിങ്ങൾക്ക് സന്തോഷമുണ്ടാവുക. ഒരു ദുഃഖമോ തുടർച്ചയായ ദുഃഖങ്ങളോ ഉണ്ടാകുന്നതുകൊണ്ട് നിങ്ങൾ ദുഃഖഭരിതനായി മാറുന്നില്ല. നിങ്ങൾക്ക് ഒരു കൊടുങ്കാറ്റിലൂടെ നടക്കാം, കാറ്റിനെ അറിയാം. എങ്കിലും നിങ്ങൾ കാറ്റായി മാറുന്നില്ല. നമ്മുടെ മനസ്സും അങ്ങനെയാണ്. മനസ്സിന്റെ ഉയർച്ചതാഴ്ചകളെ നാം നമ്മെ ബാധിക്കാൻ അനുവദിക്കരുത്. ഇത് കാലാവസ്ഥയുടെ ഭാഗമായി അംഗീകരിക്കുക. ഇപ്പോൾ ഇടയ്ക്കിടെ വിഷാദം വന്നു മൂടുമ്പോൾ ഇതിൽ മുങ്ങിപ്പോകാത്ത, ഇതിലും ശക്തമായ, ഒരു സ്വത്വം എന്റെയുള്ളിലുണ്ട് എന്ന് ഞാൻ എന്നോടുതന്നെ പറയും. അത് കുലുങ്ങാതെ അങ്ങനെ നിൽക്കുകയാണ്. ഞാൻ ഒരിക്കൽ എന്റെ ആത്മാവ് എന്ന് വിളിച്ചിരുന്ന ഭാഗമാകാം അത്. അങ്ങനെ വിളിക്കണമെന്ന് നിർബന്ധമില്ല. വെറും സ്വത്വമെന്നും വിളിക്കാം. ഇത്രയും അറിയുക. ക്ഷീണമോ വിശപ്പോ തളർച്ചയോ ഉള്ളപ്പോൾ നമുക്ക് മോശം വികാരങ്ങൾ ഉണ്ടാകാം. അത് നമ്മുടെ സ്വത്വമായി മാറുന്നില്ല. അപ്പോൾ തോന്നുന്ന കാര്യങ്ങൾ നാം വിശ്വസിക്കാൻ പാടില്ല. കാരണം വിശപ്പ് മാറുകയോ ഉറങ്ങുകയോ ചെയ്യുമ്പോൾ ആ ചിന്ത മാറും.

എന്റെ ഏറ്റവും മോശം അവസ്ഥയിൽ ഞാൻ എന്റെ ഉള്ളിലെ ശക്തമായ ഒന്നിനെ കണ്ടെടുത്തു. മനസ്സിന്റെ ചിന്തകൾക്ക് അടിമപ്പെടാത്ത ഒരു സ്വത്വം. ആ സ്വത്വം ഞാൻ മാത്രമല്ല, നമ്മളാണ്. എന്നെയും നിങ്ങളെയും മനുഷ്യരായി ബന്ധിപ്പിക്കുന്ന ഒന്നാണ് അത്. നിലനിൽപ്പ്, ജീവിതം.

നിലനിൽപ്പിന്റെ ശക്തി. ജീവിതത്തിന്റെയും. നമുക്ക് മുൻപും ഇനി വരുന്നതുമായ തലമുറകളുടെ നിലനിൽപ്പ്. നമ്മുടെ മാനവികത. നിങ്ങൾ ഭൂമിയുടെ പ്രതലം ഒന്ന് കുഴിച്ചാൽ ന്യൂയോർക്ക് നഗരവും ലാഗോസും ഒരേപോലെയിരിക്കുമല്ലോ. അതേപോലെ ഓരോ മനുഷ്യനും ഒരേ സത്തയാണുള്ളത്. ഞാൻ നീയും നീ ഞാനുമാണ്. നാം തനിച്ചാകുമ്പോഴും തനിച്ചല്ല. സമയത്തിൽ കുടുങ്ങിക്കിടക്കുന്നവരാണ് നമ്മളെങ്കിലും നാം അനന്തതയുമാണ്. നാം മാംസമാണ്, എന്നാൽ നക്ഷത്രങ്ങളുമാണ്.

ചെറുതാകൽ

ഒരു മാസംമുൻപ് ഞാൻ നെവാർക്കിലെ എന്റെ മാതാപിതാക്കളുടെ വീട്ടിൽ പോയി. പഴയ വീടല്ല, പക്ഷേ അതേ തെരുവിലാണ് ഇപ്പോഴും അവർ താമസിക്കുന്നത്. അന്നത്തെ കടയൊക്കെ ഇപ്പോഴും അവിടെയുണ്ട്. എനിക്ക് തനിച്ച് നടന്നുപോയി പത്രം വാങ്ങാം, ബാക്കി പണം കിട്ടാനായി കാത്തുനിൽക്കാം. ഞാൻ കടന്നുപോയ വീടുകൾ ഇപ്പോഴും അതേ ഓറഞ്ച് ഇഷ്ടികകൾകൊണ്ട് തീർത്തവയാണ്. ഒരു മാറ്റവുമില്ല. നിങ്ങളുടെ മനസ്സ് ഇത്രത്തോളം മാറുമ്പോഴും ലോകം പഴയതുപോലെ മുന്നോട്ടുപോകുന്നത്ര നിങ്ങളെ ചെറുതായി തോന്നിപ്പിക്കുന്ന മറ്റൊരു കാര്യമില്ല. ഇത്രയും സ്വാതന്ത്ര്യം തരുന്ന മറ്റൊരു കാര്യമില്ല. നിങ്ങൾ എത്ര ചെറുതാണ് ഈ ലോകത്തിൽ എന്നത് അംഗീകരിക്കുക.

എങ്ങനെ ജീവിക്കാം (ഞാൻ എപ്പോഴും പാലിക്കാറില്ലാത്ത നാൽപ്പത് ഉപദേശശകലങ്ങൾ)

1. സന്തോഷം ഉള്ളപ്പോൾ അത് ആസ്വദിക്കുക.
2. മെല്ലെ കുടിക്കുക, ഒറ്റയിറക്കിന് വിഴുങ്ങരുത്.
3. അവനവനോട് സൗമ്യത കാട്ടുക. കുറച്ചു ജോലി ചെയ്തു കൂടുതൽ ഉറങ്ങുക.
4. നിങ്ങൾക്ക് മാറ്റാൻ പറ്റാത്തതായി നിങ്ങളുടെ ഭൂതകാലത്തിൽ യാതൊന്നുമില്ല.
5. ചൊവ്വാഴ്ചകളെയും ഒക്ടോബറുകളെയും ഒന്ന് സൂക്ഷിക്കുക.
6. കുർട്ട് വോണിഗട്ട് പറഞ്ഞത് നേരാണ്, 'എഴുതുകയോ വായിക്കുകയോ ചെയ്യുന്നതുപോലെ ധ്യാനാത്മകമായ മറ്റൊന്നുമില്ല.'
7. സംസാരിക്കുന്നതിലും കൂടുതൽ കേൾക്കുക.
8. വെറുതെയിരിക്കുന്നതിൽ കുറ്റബോധം വേണ്ട. ലോകത്തിൽ നടന്ന ദുരന്തങ്ങളിൽ പലതും ജോലിയിൽനിന്ന് ഉണ്ടായതാണ്. എന്നാൽ നിങ്ങളുടെ വെറുതെയിരിക്കൽ ആസ്വദിക്കുക.
9. നിങ്ങൾ ശ്വസിക്കുന്നുണ്ട് എന്നത് മനസ്സറിഞ്ഞുചെയ്യുക.
10. എവിടെയായാലും ഏത് സമയത്തായാലും മനോഹരമായ എന്തെങ്കിലും കണ്ടെത്താൻ ശ്രമിക്കുക. ഒരു മുഖം, കവിതയുടെ ഒരു വരി, മേഘം, ചുവരിലെ ചിത്രങ്ങൾ... അങ്ങനെ എന്തെങ്കിലും. മനോഹാരിത മനസ്സിനെ ശുദ്ധമാകും.
11. വെറുപ്പ് ഉള്ളിൽ കൊണ്ടുനടക്കുന്നതിൽ കാര്യമില്ല. നിങ്ങളെ കുത്തിയതിനു പകരമായി ഒരു തേളിനെ നിങ്ങൾ വിഴുങ്ങുന്നത് പോലെയാണത്.
12. ഓടാൻ പോകൂ. യോഗ ചെയ്യൂ.
13. ഉച്ചയ്ക്കുമുൻപ് കുളിക്കൂ.
14. ആകാശത്തിലേക്ക് നോക്കൂ. പ്രപഞ്ചത്തെപ്പറ്റി ചിന്തിക്കൂ. നിങ്ങൾ എത്ര ചെറുതാണെന്നും ലോകം എത്ര വലിയതാണെന്നും തിരിച്ചറിയൂ.
15. അനുകമ്പയുള്ളവരാകൂ.

16. ചിന്തകൾ ചിന്തകളാണെന്ന് തിരിച്ചറിയൂ. അവ യുക്തിക്ക് നിരക്കുന്നവയല്ലെങ്കിൽ അവയോട് കലഹിക്കൂ. നിങ്ങൾ നിങ്ങളുടെ മനസ്സിന്റെ നിരീക്ഷകരാണ്, ഇരകളല്ല.
17. ലക്ഷ്യമില്ലാതെ ടിവി കാണരുത്. ലക്ഷ്യമില്ലാതെ സോഷ്യൽ മീഡിയ ഉപയോഗിക്കരുത്. നിങ്ങൾ ചെയ്യുന്നതിനെപ്പറ്റി, എന്തിന് അത് ചെയ്യുന്നു എന്നൊക്കെ അവബോധമുണ്ടായിരിക്കുക. ടിവിയെ വില കുറച്ചുകാണരുത്. അതിന് വില കൊടുക്കൂ. അളന്നുതൂക്കി കാണൂ. കണക്കില്ലാത്ത ശ്രദ്ധതിരിയലുകൾ വേണ്ട.
18. ഇരിക്കൂ. കിടക്കൂ. അനങ്ങാതെ ഇരിക്കൂ. ഒന്നും ചെയ്യാതെയിരിക്കൂ. ശ്രദ്ധിക്കൂ. മനസ്സ് പറയുന്നത് കേൾക്കൂ.
19. സംഭവിക്കാൻ സാധ്യതയില്ലാത്ത കാര്യങ്ങളെപ്പറ്റി വിഷമിക്കാതെയിരിക്കൂ.
20. മരങ്ങളെ നോക്കൂ. മരങ്ങളുടെ അടുത്ത് നിൽക്കൂ. മരങ്ങൾ നടൂ.
21. യൂട്യൂബിലെ യോഗഅധ്യാപകർ പറയുന്നതുപോലെ ഭൂമിയെ കാൽകൊണ്ട്, ചുംബിക്കുന്നതുപോലെ നടക്കൂ.
22. ജീവിക്കൂ. സ്നേഹിക്കൂ. വിട്ടുകളയൂ.
23. മദ്യത്തിന്റെ കണക്ക്. വൈൻ സ്വയം ഗുണിക്കും. കൂടുതൽ കഴിക്കുംതോറും കൂടുതൽ കഴിച്ചുകൊണ്ടിരിക്കും. ഒരു ഗ്ലാസ്സിൽ നിറുത്താൻ പാടാണെങ്കിൽ മൂന്നിൽ നിറുത്താൻ അതിലേറെ പാടാണ്.
24. വ്യത്യാസം ശ്രദ്ധിക്കുക. നിങ്ങൾ ഇപ്പോൾ ഉള്ള ഇടവും നിങ്ങൾ ആഗ്രഹിക്കുന്ന ഇടവും തമ്മിലുള്ള അകലം ശ്രദ്ധിക്കുക. അതേപ്പറ്റി വെറുതെ ചിന്തിച്ചാൽ ആ അകലം കൂടും. നിങ്ങൾ അതിൽ പെട്ടുപോകും.
25. വായിച്ചുതീർക്കുന്നതിനെപ്പറ്റി ചിന്തിക്കാതെ ഒരു പുസ്തകം വായിക്കുക. ഓരോ വാക്കും വരിയും ഖണ്ഡികയും ആസ്വദിക്കുക. പുസ്തകം തീരാനോ തീരാതിരിക്കാനോ ആഗ്രഹിക്കാതെയിരിക്കുക.
26. മറ്റുള്ളവരോടുള്ള അനുകമ്പയുടെയത്ര നിങ്ങളെ സൗഖ്യപ്പെടുത്തുന്ന ഒരു മരുന്നുമില്ല.
27. സാഹിത്യത്തിലെ ഏറ്റവും വലിയ വിഷാദരോഗിയായ ഹാംലെറ്റ് റോസൻക്രാന്റ്സിനോടും ഗില്ഡൺസ്റ്റണിനോടും പറഞ്ഞത് ഓർമ്മിക്കുക 'നല്ലതോ ചീത്തയോ എന്നൊന്നില്ല, ചിന്തകളാണ് നല്ലതും ചീത്തയും നിർമ്മിക്കുന്നത്.'
28. ആരെങ്കിലും നിങ്ങളെ സ്നേഹിക്കുന്നുണ്ടെങ്കിൽ അവരെ സ്നേഹിക്കാൻ അനുവദിക്കുക. ആ സ്നേഹത്തിൽ വിശ്വസിക്കുക. ഒരു കാര്യവുമില്ലെന്നു തോന്നുമ്പോൾപോലും അവർക്കുവേണ്ടി ജീവിക്കുക.

29. ലോകം നിങ്ങളെ മനസ്സിലാക്കണം എന്നൊന്നുമില്ല. അത് സാരമില്ല. ചില ആളുകൾക്ക് അവർ അനുഭവിക്കാത്ത കാര്യങ്ങൾ മനസ്സിലാകില്ല. ചിലർക്ക് മനസ്സിലാകും. അതിനോട് നന്ദി കാണിക്കുക.

30. ജൂൾസ് വെൺ പറഞ്ഞ 'ജീവിക്കുന്ന അനന്തതയെ' ഓർക്കുക. കടൽ പോലെയാണ് സ്നേഹത്തിന്റെ ലോകം. അതിൽ ആണ്ടു മുങ്ങിയാൽ നാം അനന്തത അറിയുകയും നമ്മുടെ രക്ഷയുടെ ഇടം കണ്ടെത്തുകയും ചെയ്യും.

31. വെളുപ്പിന് മൂന്നുമണിക്കല്ല ജീവിതത്തിലെ പ്രശ്നങ്ങൾ പരിഹരിക്കേണ്ടത്.

32. നിങ്ങളെപ്പറ്റി വിചിത്രമായ ഒന്നുമില്ലെന്ന് ഓർക്കുക. നിങ്ങൾ മനുഷ്യനാണ്. നിങ്ങൾ ചെയ്യുന്ന കാര്യങ്ങൾ സ്വാഭാവികമാണ്. നിങ്ങൾ ഈ ലോകത്തിലാണ്. ഈ ലോകം നിങ്ങളെയും ഉൾക്കൊള്ളുന്നു. എല്ലാം തമ്മിൽ ബന്ധപ്പെട്ടിരിക്കുന്നു.

33. നല്ലതിലും ചീത്തയിലും ജയത്തിലും തോൽവിയിലും ഒന്നും വിശ്വസിക്കരുത്. നിങ്ങളുടെ ജീവിതത്തിലെ സന്തോഷം നിറഞ്ഞ ദിവസങ്ങളിലും സങ്കടമോ ഭീതിയോ നിറഞ്ഞ ദിവസത്തിലും നിങ്ങളുടെയുള്ളിൽ മാറാത്ത ഒരു സത്തയുണ്ട്. അതാണ് പ്രധാനം.

34. വിഷാദത്തിൽ നഷ്ടപ്പെട്ട സമയം ഓർത്തു വിഷമിക്കരുത്. പിന്നീടുള്ള സമയത്തിന്റെ മൂല്യം ഇരട്ടിച്ചതായി കരുതുക.

35. അവനവനോട് സുതാര്യമായിരിക്കുക. നിങ്ങളുടെ മനസ്സിനെ ഒരു ഗ്രീൻ ഹൗസ് ആക്കി മാറ്റുക. നിരീക്ഷിക്കുക.

36. എമിലി ഡിക്കിൻസനെ വായിക്കുക. ഗ്രഹാം ഗ്രീൻ. ഇറ്റാലോ കാൽവിനോ, മായാ ആന്ജെലോ. വേണ്ടതെല്ലാം വായിക്കുക. പുസ്തകങ്ങൾ സാധ്യതകളാണ്. പുസ്തകങ്ങൾ രക്ഷാമാർഗ്ഗങ്ങളാണ്. നിങ്ങളുടെ മുൻപിൽ വഴികളില്ലാത്തപ്പോൾ വഴി തുറക്കുന്നതാണ് വായന. വേരറ്റ ഒരു മനസ്സിന് വീടായി മാറും പുസ്തകം.

37. സൂര്യപ്രകാശമുണ്ടെങ്കിൽ പുറത്തിറങ്ങുക.

38. ഭൂമിയിലെ ജീവിതത്തിന്റെ ഒരു പ്രധാന ഘടകം മാറ്റമാണ്. കാറുകൾ തുരുമ്പിക്കും. കടലാസ്സ് മഞ്ഞയാകും. ടെക്നോളജി പഴയതാകും. പുഴുക്കൾ ചിത്രശലഭങ്ങളാകും. രാവ് പകലാകും. വിഷാദം മാറും.

39. വിശ്രമിക്കാൻ സമയമില്ല എന്ന് തോന്നുമ്പോൾ ഓർമ്മിക്കുക, ഈ നിമിഷത്തിലാണ് വിശ്രമിക്കാൻ സമയം കണ്ടെത്തേണ്ടത്.

40. ധൈര്യമായിരിക്കുക. ശക്തരായിരിക്കുക. ശ്വസിക്കുക. മുന്നോട്ടു പോവുക. പിന്നീട് നിങ്ങൾ സ്വയം നന്ദി പറയും.

ജീവിതത്തിൽ ഇനി ഒന്നും ആസ്വദിക്കില്ല എന്ന് കരുതിയതിനുശേഷം ഞാൻ ആസ്വദിച്ച കാര്യങ്ങൾ

സൂര്യോദയങ്ങൾ, അസ്തമനങ്ങൾ, നമ്മുടേതല്ലാത്ത, രാത്രിയിൽ തിളങ്ങുന്ന ആയിരക്കണക്കിന് സൂര്യന്മാർ, നക്ഷത്രങ്ങൾ. പുസ്തകങ്ങൾ. തണുത്ത ബിയർ. ശുദ്ധവായു. പട്ടികൾ. കുതിരകൾ. മഞ്ഞച്ചുതുടങ്ങിയ പേപ്പർബാക്ക് പുസ്തകങ്ങൾ. വെളുപ്പിന് ഒരുമണിക്ക് തൊലിയോട് ചേരുന്ന തൊലി. നീണ്ട, അർത്ഥവത്തായ ചുംബനങ്ങൾ. ചെറിയ, സൗമ്യമായ ചുംബനങ്ങൾ. (എല്ലാത്തരം ചുംബനങ്ങളും). തണുത്ത സ്വിമ്മിങ്പൂളുകൾ. കടൽ. നദികൾ. കായലുകൾ. കുളങ്ങൾ. ചെളിക്കുഴികൾ. ആർത്തുകത്തുന്ന തീ. പബ് ഭക്ഷണം. പുറത്തിരുന്ന് തിന്ന ഒലീവുകൾ. സിനിമാതിയേറ്ററിൽ വെളിച്ചം മെല്ലെ കെടുന്നത്, മടിയിലെ ചൂട് പോപ്കോൺ. സംഗീതം. സ്നേഹം. തെളിഞ്ഞ വികാരങ്ങൾ. സ്വിമ്മിങ്പൂളുകൾ. പീനട്ട് ബട്ടർ സാൻഡ്‌വിച്ച്. ഇറ്റലിയിലെ പ്രഭാതങ്ങളിൽ അറിയുന്ന പൈൻമണം. ഒരുപാട് നേരം ഓടി വന്ന് വെള്ളം കുടിക്കുന്നത്. ആരോഗ്യത്തെപ്പറ്റി ഒരുപാട് പേടിച്ചശേഷം പ്രശ്നമൊന്നുമില്ല എന്ന് അറിയുന്നത്. ഒരു ഫോൺകോൾ വരുന്നത്. എന്നെ ഏറ്റവും നന്നായി അറിയുന്ന ആളോട് സംസാരിക്കുന്നത്. പിക്നിക്കുകൾ. ബോട്ട് യാത്രകൾ. എന്റെ മകൻ ജനിക്കുന്നത് കണ്ടത്. എന്റെ മകളെ ആദ്യം നീന്താൻ കൊണ്ടുപോയത്. ദി ടൈഗർ ഹൂ കേം റ്റു ടീ കടുവയുടെ ശബ്ദത്തിൽ വായിച്ചത്. എന്റെ മാതാപിതാക്കളോട് രാഷ്ട്രീയം ചർച്ച ചെയ്യുന്നത്. റോമൻ ഹോളിഡേ. ആദ്യമായി വിഷാദത്തെപ്പറ്റി ഓൺലൈൻ സംസാരിച്ചത്. നല്ല പ്രതികരണം ലഭിച്ചത്. കാന്യെ വെസ്റ്റിന്റെ ആദ്യ ആൽബം. കൺട്രി മ്യൂസിക്ക്. ബീച്ച് ബോയ്സ്. യൂട്യൂബിലെ പഴയ പാട്ടുകൾ. ലിസ്റ്റുകൾ. വെയിലുള്ള ഒരു ദിവസം പാർക്ക് ബെഞ്ചിൽ ഇരിക്കുന്നത്. ഇഷ്ടമുള്ള എഴുത്തുകാരെ നേരിൽ കാണുന്നത്. ഫോറിൻ റോഡുകൾ. റം കോക്ടെയിലുകൾ. മേലോട്ടും കീഴോട്ടും ചാടുന്നത് (അവർ എന്റെ പുസ്തകം പ്രസിദ്ധീകരിക്കാൻ പോകുന്നു, ജീസസ് ക്രൈസ്റ്റ്, എന്റെ പുസ്തകം ഇറങ്ങാൻ പോകുന്നു.) ഹിച്ച്കോക്ക് സിനിമകൾ. രാത്രി ഡ്രൈവ് ചെയ്യുമ്പോൾ തിളങ്ങുന്ന

നഗരങ്ങൾ. ചിരി. അതെ, വയർ വേദനിക്കുന്നതുപോലെയുള്ള ചിരി. ചിരിച്ചു വയർ ഉളുക്കി വയർ താങ്ങിപ്പിടിച്ചുകൊണ്ട് വീണ്ടും ചിരിക്കുന്നത്. ഒരു പുതിയ ജെഫ് ഡയർ പുസ്തകം വായിച്ചത്. ഒരു പഴയ ഗ്രഹാം ഗ്രീൻ പുസ്തകം വായിച്ചത്. കുന്നുകൾ ഓടിയിറങ്ങിയത്. ക്രിസ്മസ് ട്രീ. പുതിയ വീടിന്റെ ഭിത്തി പെയിന്റ് അടിച്ചത്. വൈറ്റ് വൈൻ. വെളുപ്പിന് മൂന്നുമണിക്ക് നൃത്തം ചെയ്തത്. വാനില ഫഡ്ജ്. വാസാബി പയർ. എന്റെ കുട്ടികളുടെ തമാശകൾ. നീന്തുന്ന താറാവുകൾ. ഞാൻ എത്തില്ല എന്ന് കരുതിയ ഒരു പ്രായത്തിൽ എത്തുന്നത് മുപ്പത്തഞ്ച്, മുപ്പത്താറ്, മുപ്പത്തേഴ്, മുപ്പത്തെട്ട്, മുപ്പത്തൊൻപത്. സുഹൃത്തുക്കളോട് സംസാരിക്കുന്നത്. അപരിചിതരോട് സംസാരിക്കുന്നത്. നിങ്ങളോട് സംസാരിക്കുന്നത്. ഈ പുസ്തകം എഴുതിയത്. ഏറെ നന്ദി.

തുടർവായന

ബാഡ് ഫാർമ: ഹൗ മെഡിസിൻ ഈസ് ബ്രോക്കൺ, ആൻഡ് ഹൗ വീ കാൻ ഫിക്സ് ഇറ്റ്, ബെൻ ഗോൾഡ്ഏക്കർ (ഫോർത്ത് എസ്റ്റേറ്റ്, 2012)

മരുന്ന് വ്യവസായത്തിലെ പിന്നാമ്പുറകാഴ്ചകൾ.

ഡാർക്ക്നെസ് വിസിബിൾ: എ മെമോർ ഓഫ് മാഡ്നസ്, വില്യം സ്റ്റിറോൺ (വിന്റേജ്, 2001).

1989-ലെ ഈ പ്രശസ്ത ഓർമ്മക്കുറിപ്പ് അതിമനോഹരമായി എഴുതിയ അനുഭവമാണ്. ഹാൽസിയോൻ എന്ന ഉറക്കമരുന്നു കഴിച്ച തിനെപ്പറ്റിയുള്ള ഈ പുസ്തകം തെറ്റായ മരുന്ന് കഴിക്കുന്നതിന്റെ അപകടങ്ങളെപ്പറ്റിയാണ്.

ദി ഡെപ്ത്ത്സ്: ദി ഇവലൂഷനറി ഒറിജിൻസ് ഓഫ് ദി ഡിപ്രഷൻ എപിഡെമിക്ക്, ജോനാഥൻ റോട്ടൻബർഗ് (ബേസിക്ക് ബുക്സ്, 2014)

പരിണാമ കാഴ്ചപ്പാടിൽനിന്ന് വിഷാദത്തെ മനസ്സിലാക്കാനുള്ള ഏറ്റവും മികച്ച പുസ്തകം.

മാഡ്നസ് ആൻഡ് സിവിലൈസേഷൻ, മിഷേൽ ഫൂക്കോ (റൂട്ട് ലെഡ്ജ് ക്ളാസിക്സ്, 2006)

മനസ്സിനേക്കാൾ സമൂഹത്തെ മനസ്സിലാക്കാൻ ശ്രമിക്കുന്ന ഒരു കിറുക്കൻ വിവാദ പുസ്തകം.

ദി മാൻ ഹൂ കുഡ് നോട്ട് സ്റ്റോപ്പ്: ഒസിഡി ആൻഡ് ദി ട്രൂ സ്റ്റോറി ഓഫ് എ ലൈഫ് ലോസ്റ്റ് ഇൻ തോട്ട്, ഡോക്ടർ ഡേവിഡ് ആദം (പിക്കാഡോർ, 2014)

സ്വകാര്യഅനുഭവങ്ങൾ ഏറെ നിറഞ്ഞ ഒരു ഗംഭീരപുസ്തകം.

മേക്കിങ് ഫ്രെണ്ട്സ് വിത്ത് ആംക്സൈറ്റി: എ വാം, സപ്പോർട്ടീവ് ലിറ്റിൽ ബുക്ക് റ്റു ഈസ് വറി ആൻഡ് പാനിക്, സാറാ റെയ്നർ (ക്രിയേറ്റ് സ്പേസ്, 2014)

നിങ്ങളുടെ ഉത്കണ്ഠയെ എങ്ങനെ കൈകാര്യം ചെയ്യണമെന്ന് പറഞ്ഞുതരുന്ന ലളിതമായ ഒരു പുസ്തകം.

മൈൻഡ്ഫുൾനെസ്: എ പ്രാക്റ്റിക്കൽ ഗൈഡ് റ്റു ഫൈൻഡിങ് പീസ് ഇൻ എ ഫ്രാൻറ്റിക് വേൾഡ്, പ്രൊഫസർ മാർക്ക് വില്യംസ് ആൻഡ് ഡോക്ടർ ഡാനി പെൻമാൻ. (പിയറ്റ്കസ്, 2011)

മൈൻഡ്ഫുൾനെസിനെ സംശയിക്കുന്ന ആളുകൾ ഒരുപാടുണ്ട്. എന്നാൽ ജീവിതത്തിന്റെ ശ്വാസമെടുക്കാൻ കഴിയാത്ത വാചകത്തിൽ ഒരു കോമയിടാൻ ഈ പുസ്തകം സഹായിക്കും.

ദി നൂൺഡേ ഡീമൻ: ആൻ അനാട്ടമി ഓഫ് ഡിപ്രഷൻ, ആൻഡ്രൂ സോളമൻ (ചാറ്റോ ആൻഡ് വിൻഡസ്, 2001)

വിഷാദത്തെപ്പറ്റിയുള്ള വളരെ മികച്ച ഒരു പുസ്തകമാണിത്. ഇതിൽ രോഗനിർണ്ണയവും ചികിത്സയും പ്രധാന വിഷയമാകുന്നു.

സേൻ ന്യൂ വേൾഡ്: ടെയ്മിങ് ദി മൈൻഡ്, റൂബി വാക്സ് (ഹോഡർ, 2014)

മൈൻഡ്ഫുൾനെസിന് പ്രാധാന്യം കൊടുക്കുന്ന തമാശകൾ നിറഞ്ഞ ഒരു പുസ്തകം.

വൈ സീബ്രാസ് ഡോണ്ട് ഗെറ്റ് അൾസേർസ്: ദി അക്ലൈംഡ് ഗൈഡ് ടു സ്ട്രെസ്, സ്ട്രെസ് റിലേറ്റഡ് ഡിസീസസ് ആൻഡ് കോപ്പിങ്, ഡോക്ടർ റോബർട്ട് എം സപോള്സ്കി (ഹെൻറി ഹോൾട്ട്, 2004)

സ്ട്രെസും ശരീരവും തമ്മിലുള്ള ബന്ധത്തെപ്പറ്റി പ്രതിപാദിക്കുന്ന മികച്ച ഒരു പുസ്തകം.

ഒരു കുറിപ്പ്, നന്ദി

വില്ലി നെൽസൺ ഒരിക്കൽ പറഞ്ഞത് ഒന്നെങ്കിൽ ഒരു പാട്ടെഴുതണം, അല്ലെങ്കിൽ കാൽ ജനാലചില്ലിലൂടെ തൊഴിക്കണം എന്നാണ്. മൂന്നാമത്തെ ഓപ്ഷൻ ഒരു പുസ്തകം എഴുതുക എന്നതാണ്. ഈ പുസ്തകം എഴുതണമെന്ന് കുറെ നാളായി ഞാൻ കരുതുന്നതാണ്. എന്നാൽ സ്വകാര്യ അനുഭവങ്ങൾ നിറഞ്ഞതുകൊണ്ട് ഇതെഴുതൽ അത്ര എളുപ്പമായിരുന്നില്ല. ചില മോശം അവസ്ഥകൾ പുനർജീവിക്കാൻ കാരണമാകുമോ എന്ന പേടിയുമുണ്ടായിരുന്നു എനിക്ക്. കുറെ കാലമായി ഞാൻ കഥകളിലൂടെ എന്റെ അനുഭവം എഴുതുന്നു. രണ്ടുവർഷം മുൻപ് *ദി ഹ്യൂമൻസ്* എന്നൊരു പുസ്തകം എഴുതി. ആ നോവലിലാണ് ഞാൻ ആദ്യമായി എന്റെ അസുഖത്തെപ്പറ്റി എഴുതുന്നത്. അതൊരു സാധാരണ സയൻസ് ഫിക്ഷൻ കഥയായിരുന്നു. ഭൂമിയിൽ എത്തുന്ന ഒരു അന്യഗ്രഹജീവി മെല്ലെ മനുഷ്യത്വത്തെപ്പറ്റി മനസ്സിലാക്കുന്ന കഥ. എങ്കിലും സത്യത്തിൽ ഈ കഥ വിഷാദത്തിന്റെ ഒറ്റപ്പെടലിനെപ്പറ്റിയാണ്. എങ്ങനെ വീണ്ടും ലോകത്തെ സ്നേഹിച്ചു തുടങ്ങാം എന്നതിനെപ്പറ്റി. പുസ്തകത്തിന്റെ ഒടുവിൽ ഉള്ള കുറിപ്പിൽ ഞാൻ എന്റെ വിഷാദരോഗാനുഭവത്തെപ്പറ്റി പറയുന്നുണ്ട്. അത്ര ചെറിയ ഒരു തുറന്നുപറച്ചിൽ തന്നെ എനിക്ക് വലിയ സ്നേഹമാണ് നേടിത്തന്നത്. എന്റെ വേവലാതികൾ ഒക്കെ വെറുതെയായിരുന്നു എന്നെനിക്ക് മനസ്സിലാക്കിത്തന്ന അനുഭവമാണത്. തുറന്നുപറഞ്ഞപ്പോൾ ഇതേ അനുഭവമുള്ള ധാരാളം ആളുകളുണ്ട് എന്നെനിക്ക് അറിയാനായി. നമുക്ക് ആർക്കുംതന്നെ 100 ശതമാനം ശാരീരിക ആരോഗ്യം ഇല്ലാത്തതുപോലെ തന്നെ മാനസിക ആരോഗ്യവും ഇല്ല. പിന്നീട് ഞാൻ എന്റെ അനുഭവങ്ങളെപ്പറ്റി ഓൺലൈനിൽ എഴുതി. എങ്കിലും ഈ പുസ്തകം എഴുതുമെന്ന് എനിക്ക് ഉറപ്പില്ലായിരുന്നു. കാത്തി റെന്റ്സെൻബ്രിങ്ക് ആണ് എന്നോട് പുസ്തകമെഴുതാൻ പറഞ്ഞത്. പുസ്തകങ്ങളെയും അവ പറയുന്ന നന്മയെയും ചേർത്തു പിടിക്കുന്ന ആളാണ് കാത്തി. ഇതാ, ഈ പുസ്തകം. നിങ്ങൾക്ക് ഇഷ്ടപ്പെടുമെന്ന് കരുതുന്നു.

ഒരു നല്ല എഡിറ്റർ ഇല്ലാതെ പുസ്തകം പുസ്തകമാകില്ല. പുസ്തകം എത്ര വേണമെങ്കിലും നമുക്ക് തിരുത്താം, ജീവിതം പക്ഷേ ആദ്യ

ഡ്രാഫ്റ്റിൽ, പകർപ്പിൽ, വരണം. എഡിറ്റർക്ക് നന്ദി പറയൽ ഒരു രീതിയാണെങ്കിലും ഫ്രാൻസിസ് ബിൽമോറിന്റെ പങ്ക് വളരെ വലിയ താണ്. അദ്ദേഹത്തിന്റെ നിർദേശങ്ങൾ എനിക്ക് ഏറെ ഉപകാരപ്പെട്ടു. ഈ പുസ്തകത്തിന്റെ സ്വഭാവം അംഗീകരിച്ചതിൽ എനിക്ക് അദ്ദേഹ ത്തോട് നന്ദിയുണ്ട്. ഇത് ഓർമ്മക്കുറിപ്പാണോ സ്വയംസഹായ പുസ്ത കമാണോ എന്നൊന്നും അദ്ദേഹം ചോദിച്ചില്ല. അതുകൊണ്ടാണ് കാനൻഗേറ്റ് ഒരു മികച്ച പ്രസിദ്ധീകരണശാലയായി മാറുന്നത്. വ്യത്യ സ്തമായി എന്തെങ്കിലും ചെയ്താൽ അവർ അത് അംഗീകരിക്കുമെന്നും അതുമായി മുന്നോട്ടുപോകുമെന്നും എനിക്ക് ഉറപ്പുണ്ട്. അവർ എന്റെ അനുഗ്രഹമാണ്. എന്റെ കരിയർ മാറ്റിമറിച്ചത് അവരാണ്. ജെയ്മി ബിങ്ങിനും അവിടെ ജോലി ചെയ്യുന്ന ജെന്നി ടോഡ്, ആൻഡ്രിയ ജോയ്സ്, കെയ്റ്റി മോഫാറ്റ്, ജാസ് ലേസി കാംപ്ബെൽ, അന്ന ഫ്രെയിം, വിക്കി റുഥർഫോർഡ്, സൈൻ ഗിബ്സൺ, ജോ ഡിങ്ലി എന്നിവർക്കെല്ലാം നന്ദി. എന്റെ ഏജന്റ് ക്ലെയർ കോൺവിളിനും ഏറെ നന്ദി. എനിക്ക് ഉറപ്പില്ലാതിരുന്ന സമയത്ത് എനിക്ക് ധൈര്യം തന്നത് ക്ലെയർ ആണ്. ഈ പുസ്തകത്തെ അതിന്റെ ശരിയായ ദിശയിലേക്ക് നയിച്ചത് അവരാണ്.

ഈ കാലത്തിനിടെ എന്നെ എഴുതാൻ സഹായിച്ച എല്ലാവർക്കും നന്ദി. താന്യ സെഗാചിയാൻ, ജാനറ്റ് വിന്റർസെൻ, സ്റ്റീഫൻ ഫ്രൈ, എസ്ജെ വാട്സൺ, ജൊവാൻ ഹാരിസ്, ജൂലിയ കിങ്സ്ഫോർഡ്, നതാലി ഡോഹെർട്ടി, ആനി ഈറ്റൺ, അമാൻഡ ക്രെയ്ഗ്, കാർഡോക്ക് കിംഗ്, അമാൻഡ റോസ്... അങ്ങനെ എത്ര പേര്. എന്റെ കൂടെനിന്ന എല്ലാ പുസ്തകവില്പനക്കാർക്കും നന്ദി. പ്രത്യേകിച്ച് ദി ഹ്യൂമൻസിനെ ആദരിക്കാൻ പീനട്ട് ബട്ടറും സ്പെഷ്യൽ ബാഡ്ജ് ഓഫ് ഓണറും ഒക്കെ ഉണ്ടാക്കിയ ലൈല സ്കെൽട്ടന്.

ഈ പുസ്തകത്തിന്റെ വിശേഷം ആളുകളിൽ എത്തിച്ച ഫേസ് ബുക്കിനും ടിറ്ററിനും നന്ദി. പ്രത്യേകിച്ച് റീസൺസ് ടു സ്റ്റേ അലൈവ് അധ്യായങ്ങൾ എഴുതാൻ പ്രചോദനമായ എഴുതിയ എല്ലാ ടിറ്റർ മാർക്കും നന്ദി. നിങ്ങളൊക്കെയാണ് എന്നെ നേരെ നിറുത്തിയത്. എന്റെ കുടുംബത്തിന്റെ തുറന്ന മനസ്സാണ് ഈ പുസ്തകം എഴുതാൻ എന്നെ സഹായിച്ചത്. അച്ഛനും അമ്മയ്ക്കും ഫീബിക്കും ഫ്രഡയ്ക്കും ആൽ ബർട്ട്, ഡേവിഡ്, കാതറിൻ എല്ലാവർക്കും നന്ദി. ഓരോ ദിവസവും ജീവിക്കാനുള്ള കാരണങ്ങൾ നൽകുന്ന ലൂക്കാസിനും പേളിനും നന്ദി.

തീർച്ചയായും, ആൻഡ്രിയയ്ക്ക് എല്ലാത്തിനും നന്ദി.

അനുമതിക്കുറിപ്പ്

കോപ്പിറൈറ്റിൽ ഉള്ള കൃതികളുടെ ഭാഗങ്ങൾക്ക് അനുമതി വാങ്ങാനുള്ള എല്ലാ ശ്രമങ്ങളും ഈ പുസ്തകം നടത്തിയിട്ടുണ്ട്. ഇതിൽ എന്തെങ്കിലും അബദ്ധവശാൽ വിട്ടുപോയിട്ടുണ്ടെങ്കിൽ അതിന്റെ പേരിൽ പ്രസാധകർ ക്ഷമ ചോദിക്കുന്നു. എന്തെങ്കിലും തിരുത്തുകൾ ശ്രദ്ധയിൽപ്പെടുന്നവശം അത് തിരുത്താനും വരും എഡിഷനുകളിൽ ഉൾപ്പെടുത്താനും അതീവശ്രദ്ധ പുലർത്തുന്നതായിരിക്കും.

മുറകാമിയുടെ 'കാഫ്ക ഓൺ ദി ഷോർ', 'വാട്ട് ഐ ടോക്ക് എബൌട്ട് വെൻ ഐ ടോക്ക് എബൌട്ട് റണ്ണിങ്' എന്നീ പുസ്തകഭാഗങ്ങൾക്ക് റാൻഡം ഹൗസ് ഗ്രൂപ്പ് ലിമിറ്റഡിൽനിന്നും കർട്ടിസ് ബ്രൗൺ ലിറ്ററി ആൻഡ് ടാലന്റ് ഏജൻസിയിൽ നിന്നും അനുമതി നേടിയിട്ടുണ്ട്.

ആൻ സെക്സ്റ്റൺ ഉദ്ധരണി എസ്.എൽ.എൽ./സ്റ്റെർലിങ് ലോർഡ് ലിറ്ററിസ്റ്റിക്ക് ഇൻകോർപ്പറേറ്റഡിൽനിന്നും അനുമതി നേടിയിട്ടുണ്ട്.

പ്രഭാ സക്കറിയാസ്

1985-ൽ കോട്ടയത്ത് ജനിച്ചു. സി.എം.എസ്. കോളേജ് കോട്ടയം, സേക്രഡ് ഹാർട്ട് കോളേജ് തേവര എന്നിവിടങ്ങളിൽനിന്ന് ഇംഗ്ലീഷ് സാഹിത്യത്തിൽ ബിരുദവും ബിരുദാനന്തര ബിരുദവും. ഹൈദരാബാദിലെ ഇംഗ്ലീഷ് ആൻഡ് ഫോറിൻ ലാൻഗ്വേജസ് സർവകലാശാലയിൽനിന്ന് ഇംഗ്ലീഷ് സാഹിത്യത്തിൽ എം.ഫിൽ. നേടി. ഡൽഹിയിലെ ജവഹർലാൽ നെഹ്റു സർവകലാശാലയിൽ പിഎച്ച്.ഡി.ചെയ്യുന്നു.

സച്ചിദാനന്ദൻ എഡിറ്റു ചെയ്ത നാലാമിടം എന്ന ബ്ലോഗ് കവിതാ സമാഹാരത്തിൽ കവിതകൾ പ്രസിദ്ധീകരിച്ചു. സാഹിത്യലോകം, കേരള കവിത, ഭാഷാപോഷിണി, മാധ്യമം എന്നിവയിലും കവിതകൾ പ്രസിദ്ധീകരിച്ചിട്ടുണ്ട്. ടോണി മോറിസന്റെ *സുല*, വില്യം ഡാൽറിംപിളിന്റെ *നയൻ ലൈവ്സ്* എന്നിവ ഉൾപ്പെടെ ആറോളം പുസ്തകങ്ങൾ മലയാളത്തിലേയ്ക്ക് വിവർത്തനം ചെയ്തിട്ടുണ്ട്. ഹൈദ്രാബാദിലെ കേംബ്രിഡ്ജ് യൂണിവേഴ്സിറ്റി പ്രസ്, ഡൽഹിയിലെ സേജ് പബ്ലിക്കേഷൻസ് എന്നിവിടങ്ങളിൽ എഡിറ്ററായി ജോലി ചെയ്തിട്ടുണ്ട്. ഡൽഹി ക്രൈസ്റ്റ് ഡീംഡ് റ്റു ബി യൂണിവേഴ്സിറ്റിയിലെ ഭാഷാവിഭാഗത്തിൽ അസിസ്റ്റന്റ് പ്രൊഫസറായി ജോലി ചെയ്യുന്നു.

email: prabha.zacharias@christuniverstiy.in